பிரயாணம்

பிரயாணம்

பாவண்ணன் (பி.1958)

பெங்களூரு பாரத் சஞ்சார் நிகம் நிறுவனத்தில் பணிபுரிகிறார். இயற்பெயர் ப.பாஸ்கரன். பதினாறு சிறுகதைத் தொகுதிகளும் மூன்று நாவல்களும் இரண்டு குறுநாவல்களும் மூன்று கவிதைத் தொகுதிகளும் பதினெட்டு கட்டுரைத் தொகுதிகளும் மூன்று குழந்தைப்பாடல் தொகுதிகளும் இவருடைய படைப்புகள். ஐந்து நாவல்கள், ஏழு நாடகங்கள், இரண்டு தலித் சுயசரிதைகள், ஒரு சிறுகதைத் தொகுதி, கன்னட தலித் எழுத்துகளைப் பற்றிய ஓர் அறிமுக நூல், நவீன கன்னட இலக்கிய முயற்சிகளை அடையாளப்படுத்தும் இரண்டு தொகை நூல்கள் என எண்ணற்ற கன்னடப் படைப்புகளைத் தமிழாக்கியிருக்கிறார்.

1995இல் வெளிவந்த 'பாய்மரக் கப்பல்' நாவலுக்கு இலக்கியச் சிந்தனைப் பரிசும், 'பயணம்' சிறுகதைக்கு 1996இல் கதா விருதும், 'பருவம்' கன்னட நாவலை மொழி பெயர்த்தமைக்காக 2005இல் சாகித்திய அக்காதெமி விருதும் பெற்றவர். 'பச்சைக்கிளிகள்' சிறுகதைத் தொகுதிக்காக 2015இல் சுஜாதா நினைவு விருதைப் பெற்றார்.

மனைவி அமுதா. மகன் அம்ரிதா மயன் கார்க்கி.

மின்னஞ்சல்: *paavannan@hotmail.com*

எம். கோபாலகிருஷ்ணன் (பி. 1966)
தொகுப்பாசிரியர்

நாவலாசிரியரும் ('மணல் கடிகை', 'அம்மன் நெசவு') சிறுகதையாளருமான ('பிறிதொரு நதிக்கரை', 'முனிமேடு') இவர் இந்தி இலக்கியத்தில் முதுகலைப் பட்டம் பெற்றவர்.

மொழியாக்கத்தில் வெளிவந்த பிற நூல்கள்:

'ஒரு அடிமையின் வரலாறு'–ஃபிர்டெரிக் டக்ளஸ் (2001)

'வாழ்விலே ஒரு நாள்'–சோல்ஸெனிட்சின் (2003)

'காதலின் துயரம்'–கதே (2006)

'சிவப்புத் தகரக் கூரை'–நிர்மல் வர்மா (2013)

'துயர் நடுவே வாழ்வு' (திகார் பெண்களின் கண்ணீர் கவிதைகள்) –
பதிப்பாசிரியர்கள்: வர்திகா நந்தா, விமலா மெஹ்ரா (2015)

பாவண்ணன்

பிரயாணம்

தொகுப்பாசிரியர்
எம். கோபாலகிருஷ்ணன்

காலச்சுவடு பதிப்பகம்

அன்பார்ந்த வாசகருக்கு,

வணக்கம்.

காலச்சுவடு நூலை வாங்கியமைக்கு நன்றி.

நூலின் உள்ளடக்கம், உருவாக்கம், அட்டைப்படம் இன்ன பிற அம்சங்கள் பற்றிய உங்கள் கருத்துகளையும் ஆலோசனைகளையும் காலச்சுவடு வரவேற்கிறது. தகவல், எழுத்து, வாக்கியப் பிழைகள் தென்பட்டால் கட்டாயம் தெரிவித்து உதவுங்கள். நூல் தயாரிப்பில் கடும் குறைபாடு இருப்பின் மாற்றுப் பிரதி உங்களுக்குக் கிடைக்கக் காலச்சுவடு ஏற்பாடு செய்யும்.

மின்னஞ்சல்: publisher@kalachuvadu.com

காலச்சுவடு நாகர்கோவில் தலைமையகத்துக்கும் கடிதம் அனுப்பலாம்.

தங்கள்
எஸ்.ஆர். சுந்தரம் (கண்ணன்)
பதிப்பாளர் – நிர்வாக இயக்குநர்

பிரயாணம் ♦ தேர்ந்தெடுத்த சிறுகதைகள் ♦ ஆசிரியர்: பாவண்ணன் ♦ ©பாவண்ணன் ♦ முதல் (குறும்) பதிப்பு: மார்ச் 2016, ஐந்தாம் (குறும்) பதிப்பு: டிசம்பர் 2022 ♦ வெளியீடு: காலச்சுவடு பப்ளிகேஷன்ஸ் (பி) லிட்., 669, கே. பி. சாலை, நாகர்கோவில் 629001

pirayaaNam ♦ Short Stories ♦ Author: Paavannan ♦ © Paavannan ♦ Language: Tamil ♦ First (Short) Edition: March 2016, Fifth (Short) Edition: December 2022 ♦ Size: Demy 1 x 8 ♦ Paper: 18.6 kg maplitho ♦ Pages: 216

Published by Kalachuvadu Publications Pvt. Ltd., 669 K.P. Road, Nagercoil 629001, India ♦ Phone: 91-4652-278525 ♦ e-mail: publications@kalachuvadu.com ♦ Printed at Clicto Print, Jaleel Towers,42 KB Dasan Road, Teynampet Chennai 600018

ISBN: 978-93-5244-000-9

12/2022/S.No. 676, kcp 4048, 18.6 (5) 1k

அன்புள்ள
அம்மாவுக்கும்
அப்பாவுக்கும்

பொருளடக்கம்

முன்னுரை: பாவண்ணனின் பயணம்	11
என்னுரை	19
சாட்சி	25
பலி	29
வெளிச்சம்	37
அடுக்கு மாளிகை	46
வெளியேற்றம்	53
வண்டி	59
தர்மம்	68
கூண்டு	75
பயணம்	84
பூனைக்குட்டி	95
அடைக்கலம்	109
பிரயாணம்	120
வெளியேற்றப்பட்ட குதிரை	134
கண்கள்	150
காலத்தின் விளிம்பில்	159
கூடு	170
அன்னை	184
பிருந்தாவனம்	192
காணிக்கை	204

முன்னுரை

பாவண்ணனின் பயணம்

உலகமொழிகளின் மகத்தான இலக்கியங்கள் யாவுமே மனித உறவுகளின் மர்மங்களைக் களையவும் கண்டுணரவுமே தலைப்படுகின்றன. மனித உறவுகளின் ஒளிமிகு வடிவெங்களென தாய்மையும் காதலும் கருணையும் பிரகாசிக்கும்போது அவற்றின் மறுபக்கமாகக் கயமையும் துரோகமும் வன்மமும் அச்சுறுத்துகின்றன. பல சமயங்களில் மேன்மைகளின் முகப்பூச்சுடன் சிறுமைகளே கோலோச்சுகின்றன. மனிதனின் மனம் ஏற்கும் பாவனைகள் பலவும் முன்னுதாரணங்கள் அற்றவை. தனித்துவமானவை. அச்சத்தையும் பயங்கரத்தையும் விதைப்பவை. உறவுகளை அது அணுகும் விதம் வகுத்திட இயலாத சிக்கல்களைக் கொண்டது. மனித மனதின் இருளினூடே எப்போதும் பயணிக்கும் கலை கண்டடைய விழைவது, அந்த இருளில் எங்கேனும் புதைந்திருக்கும் ஒளியின் சிறு துகளையே. அக்கினிக் குஞ்சுபோல மீச்சிறு உரு கொண்டபோதும் அவ்வொளியே இருளைப் போக்கவல்லது. கருணை எனும் அவ்வொளியே மனிதனைப் பிற உயிர்களின்று தனித்துவப்படுத்துகிறது. வாடிய பயிரைக் கண்டபோதெல்லாம் வாடினேன் என்ற வள்ளலாரின் ஆன்மிக ஞானம் அவ்வொளியிலிருந்து பிறந்ததே. 'யாதும் ஊரே யாவரும் கேளிர்' என்ற தமிழ் மெய்யியல் அதிலிருந்து தளைத்ததே.

உலகெங்கிலும் உள்ள மதங்களும் மார்க்கங் களும் ஞானிகளும் ஆன்மிகவாதிகளும் மனித

வாழ்வின் உய்விற்கு வழியாக உபதேசித்திருப்பது கருணையின் பல்வேறுவிதமான பாதைகளையே. அத்தகைய கருணையின் ஒளிகொண்டு உருவான உறவுகளின் சித்திரங்களே பாவண்ணனின் சிறுகதை உலகம்.

○

1980களில் வேலையின்மை என்பது ஒரு சமூக அடையாளமாகவே இருந்தது. முதல் தலைமுறை பட்டதாரிகள் பலரும் வேலையின்மையின்பொருட்டு இடம்பெயர நேர்ந்தது. குடும்பத்தைப் பிரிவது என்பது அதுவரையிலும் யோசித்திராத ஒன்று. ஆரம்பக்கல்வி முதலே விடுதிகளில் குழந்தைகளை ஒப்படைத்துவிடும் இன்றைய நாகரிகம் தொடங்கியிராத காலம் அது. பசியோடும் வறுமையோடும் போராடி, படித்து, பெரும் போராட்டத்துக்குப் பின் கிடைத்த வேலையில் சேர்ந்து கை நிறைய சம்பளம் வாங்கும் சந்தர்ப்பத்தில் ஆளாக்கிய அப்பாவும் அம்மாவும் அருகிலிருக்கமாட்டார்கள். மொழி அறியாத ஊரில் முகம் தெரியாதவர்களோடு பகிர்ந்துகொள்ளும் அறையின் தனிமையில் மனம் திரும்பத்திரும்ப ஊரையும் உறவுகளையுமே நாடியோடும்.

இதே காலகட்டத்தில்தான் தமிழ் இலக்கியத்தில் சிறுபத்திரிகைகளின் எழுச்சியும் நிகழ்ந்தது. தீபம், கணையாழி தொடங்கி ஏராளமான சிறுபத்திரிக்கைகள் அங்கங்கே தோன்றி மறைந்தபடியே இருந்தன. இங்கே இனி, நிகழ், மீட்சி என நீண்ட பட்டியல் உண்டு. தமிழ்ச் சிறுகதையாளர்களின் வரிசையில் புதிய பெயர்கள் பலவும் இடம்பெறத் தொடங்கியதும் இப்பத்திரிகைகளின் வழியாகவே. பம்பாயிலிருந்து நாஞ்சில் நாடனும் ஹைதராபாத்திலிருந்து சுப்ரபாரதிமணியனும் பெங்களூரிலிருந்து பாவண்ணனும் எழுத்தின் வழியே தொலைவையும் இழந்த மனிதர்களையும் மீட்க முனைந்தார்கள். பிறந்து வளர்ந்த ஊரும் அதன் மனிதர்களும் சூழல்களும் வாசனையோடும் நிறங்களோடும் அவர்களின் கதைகளாகின. வேறிடத்தில் வேற்று மனிதர்களின் நடுவில் இருந்து இழந்துபோன உறவுகளை நினைவுகளை எழுத்தின் வழியாக மீட்டெடுக்க முனைந்தனர். ரயில்வே ஸ்டேஷன், ஆலமரம், ஏரிக்கரை, வேலங்காடு, தென்னந்தோப்பு என கிராமத்தில் ஓடியாடிக் குதூகலித்த இடங்களும் சுக்குக்காப்பிக்காரர், ஆப்பக்காரக் கிழவி, குதிரைவண்டித் தாத்தா, தோட்டக்காரப் பெரியவர், ஆசிரியர்கள், அரசியல்வாதிகள், கிராமத்துப் பெரிய மனிதர்கள், எளியவர்கள், ஏழைகள் என்று பல்வேறு தரப்பட்ட மனிதர்களும் வாழ்வில் தாம் கண்டு, அனுபவித்த அவமானங்கள், ஏக்கங்கள்,

ஏமாற்றங்கள், வறுமை, அகங்காரம், பொறாமை, விரோதம், தடுமாற்றம், தவிப்பு என உணர்வுகளும் மேலெழுந்து கதையுலகை நிறைத்திருந்தன.

◯

பாவண்ணனின் முதல் சிறுகதை *தீபம்* இதழில் 1982ஆம் ஆண்டில் வெளியானது. எந்தத் தொகுப்பிலும் சேர்க்கப்படாத அக்கதையின் பிரதிகூட இப்போது கைவசம் இல்லை. 1987ஆம் ஆண்டில் முதல் சிறுகதைத் தொகுப்பு "வேர்கள் தொலைவில் இருக்கின்றன" 'காவ்யா' வெளியீடாக பிரசுரம் பெற்றது. அவருடைய பதினாறாம் சிறுகதைத் தொகுப்பான 'பாக்குத் தோட்டம்' 2014ஆம் ஆண்டில் வெளியாகியுள்ளது. 33 ஆண்டுகால நீண்ட சிறுகதைப் பயணத்தில் பாவண்ணன் எழுதியுள்ள கதைகளின் எண்ணிக்கை 184.

மேலோட்டமாகப் பார்த்தால் இத்தொகுப்பு பாவண்ணனின் 33 ஆண்டுகால சிறுகதைப் பயணத்தின் தேர்ந்தெடுக்கப்பட்ட தருணங்கள் என்றே பொருள்கொள்ள முடியும். உண்மையில் இது ஒரு தலைமுறையின் பயணம். சிக்கல்களும் புதிர்களும் நிரம்பிய உறவுகளினூடாக நிகழ்ந்திருக்கும் கரடுமுரடான பயணம். இதன் பாதையில் தொடர்ந்து வரும்போது பாவண்ணனின் பயணத்தை மூன்று நிலைகளாக வகுத்துவிட முடியும். ஒன்று, இயற்கைக்கும் மனிதனுக்குமான உறவு. நமது வாழ்வின் அதிமுக்கியமான மையமாகிய இந்த உறவிலிருந்து மனிதன் எத்தனை விலகி வந்திருக்கிறான் என்பதையே இன்றைய இயற்கைச் சீரழிவுகளும் புவியியல் மாற்றங்களும் தொடர்ந்து எச்சரித்து வருகின்றன. இயற்கையுடனான மனிதனின் உறவு இயல்பானது. தன்னிச்சையானது. எளிமையானதும்கூட. அன்றாடம் நாம் காணும் மரங்கள், செடிகள், பூக்கள், பறவைகள், விலங்குகள், வானத்தின் நிறங்கள், காற்றின் விதங்கள் என்று அனைத்துமே அந்த உறவின் வெளிப்பாடுகளே. இன்று நம் நினைவில் மட்டுமே எஞ்சி நிற்கும் மரங்களின் பறவைகளின் பூக்களின் எண்ணிக்கையை யோசித்துப் பார்த்தாலே இன்றைய வாழ்வு இயற்கையிலிருந்து எத்தனை தொலைவு விலகி வந்துள்ளது என்று நம்மால் புரிந்துகொள்ள முடியும். மனிதனுக்கும் இயற்கைக்கும் இடையிலான உறவு என்பது வாழ்வின் ஒரு அம்சமாக இருந்தது என்பதையே பாவண்ணனின் கதைகள் அழுத்தமாகச் சுட்டி நிற்கின்றன. அவரது கதைகளில் இடம்பெறும் நிலமாகட்டும் பறவைகளாகட்டும் தாவரங்களாகட்டும் அனைத்துமே சூழல்களை நிறுவுவதோடு நின்றுவிடாது கதாபாத்திரங்களின் மனவோட்டத்தோடு சேர்த்து அடையாளப்படுத்துமளவுக்கு

முக்கியத்துவம் கொண்டுள்ளன. அவரது கதைகள் பலவற்றின் தலைப்புகளுமே இதை அடையாளப்படுத்துகின்றன (ஒற்றை மரம், இரண்டு மரங்கள், நெல்லித்தோப்பு, செடி, தனிமரம்) மண்ணின் மீதான பற்றுதலும் மனிதர்களின்பாலான பந்தமும் இயற்கையுடனான மனித உறவின் நீட்சியே.

பாவண்ணனின் சிறுகதை உலகின் அடுத்த படிநிலை மனிதனுக்கும் மனிதனுக்கும் இடையிலான உறவு. கிராம அமைப்பு என்பதே ஒருவர் மற்றொருவரைச் சார்ந்து அல்லது அனுசரித்து வாழும் ஒரு முறையை வகுத்திருந்தது. மனிதர்களுக்கு இடையேயான உறவு இன்றியமையாத ஒன்றாக இருந்தது. இதிலிருந்தே சமூகத்தின் பல மதிப்பீடுகள் கிளைத்தன. சமூகத்தின் எளிய மனிதர்களைக் கரிசனையுடன் காணும் பார்வை இத்தகைய உறவின் ஊற்றிலிருந்தே உருவாகிறது. இயற்கையுடனான உறவிலிருந்து விலகி வந்துவிட்டது போலவே இன்று சக மனிதனுடனான உறவிலிருந்தும் நாம் மெல்லமெல்ல விலகி நம்மை நாம் தனிமைப்படுத்திக் கொண்டோம். 'பசிக்குதுப்பா' என்று உடல் வளைத்துச் கெஞ்சலுடன் யாசித்து நிற்கும் மூதாட்டியையோ சிறுமியையோ சிறிதும் பொருட்படுத்தாது சிக்னல் விளக்கில் கண்வைத்துக் காத்திருக்கும் சுரணையற்ற தன்மையை நாம் அடைந்துவிட்டோம்.

மனித உறவுகள் ஒவ்வொன்றும் தனித்துவம் கொண்டவை. தீராத மர்மங்களையும் திகைப்பூட்டும் சமரசங்களையும் உலகின் நிருபிக்கப்பட்ட சமன்பாடுகளுக்குள் சிக்காத விநோதங்களையும் தொடர்ந்து முன்வைத்தபடியே இருப்பவை. பாவண்ணனின் பல கதைகளும் உறவின் சிக்கல்களையும் சிடுக்குகளையும் உள்ளீடாகக் கொண்டவை (பலி, கையெழுத்து, வரிசை, வதை, அடுக்குமாளிகை, உறவு, முள், கூட்டாளிகள், மரம், கழிமுகம்) விசாலமான பார்வையும் ஈரமான அணுகுமுறையுமே புறவுலகின் ஒவ்வொரு அசைவையும் அர்த்தப்படுத்துபவையாக இருக்கமுடியும். முன்முடிவுகள் இல்லாத எவர்பொருட்டும் சாய்வற்ற பார்வையைக் கொண்டு அணுகும்போதே உறவுகளின் பரிமாணங்களை அவற்றின் எல்லா சாத்தியங்களுடனும் கண்டடைய முடியும். கதாபாத்திரங்கள் ஒவ்வொன்றுக்கும் தம்மளவிலான நியாயங்களை முழுமையாக முன்வைப்பதன் மூலமே பூரணமான புரிதலை அடையமுடியும்.

அடுத்தவர் மீதான கரிசனத்தை வைத்தே அன்றாட பாடுகளுக்காக மனிதர்கள் ஏற்கும் பாரங்களை நம்மால் புரிந்துகொள்ள முடியும். எளிய மனிதர்கள் ஒவ்வொரு பொழுதுக்கும் வாழ்வைக் கடத்த மேற்கொள்ளும் பிரயத்தனங்கள்

சொல்லி மாளாதவை. ‘அடைக்கலம்’, ‘வெளியேற்றம்’, ‘வண்டி’, ‘பயணம்’, ‘சாயா’, ‘வழி’, ‘நொண்டிப் பறவைகள்’, ‘வதைபடும் தினங்கள்’, ‘சிலுவை’, ‘மீரா’, ‘சாட்சி’, ‘கீரைக்காரி’, ‘சட்டை’, ‘முடியவில்லை’, ‘பாம்பு’, ‘நெருப்பு வளையங்கள்’ உள்ளிட்ட கதைகளின் வழியே அவ்வாறான சில அபூர்வமான சித்திரங்களைப் பாவண்ணன் நுட்பமாகக் காட்சிப்படுத்தியுள்ளார். வெறுமனே வேடிக்கை பார்ப்பவனின் சித்திரிப்பாக நின்றுவிடாமல் அவர்களது வலியையும் இருப்பையும் உள்ளார்ந்த அக்கறையுடன் புரிந்துகொள்ளும் முனைப்பு இக்கதைகளைச் செறிவாக்கித் தந்துள்ளன.

மூன்றாவது நிலை இயற்கையுடனான உறவிலிருந்தும் மனிதர்களுடனான உறவிலிருந்தும் தன்னைத் துண்டித்துக்கொண்டு தனிமனிதனாக மட்டுமே சுருக்கிக்கொண்டிருக்கும் நிலை. நம்மைச் சுற்றி நாம் காணும் பெரும்பான்மை வாழ்வு தனிமனிதனை மையப்படுத்தியதே. தன்னைச் சுற்றி நிகழும் உலகைக் கவனிக்கத் தேவையுமில்லை, பொழுதுமில்லை. மதிப்பீடுகளையும் விழுமியங்களையும் தொலைத்துவிட்டு சுயநலத்துடன் இன்றில் இப்பொழுதில் மட்டுமே ‘இருந்து’கொண்டிருக்கும் நவீன வாழ்வின் அவசரச் சித்திரங்களாய் அமைந்த கதைகள் ‘அடையாளம்’, ‘பாதுகாப்பு’, ‘அடைக்கலம்’, ‘மீரா’, ‘காலத்தின் விளிம்பில்’ போன்றவை.

அடுத்தவர் மீதான அக்கறையில்லாத வாழ்வு என்பது அனைவரின் மீதும் இன்று நிர்ப்பந்திக்கப்பட்ட ஒன்று. நவீன தொழில்நுட்ப வசதிகளும் அனைத்துத் தனி அடையாளங் களையும் பொது அடையாளங்களுக்குள் கரைத்துவிடும் உலகளாவிய போக்கும் நம்மை அப்படி வழி திருப்புகின்றன. இருப்பினும் சிலர் தனித்துவத்துடன் உலகின் அனைத்துப் போக்குகளுக்கு நடுவிலும் தமக்கான குணம் மாறாமல் இருக்கவே செய்கிறார்கள். அத்தகையோர் அபூர்வமானவர்கள். ‘பிரயாணம்’, ‘கூடு’, ‘வைராக்கியம்’ போன்ற கதைகளில் நாம் சந்திக்கும் ஒவ்வொருவரும் அப்படிப்பட்ட தனித்துவங்களுடன் உலகப் பொதுநியதியிலிருந்து தம்மை விலக்கிக்கொண்ட மனிதர்கள். இப்படிப்பட்டவர்களை நம்மால் ஒருகணம் வியப்புடன் பார்க்கவும் நம்மால் இப்படியெல்லாம் இருக்க முடியாதுப்பா என்று அவசரமாய் விலகிவிடவுமே முடிகிறது.

தெருவில் கூடிவிளையாட முடியாத ஒரு தலைமுறைதான் அடுத்த வீட்டுக்காரனைப் பற்றிய குறைந்தபட்ச அக்கறை யில்லாமல், தான், தன் சுகம் என்று ஓடிக்கொண்டே இருக்கிறது. விளையாட்டும் வேடிக்கையும் துள்ளலும் மிக்க சிறுவர்களின்

உலகம் மிக எளிமையானது. ஒப்பனைகளற்றது. அன்றாடங்களின் நெருக்கடிகளிலிருந்தும் அவஸ்தைகளிலிருந்தும் நம்மை நாம் ஆசுவாசப்படுத்திக்கொள்வது சிறுவயது நினைவுகளின் நிழல்களிலேயே. 'உப்பு', 'கூண்டு', 'சின்னம்', 'ராஜண்ணா', 'வெளியேற்றப்பட்ட குதிரை' போன்ற கதைகளில் கோலி, பம்பரம், கிட்டிப்புள், சடுகுடு, தாயம், சுங்கரைக்காய், ஏழாங்காய், பல்லாங்குழி போன்ற எண்ணற்ற சிறுவயது விளையாட்டுகள் பலவற்றையும் நினைவுபடுத்துகின்றன. இன்றைய சிறுவர்களின் உலகம் இழந்துவிட்ட புறவுலகின் அழகுகளை, தோழமையின் ஆழங்களை இக்கதைகள் ஏக்கத்துடன் சுட்டி நிற்கின்றன.

இந்த மூன்று நிலைகளையும் கடந்து நிற்கும்போது ஏற்கனவே நிறுவப்பட்டுள்ள மதிப்பீடுகளையும் முறைமைகளையும் மறுபரிசீலனைக்கு உட்படுத்தவேண்டியுள்ளது. இந்த மதிப்பீடுகளுக்கும் அறங்களுக்கும் உதாரணமாகக் காட்டப்படும் காவிய மாந்தர்களை, சரித்திரச் சம்பவங்களைப் புதிய கோணத்தில் அணுகி விமர்சிக்கவேண்டிய தேவையும் உருவாகிறது. கடந்த காலம் மீள்பார்வைக்கு உட்படுகிறது. நாம் நன்கறிந்த புராண மாந்தர்களையும் இதிகாச நிகழ்வுகளையும் இன்றைய பார்வையில் அணுகும்போது புதிய திறப்புகளும் புரிதல்களும் சாத்திய மாகின்றன. 'அன்னை', 'கண்கள்', 'வெள்ளம்', 'தங்கமாலை' 'திரை', 'புதிர்', 'ஏவாளின் இரண்டாம் முடிவு', 'ஏழுலட்சம் வரிகள்', 'அல்லி', 'ரணம்', 'சுழல்', 'வாசவதத்தை', 'முற்றுகை' ஆகிய கதைகளின் வழியாக பாவண்ணன் காட்டும் சரித்திர நிகழ்வுகள் புதிய கேள்விகளுடன் முன்நிற்கின்றன. காவியங்களும் இதிகாசங் களும் எப்போதும் புதிய வாசிப்புக்கும் பொருள்படுத்தலுக்கும் விமர்சனங்களுக்கும் விரிவான அளவில் இடம் தருபவை. காலம் தாண்டியும் தம்மளவில் அவை கொண்டிருக்கும் செறிவும் இடைவெளிகளுமே அத்தகைய பார்வையை சாத்தியப்படுத்து கின்றன.

சமூகத்தின் ஓர் அங்கமாக இருந்த மனிதன் அனைத்தி லிருந்தும் தன்னைத் துண்டித்துக்கொண்டு தனித்தவனாக, தனக்கான உலகத்தில் தான் மட்டுமே இருக்கும்போது அவன்மீது இரண்டுவிதமான அழுத்தங்கள் உருவாகின்றன. தனது கடந்த காலம் அவனுள் உருவாக்கி வைத்துள்ள வாழ்க்கை சார்ந்த பார்வையை, மதிப்பீடுகளை அவனால் முற்றிலும் உதறிவிட முடியவில்லை. அதேசமயத்தில் இன்றைய நவீன வாழ்வின் நிர்ப்பந்தங்களுக்கேற்ப எதையும் பொருட்படுத்தாதவனாக தன்னை நிறுவிக்கொள்ள வேண்டிய தேவைக்கும் ஆட்பட்டிருக்கிறான். இந்த இரண்டுக்கும் நடுவில் சரிகளும் தவறுகளும் இடம் மாறி

குழப்பமான ஒருநிலைக்குத் தள்ளப்படுகிறான். இந்த அழுத்தம் அவனை நோய்மையில் கொண்டு தள்ளுகிறது.

நவீன மருத்துவத்தின் வளர்ச்சிக்கும் சாதனைகளுக்கும் இணையாக அதன் அசுரத்தனமும் நோய்களின் பெருக்கமும் பெரும் சவால் விடுத்தபடியேதான் உள்ளன. மரணத்தை வெல்லும் முனைப்பும், முடியாதபோது அதை ஒத்திப்போடும் முயற்சியுமே மருத்துவத்தின் சாத்தியம். எல்லாவற்றையும் தாண்டி விடைகாண முடியாத புதிரென மரணம் பல புதிய நோய்களின் வழியாகத் தன்னைப் புதிய வடிவில் வெளிப்படுத்திய வண்ணமே உள்ளது. ‘பூனைக்குட்டி’, ‘நித்யா’, ‘அழைப்பு’ உள்ளிட்ட கதைகளில் காணும் நோய்மையின் விநோதங்கள் நவீன வாழ்வைக் குறித்த கேள்விகளை எழுப்புகின்றன.

❍

பாவண்ணனின் ஆரம்பகாலக் கதைகள் பலவும் உறவுகள், சகமனிதர்கள், நண்பர்கள், அன்றாட வாழ்வின் சுமைகள் அதன் வலிகள் என்று அன்றைய காலகட்டத்தின் கறுப்பு வெள்ளைப் படங்களாக அமைந்துள்ளன. சொந்தங்களை சொந்த மண்ணை நீங்கிய மனம் அவற்றின் ஒவ்வொரு அங்கத்தையும் மன அடுக்கிலிருந்து ஒவ்வொன்றாய்த் தொட்டெடுத்து மீட்டிப் பார்க்கும் பேரனுபவமே கதைகளாகியுள்ளன. ‘வேர்கள் தொலைவில் இருக்கின்றன’, ‘வெளியேற்றம்‘, ‘நேற்று வாழ்ந்தவர்கள்’ என்று தலைப்புகளே துயரம் சுமந்து நிற்கின்றன. ஆனால் காலம் மெல்லமெல்ல இந்தப் பார்வையை முன்னகர்த்துகிறது. தொலைந்துபோன அல்லது தொலைவும் வேறிடமும் பிரித்து வைத்திருக்கும் உறவுகளை அருகிலிருக்கும் மனிதர்களிடம் கண்டடைய முனைகிறது மனம். உறவுகளிடம் தளையத் துடிக்கும் மனம் பற்றுக்கோல் தேடி அலைந்து எல்லா உறவும் எமதுறவே எனும் பேரனுபவத்தை அடைகிறது. நவீன வாழ்க்கை நமக்குள் ஏற்படுத்திய மாற்றங்களை அதன் விளைவுகளைக் காட்சிப்படுத்தத் தொடங்குகிறது. உறவுகள் சார்ந்தும் மதிப்பீடுகள் சார்ந்தும் வாழ்வின் பார்வை மாற்றம் பெறுகிறது.

உடைபடும் உறவுகள், சீர்கெட்ட மதிப்பீடுகள், எல்லைகள் வகுத்த பிரிவுகள், இயற்கையிலிருந்து முற்றிலுமாக விலகிய இயந்திரமயமான வாழ்வு என எத்தனையோ சங்கடங்களும் சந்தர்ப்பங்களும் எல்லாவற்றையும் கடந்து ஓடிக்கொண்டே யிருக்கின்றன. ஆனால் இத்தனைக்கும் நடுவில் நம்பிக்கையுடன் ஒன்று மட்டும் தீவிரத்துடன் அதிர்ந்தபடியே உள்ளது. இப் பயணம் முழுக்க அது தன் வலிமையை இழக்கவில்லை.

தடம் மாறவில்லை; தடுமாறவுமில்லை. சக மனிதர்களின் மீதான அக்கறையும் இயற்கையின் மீதான கரிசனமும் கூடிய ஆன்மிகமே அது. அந்தப் பிரதேச எல்லைகளையும், மொழி வேற்றுமைகளையும் இன பேதங்களையும் கடந்த அந்த ஆன்மிகத்தின் குரல் பாவண்ணனின் கதை உலகம் முழுக்கத் தொடர்ந்து ஒலித்துக்கொண்டிருக்கிறது. இத்தனை இழிவுகளுக்கும் அழிவுகளுக்கும் பிறகும் இவ்வுலகம் வாழத் தகுந்ததாக அமையும், அதற்கான சாத்தியங்கள் மனித மனத்தில் குடிகொண்டிருக்கின்றன என்ற பலத்த நம்பிக்கையை மனிதனுக்குள் மனிதனை மட்டுமே காணும் தூய ஆன்மிகத்தின் வழியாக பாவண்ணனின் கதைகள் அழுத்தமாகப் பறைசாற்றியபடியே உள்ளன.

கோவை   எம்.கோபாலகிருஷ்ணன்
10.08.2015

என்னுரை

இந்தத் தொகுப்பின் பத்தொன்பது சிறுகதைகளுக்கிடையே என்னுடைய முப்பத்து மூன்றாண்டு கால சிறுகதை வாழ்க்கை விரிந்திருக்கிறது. இது நான் பறவையென பறந்து திரிந்த வானம். ஓர் ஆறென ஓடி உருவான தடம். காற்றென அலைந்து திரிந்த வெளி. உங்களுக்கும் எனக்கும் பொதுவான ஒருசில கணங்களாவது இத்தொகுப்பில் இருக்கக்கூடும்.

மெய்ப்புத் திருத்தும் வகையில் இச்சிறுகதைகளை நான் படிக்கும்போது, அவை உருவான கணங்களை அசைபோட்டபடியே இருந்தேன். என் வாழ்வின் அற்புதக்கணங்கள் அவை. எழுதத் தொடங்கிய ஆரம்ப நாட்களில், துங்கபத்திரை நதிக்கரையோரம் வேலைநிமித்தமாக நாங்கள் அமைத்திருந்த துணிக்கூடாரத்தில் என் எழுத்துக்கு ஒளியைப் பாய்ச்சிக்கொண்டிருந்த லாந்தர் விளக்கின் திரியசைவை அந்த எழுத்துகளிடையே என்னால் பார்க்கமுடிந்தது. விழியென என்னையே கனிவுடன் பார்த்துக்கொண்டிருந்த அத்திரியை என்னால் ஒருபோதும் மறக்கமுடியாது. இன்று நான் எழுதும் மேசையின்மீது குழல்விளக்கின் வெளிச்சம் படர்ந்திருக்கிறது. குழல்விளக்கும் ஒருவகையில் திரியே. சற்றே பெரிய திரி.

வழக்கமாக ஒரு தொகுப்பின் படைப்புகளுக்கு மெய்ப்புப் பார்க்கும் வேலையை ஒரு வாரத்துக்குள் முடித்துவிடுவேன். ஓர் இரவில் இரண்டு கதைகள் என்பதுதான் என் எளிய கணக்கு. என்ன காரணத்தாலோ, இந்தத் தொகுப்பைத் திருத்தும்

வேலை ஒரு மாதத்துக்கும் மேல் இழுத்துவிட்டது. எந்தக் கதையையும் என்னால் எளிதில் கடந்துசெல்ல இயலவில்லை. ஒவ்வொரு கதையிலும் ஒரு குரல் கேட்டது. ஒரு முகம் தெரிந்தது. ஒரு காட்சி விரிந்தது. நமக்குப் பிடித்த பழைய பாட்டைக் கேட்டதும் பரவசத்தில் நின்று, நினைவிலிருந்து தன்னிச்சையாகப் பெருகும் வரிகளை அந்தப் பாட்டின் இசையோடு இணைந்து நாமும் முணுமுணுப்பதுபோல, மெய்ப்புத் திருத்தும் தருணங்களில் ஏதோ இனம்புரியாததொரு உணர்வு ஓர் இறகென என்னை ஏந்திச் சென்றபடியே இருந்தது. அந்தப் பறக்கும் பயணம் அல்லது மிதக்கும் பயணம் எனக்கு மிகவும் பிடித்திருந்தது.

முதல் சிறுகதையில் தொடங்கி ஒன்றையடுத்து ஒன்றாக பயணம் சிறுகதைவரைக்கும் ஒருவழியாகத் திருத்தி முடித்து விட்டேன். ஆனால், அதற்குப் பிறகு திருத்தம் செய்யும் வேலையைத் தொடர இயலவில்லை. அப்படியே நிறுத்திவிட்டேன். அந்தக் கதை என்னை வெகுதொலைவு இழுத்துச் சென்றுவிட்டது. அனைத்தையும் அசைபோட்டபடி பழைய நினைவுகளில் திளைத்துவிட்டேன். வழக்கம்போல உண்மையும் புனைவும் கூடிய படைப்புதான் அது. அந்தக் காடும் மழையும் குளிரும் உண்மையானவை. உற்சாகமான உரையாடல்காரனான சிறுவனும் உண்மையானவன். எல்லாவற்றையும் ஒருகணம் அசைபோட்டபோது, உண்மையிலேயே ஒரு குளிர்க்காற்று அக்கணத்தில் என்னைத் தழுவி நகர்ந்ததைப்போலவே இருந்தது. அந்தப் பழைய நினைவுகளில் தோய்ந்திருப்பதை என் மனம் விரும்பியது. அக்கணத்தில் காட்டுப் பாதையை என் அகக்கண்கள் கண்டன. மழைக் காற்றையும் குளிரையும் என் மனம் உணர்ந்தது. காட்டின் காட்சிகள் கலந்து நகர்ந்தபடி இருந்தன. அப்படிப்பட்ட ஓர் இளைப்பாறல் எதற்காகவோ எனக்கும் அப்போது தேவைப்பட்டது.

நாலைந்து நாட்கள் கழித்து அந்தக் காட்டின் பக்கம் வேலைநிமித்தமாகச் செல்லவேண்டிய அவசரம் தற்செயலாக ஏற்பட்டது. சென்ற வேலை முடிந்தபிறகு வண்டியெடுத்துக்கொண்டு, அந்தப் பழைய பாதையில் சென்றேன். "எங்க சார் போவணும்?" என்று கேட்ட ஓட்டுநரிடம் "சும்மா கொஞ்ச தூரம் போவலாம், போங்க" என்றேன். அவரும் மறுபேச்சில்லாமல் ஓட்டத் தொடங்கினார். காடு மாறிவிட்டதைப்போலவும் இருந்தது; மாறாமல் இருப்பதுபோலவும் இருந்தது. வழியெங்கும் பல பாறைகள். பல பள்ளங்கள். பூத்திருக்கும் தேக்குமரங்கள். புதிய கிளைத்தடங்கள். பழைய இடத்தை என்னால் சரியாகக் கணிக்கமுடியவில்லை. இதோ வந்துவிடும், இதோ வந்துவிடும்

என நெடுந்தொலைவு சென்றுவிட்டேன். அந்த இடம் வரவே இல்லை. தழுவியோடிய குளிர்ந்த காற்றுக்கு நடுவில் எனக்கு எல்லா இடங்களும் ஒன்றுபோலவே இருந்தன. நெடுநேரத்துக்குப் பிறகு "போதும் திரும்பிடலாம்" என்று ஓட்டுநரிடம் சொன்னேன். என் மனத்தில் ஏமாற்றம் எதுவுமில்லை. உண்மையிலேயே என் மனம் நிறைந்திருந்தது. திருப்புவதற்காக வண்டியை நிறுத்திய அவர் குழப்பத்துடன் ஒருகணம் என்னைப் பார்த்து, "என்ன சார்?" என்று கேட்டார். என்னுடைய புன்னகையை அவரால் புரிந்துகொள்ள முடியவில்லை. "ஒன்னுமில்லப்பா, போயிடலாம்" என்று மறுபடியும் காட்டை வேடிக்கை பார்க்கத் தொடங்கினேன். மழையில் நனைந்திருந்த மண்ணின் மணம், மக்கிய இலைகளின் மணம், பூக்களின் மணம், மழையின் மணம், காற்றின் மணம் என மாறிமாறி வீசிய மணங்களின் கலவையை என் நெஞ்சில் நிறைத்துக்கொண்டே திரும்பினேன்.

ஊருக்குத் திரும்பி இரண்டுமூன்று வாரங்களுக்குப் பிறகுதான் மீண்டும் மெய்ப்புப்பிரதிகளைக் கையில் எடுத்தேன். 'பூனைக்குட்டி' தொடங்கி 'காணிக்கை' வரையிலான பத்து சிறுகதைகள். கொஞ்சம்கொஞ்சமாக நாலைந்து இரவுகளில் திருத்தும் வேலையைச் செய்துமுடித்தேன். ஆனாலும் என் மனம் ஏதோ அமைதியற்றுத் தத்தளித்தபடி இருந்தது. 184 சிறுகதைகளிலிருந்து தேர்ந்தெடுக்கப்பட்ட இந்தப் பத்தொன்பது சிறுகதைகளில் எத்தனை சிறுகதைகள் எதிர்காலத் தலைமுறையினரும் விரும்பிப் படிக்கக்கூடியவையாக இருக்கும் என்றொரு கேள்வி எதிர்பாராத ஒரு கணத்தில் என் நெஞ்சில் முளைத்து என்னைத் தடுமாறவைத்துவிட்டது. ஒரு பாம்பின் கண்களென அக்கேள்வி என்னையே உற்றுப் பார்ப்பதுபோல இருந்தது. வேறு எதைப்பற்றியும் என்னால் சிந்திக்க இயலவில்லை. அதே சமயத்தில் அதை ஒதுக்கித் தள்ளிவிடவும் முடியவில்லை. தாண்டிக் கடந்துசெல்லவும் முடியவில்லை. தராசின் ஒரு தட்டில் நான் ஏறி நின்றுவிட்டேன். ஆனால், சமநிலைக்கு வராமலேயே தட்டுகள் உயர்ந்தும் தாழ்ந்தும் என் தவிப்பை அதிகரித்தபடி இருந்தன.

அந்தத் தவிப்பிலிருந்து நான் மீண்டெழுந்த கணம்கூட ஒரு சிறுகதை நிகழும் கணம்போலவே நிகழ்ந்தது. வழக்கம்போல இரவு உணவுக்கு முன்னால் அருணா சாய்ராமின் குரலில் 'என்ன கவி பாடினாலும்' பாட்டைக் கேட்டபடியே பாரதியாரின் கவிதைத்தொகுப்பைப் பிரித்தேன். கைபுரட்டிய பக்கத்தில் 'அழகுத்தெய்வம்' என்றொரு கவிதை இருந்தது. வசீகரமான தாளக்கட்டைக் கொண்ட எண்சீர் விருத்தம். மங்கியதோர் நிலவினிலே கனவில் கண்ட மங்கையுடன் மானுடன்

நிகழ்த்தும் உரையாடலே அக்கவிதை. அழகுத்தெய்வமான அந்த மங்கை ஒவ்வொரு கேள்விக்கும் ரத்தினச்சுருக்கமான பதிலைச் சொல்கிறாள். உரையாடலின் போக்கில் 'ஞாலத்தில் விரும்பியது நண்ணுமோ?' என்றொரு கேள்வியைக் கேட்கிறான் மானுடன். 'நாலிலே ஒன்றிரண்டு பலித்திடலாம்' என்று அந்த அழகுத்தெய்வம் குறும்போடு பதில் சொல்கிறது. அந்தப் பதிலைப் படித்ததுமே வாய்விட்டுச் சிரித்துவிட்டேன். உரையாடல் அத்துடன் முடியவில்லை. மேலும் தொடர்ந்து செல்கிறது. அழகுத்தெய்வத்தின் பதிலில் நிறைவடையாமல் 'ஏலத்தில் விடுவதுண்டோ எண்ணத்தை?' என்றொரு துணைக்கேள்வியை சலிப்புடன் எழுப்புகிறான் மானுடன். உடனே ஒரு புன்னகையுடன் 'எண்ணினால் எண்ணியது நண்ணுங்காண்' என்று பூசி மெழுகியதுபோல பதில் சொல்கிறது அழகுத்தெய்வம். அந்தப் பதில் மானுடனை அமைதிப்படுத்தும் பதில் என்பதைப் படிக்கும்போதே புரிந்துகொள்ள முடிகிறது. எல்லாம் பலிக்கும் என்பதைவிட ஒன்றிரண்டு பலிக்கும் என்னும் பதிலில்தான் உண்மை பொதிந்திருப்பதைப்போலத் தோன்றுகிறது. அதுதான் சாத்தியமானதாகவும் இருக்கும். அழகுத்தெய்வத்தின் பதிலை எனக்குச் சொன்ன பதிலாகவே நான் நினைத்துக்கொண்டேன். அக்கணத்திலேயே என் எல்லாத் தவிப்புகளையும் பாரங்களையும் தரையிலே உதறிவிட்டு விண்ணிலேறிச் சிறகுவிரித்துப் பறக்கத் தொடங்கினேன். என் பயணத்தில் இனி தவிப்பு என்பதே இல்லையெனச் சொல்லிக்கொண்டேன்.

இந்தத் தொகுப்புக்கான சிறுகதைகளைத் தேர்ந்தெடுத்து வரிசைப்படுத்தி, அதற்கென ஒரு முன்னுரையையும் எழுதிக் கொடுத்தவர் என் நண்பர், எழுத்தாளர் எம். கோபாலகிருஷ்ணன். இருபதாண்டுகளுக்கு முன்பாக மருத்துவர் ஈரோடு ஜீவா ஏற்பாடு செய்த 'சோலைகள்' சந்திப்பில்தான் நான் அவரை முதன்முதலாகச் சந்தித்தேன். அவருடைய உண்மைப் பெயர் கோபாலகிருஷ்ணன் என்றாலும் அப்போது அவர் சூத்ரதாரி என்னும் பெயராலேயே அறியப்பட்டிருந்தார். அந்தச் சந்திப்பு தொண்ணூறுகளில் நிகழ்ந்த ஒரு முக்கியமான சந்திப்பு. முப்பதுக்கும் மேற்பட்ட முக்கியமான படைப்பாளிகள் அங்கே திரண்டிருந்தார்கள். கோவை ஞானி, நம்மாழ்வார், சா. கந்தசாமி, நாஞ்சில்நாடன், ஜெயமோகன், சூத்ரதாரி, ராஜேந்திரன், மோகனரங்கன், சிபிச்செல்வன், சு. வேணுகோபால், பவா செல்லதுரை ஆகிய பெயர்கள் உடனடியாக நினைவுக்கு வருகின்றன. அக்குழுவில் ஏதோ ஓர் அலைவரிசையில் நானும் கோபாலகிருஷ்ணனும் ஒத்த எண்ணங்களையும் ரசனைகளையும் கொண்டவர்களாக இருந்தோம். இன்றுவரைக்கும் அந்த

நட்பு தொடர்கிறது. செலவிடும் நேரத்தைப் பெரிதெனக் கருதாது, பதினாறு தொகுதிகளை அடுத்தடுத்துப் படித்து இந்தச் சிறப்புத்தொகுதிக்கான கதைகளைத் தேர்ந்தெடுத்துக் கொடுத்தார். அவருக்கு என் மனமார்ந்த நன்றிகள்.

என் அம்மாவும் அப்பாவும் என் வாழ்வில் மிகமுக்கிய மானவர்கள். திண்ணைப்பள்ளிக்கூட அறிமுகக்கல்வியோடு படிப்பை நிறுத்திவிட்டு கைத்தொழில் கற்று வாழவேண்டிய நெருக்கடிக்கு ஆளாகிவிட்டவர் என் அப்பா. ஆரோக்கியமற்ற உடல்நிலையின் காரணமாக மிக எளிய இல்வாழ்க்கை வெற்றிகளைக்கூட அவரால் அடையமுடியாமல் போய்விட்டது. அந்தத் தோல்வியுணர்வின் கசப்புகளை அடிமனத்தில் தேக்கியபடி அவர் நடமாடிக்கொண்டிருந்தாலும் மழையிலிருந்தும் வெயிலிலிருந்தும் வீட்டைக் காக்கும் கூரையென குடும்பத்தைக் காத்து நிலைநிறுத்தியவர் எங்கள் அம்மா. கடுமையான நெருக்கடிகளில் சிக்கித் தவித்த பல தருணங்களை எங்கள் அம்மாவின் தன்னம்பிக்கையாலும் அன்பாலும் நாங்கள் எளிதாகக் கடந்துவந்தோம். ஒருபோதும் வற்றாத அந்தத் தன்னம்பிக்கையும் அன்பும் அவர்களிடமிருந்து நான் பெற்றுக் கொண்ட செல்வங்கள். என் தலை அவ்விருவரின் காலடிகளில் என்றென்றும் வணங்கிப் பணிந்திருக்கும். அவர்களுக்கு இத்தொகுதி என் எளிய சமர்ப்பணம்.

இச்சிறுகதைகளை வெளியிட்ட *இங்கே இன்று, தாமரை, தளம், இந்தியா டுடே, தாய், மனஓசை, சுபமங்களா, அரங்கேற்றம், அகநாழிகை, கணையாழி, உயிர்மை, உலகத்தமிழ், தீராநதி, வார்த்தை, ஆனந்த விகடன்* ஆகிய இதழ்களுக்கும் அவற்றின் ஆசிரியர்களுக்கும் என் அன்பையும் நன்றியையும் இம்முன்னுரையில் பதிவு செய்ய விரும்புகிறேன். என் மனத்தையும் விருப்பத்தையும் முழு அளவில் புரிந்துகொண்ட என் மனைவி அமுதாவின் உறுதுணையையும் அன்பையும் நான் ஒருபோதும் மறக்கமுடியாது. அவையே எனக்குரிய மூல ஊற்றுகள். அவர் முகமும் இக்கணத்தில் என் நெஞ்சில் ஒளிர்கிறது. இப்படி ஒரு சிறப்புத்தொகுதியைக் கொண்டுவரும் திட்டத்தை முதன்முதலாக முன்வைத்து எனக்கு ஊக்கம் தந்தவர் நண்பர் கண்ணன். அவருக்கு என் நன்றி. மிகச்சிறந்த முறையில் இத்தொகுப்பை வெளிக்கொண்டு வரும் காலச்சுவடு பதிப்பகத்தை நன்றியுடன் நினைத்துக்கொள்கிறேன்.

பெங்களூரு **பாவண்ணன்**
30.09.2015

சாட்சி

வாரத்துக்கு ஏழு நாட்கள் என்கிற கணக்கு ரொம்பவும் அனாவசியம் என்பதுதான் துரைசாமி நாயக்கரின் எண்ணம். சிற்சில சமயங்களில் ஒருவார காலம் என்பது முடிவே இல்லாமல் நீண்டுகொண்டே இருப்பது மாதிரியும் யாரோ ஒருவர் வேண்டுமென்ற சதி செய்து ஓடுகிற ஒன்றை இழுத்துக் கட்டிப்போட்டு நத்தை வேகத்தில் உருட்டி விடுகிற மாதிரியும் தோன்றும். ஒரு நாள் கழிவது ஒரு யுகம் கழிகிற சிரமமாய் இருக்கும். இல்லை இல்லை. அது கூட தப்பு என்பதே நாயக்கரின் அபிப்பராயம். சாட்சிக் கையெழுத்துக்கு எவனாச்சும் கூப்பிடமாட்டானா என்று ரெஜிஸ்டர் ஆபீஸ் படிகளில் ஏறுகிற இறங்குகிற முகங்களை எல்லாம் கண்கொட்டாது பார்க்கிற தனக்கு ஒரு மணி நேரம் கழிவதே ஒரு யுகம் கழிவது போல என்பதுதான் சரியான வசனம் என்று சொல்வார்.

சாட்சிக் கையெழுத்து போடுவதை எந்த உத்தியோகத்தின் கணக்கிலும் சேர்க்க முடியாது. வேறு வேலைசெய்து ஓடியாடி நாலு காசு சம்பாதிக்கிற அளவுக்கு உடம்பில் சக்தி இல்லாததால் தான் பொழுது விடிந்து பொழுது போகிற வரைக்கும் ரெஜிஸ்டர் ஆபீஸே கதி என்று விழுந்து கிடக்கவேண்டி இருக்கிறது. விழுந்து கிடப்பதாலேயே பார்ட்டிகள் கிடைத்துவிடுவார்கள் என்று சொல்ல முடியாது. வரும் நேரத்துக்குத்தான் பார்ட்டிகள் வரும். ஆனால் பார்ட்டியின் வருகை நிகழ்கிற தருணத்தை எந்தக் காரணத்தைக் கொண்டும் தப்பவிடக்கூடாது என்பதாலேயே ஆபீஸ் வாசலில் தவம் கிடக்கவேண்டும். டீ, சிகரெட் வாங்கிவரச் சொல்கிற குமாஸ்தாக்கள், பேனாவுக்கு இங்க்

ஊற்றி வரச்சொல்கிற பத்திர எழுத்தர் ஆகியோரின் இரக்கமும், கருணையும் தொடர்ந்து தன்மேல் பொழிய வேண்டும் என்பதும் பார்வையிலேயே படுகிற விதத்தில் இருப்பதற்கு ஒரு காரணம்.

சுலபமாய் பார்வையில் படுகிற மாதிரி உட்கார்ந்திருந்தால் கூட செவ்வாய்க்கிழமை, வெள்ளிக்கிழமை, அஷ்டமி, நவமி, பாட்டிமை ஆகிய கனத்த நாட்களில் ஒரு உபயோகமும் இருக்காது. எந்தப் பார்ட்டியும் ரெஜிஸ்டர் ஆபீஸ் பக்கம் வரமாட்டான். எட்டணா காசுக்குக்கூட வகையில்லாமல் போகும். நாள் கிழமைகளில்கூட ஆகி வராத நாள், துலங்காத நாள் என்று இனம்பிரித்து நம்பத்தொடங்கிய முன்னோர் மீதும் இன்னும் நம்பிக்கொண்டு அலைகிற ஜனங்கள் மீதும் கோபமும் எரிச்சலும் வரும். வயிற்றுப்பாட்டுக்கு ஒன்றும் இல்லாமல் போகிறதே என்பதுதான் காரணம். ஆபீஸ் திறந்திருக்கிற இந்த தினங்கள் தவிர ஞாயிற்றுக்கிழமை மாதிரியான அரசாங்க விடுமுறை நாட்களும் சோதனையான நாட்கள்தான். மற்ற நாட்கள் எல்லாம் ஏனோ வாரி இறைத்துவிடுகிற மாதிரியும் நினைப்பதற்கில்லை. ஐந்து ரூபாய் வரையில் கிடைத்தால் அதிகம். சில சந்தர்ப்பங்களில் 'நீயாதான்யா போடறன் போடறன்னு ஓடியாந்த? நானா போட சொன்னன்?' என்று எகத்தாளமாய்த் தட்டிக்கழித்து அடாவடி செய்கிற பார்ட்டிகளும் உண்டு. வேண்டா வெறுப்பாக வீசிவிட்டுப் போகிற ஒரு ரூபாயோ இரண்டு ரூபாயோதான் அந்த மாதிரி தினங்களின் மொத்த வருமானமாகிவிடும்.

இந்த வருமானத்துக்குள்ளேயே தானும் தன் மனைவியும் வயிற்றைக் கழுவவேண்டும் என்பதுதான் நாய்க்கர்க்கு வருத்தமான விஷயம். மகன் கொண்டவனுக்கு வருத்தம் இல்லை என்றது உலக வாக்கியம். ஆனால் மூன்று மகன்கள் இருந்தும் சல்லிக் காசுக்குப் பிரயோஜனம் இல்லை என்பதற்கு நாய்க்கரே சரியான உதாரணம். பெரிய பையனுக்கு உளுந்தூர்ப்பேட்டையில் கான்ஸ்டபிள் உத்தியோகம். நடுப்பையன் பாண்டிச்சேரி சுதேசி மில்லில் இருக்கிறான். சின்னவன் பெரியார் பஸ்ஸில் டிரைவராக கடலூரில் வாழ்கிறான். சொல்லிவைத்தமாதிரி மூன்று பிள்ளைகளும் கல்யாணத்துக்குப் பிறகு அந்தந்த ஊரிலேயே வேரூன்றிவிட்டார்கள். அப்பா அம்மா இல்லாமலேயே ஆகாயத்தில் இருந்து நேராக குதித்துவிட்ட மாதிரியான எண்ணம் அவர்களுக்கு. ஒருவேளை சோறு போடக்கூட எவனும் தயாராய் இல்லை. பெரியவன் சின்னவனைக் காட்டுவான். சின்னவன் நடுப் பையனைக் காட்டுவான். நடுப்பையன் வேறொருவனைக் காட்டுவான். இவரிடம் சொல்வதற்கென்றே அவனவனுக்கும் வினோதமான ஆயிரம் காரணங்கள் கிடைக்கும். இரண்டு

மூன்று வருஷத்துக்கு இருந்துஇருந்து கசந்துபோய் தாக்குப்பிடிக்க முடியாமல் வளவனூர்க்கே மனைவியை அழைத்துக்கொண்டு வந்துவிட்டார். பத்திரம் எழுதுகிற பழைய சினேகிதர் ஒருவர்தான் பலவந்தப்படுத்தி அழைத்துவந்து ரெஜிஸ்டர் ஆபீஸ் திண்ணையில் உட்காரவைத்து சாட்சிக் கையெழுத்துக்குப் பழக்கப்படுத்தினார். உடம்பு சுருங்கி, நடை தளர்ந்து பலவீனமான முதிய வயசில் ரொம்ப ஆறுதலாய் இருந்தது. ஒருவேளை சோறானாலும் கௌரவமான சோறாக இருந்தது. ஆறேழு வருஷங்களாக இந்தச் சோறுதான்.

இன்று செவ்வாய்க்கிழமை. உச்சி வெயில் மண்டையைப் பிளந்தது. ஆபீஸ் வாசலில் ஈ கூட இல்லை. பத்திரம் எழுதுகிற அட்டையை சுவரில் சாய்த்துவிட்டு பேப்பர் படித்தபடி இருந்தார் எழுத்தர். ரெஜிஸ்டர் ஆபீஸ்க்கு முன் டவுன் பஸ் நிற்கிற ஒவ்வொரு தருணத்திலும் யாரோ வரப்போகிறார்கள் என்று வெகு நம்பிக்கையோடு நிமிர்ந்து பார்ப்பதும் இறங்கிய ஜனங்கள் எல்லாம் சத்திரம், கல்யாண மண்டபத்துப்பக்கம் நடக்கத் தொடங்கும்போது சின்ன ஏமாற்றமும் தோன்றியது நாயக்கர்க்கு. காலையில் இருந்து எந்த ஆகாரமும் இல்லை. வயிறு முறுக்கிமுறுக்கிச் சுருண்டது. வெடித்துவிடுகிற மாதிரி தலை வலித்தது. எதிரில் இருந்த ஐயப்பன் கோயில், பழைய காலத்து காங்கிரஸ் மண்டபம், முழுக்கக் கழித்துவிடப்பட்ட அரச மரம், நிழலே இல்லாத மரத்தடியில் லாடத்துக்குக் கால்களை நீட்டி படுத்துக் கிடந்த மாடு என்று வெறித்துப் பார்த்துக்கொண்டிருந்தார்.

‘தொரசாமி.’

உள்ளே இருந்து குமாஸ்தா கூப்பிட்டான். அந்தக் குரல் கேட்டு முகம் திருப்பிய நாய்க்கர் அவனை நோக்கி ஓடினார்.

“ஒரு டீ வாங்கியாப்பா . . .”

வாங்கிவந்து தந்தார். ஊதிஊதிக் குடித்தான் அந்தக் குமாஸ்தா. ஒவ்வொரு ஊதலுக்கும் நெளிந்து கலங்குகிற டீயையும் அளவு குறைந்துகொண்டு வருகிற தம்ளரையும் பார்த்தபடி நின்றார் இவர். வெற்றுத் தம்ளரை வாங்கிக் கொண்டுபோய் கடையில் தந்துவிட்டுத் திரும்பினார். ஒரு கணம் கடன் சொல்லித் தானும் ஒரு டீ குடிக்கலாமா என்று யோசித்து, அப்புறம் அந்த எண்ணத்தைக் கைவிட்டார்.

மத்தியானச் சாப்பாட்டுக்கு குமாஸ்தாக்கள் உட்கார்ந்ததும் திரௌபதை அம்மன் கோயில் சந்தில் இருக்கும் குழாய்க்குப் பானையை எடுத்துக்கொண்டுபோய் தண்ணீர் பிடித்துவந்து தந்தார். ஆபீஸ் நேரத்தில் நாலைந்து பேர்களாய் ஒரு பார்ட்டி

வந்தது. அதிர்ஷ்டம்தான் என்று ஓடினார். வீட்டுமனை விஷயமாய் ஏதோ பழைய குறிப்புகளை குமாஸ்தாவிடம் அவர்கள் கேட்கத் தொடங்கியதும் சோர்வோடு திரும்பினார். சாயங்காலம் மறுபடியும் கூப்பிட்ட குரலுக்கு ஓடிப்போய் டீ வாங்கிக்கொண்டு வந்து கொடுத்தார். ஆபீஸ் முடிந்து கதவைச் சாத்துகிற மட்டும் திண்ணையிலேயே உட்கார்ந்திருந்துவிட்டு தலையெழுத்தை நொந்தபடி எழுந்து நடந்தார். எங்கு போவது என்று தெரியாமலேயே கல்யாண மண்டபத்து வாசலில் கொஞ்ச நேரம், மகிழ மரத்து நிழலில் கொஞ்சநேரம் நின்றுகொண்டிருந்தார். அரை இருளாய் பூமியில் வெளிச்சம் மங்கத் தொடங்கியதும் வீட்டுக்கு நடந்தார்.

தேங்காய் ஓடு மாதிரி அடக்கமான சின்னக் குடிசை. கிழவி படுத்தபடி இருந்தாள். நாயக்கர் வந்து உட்கார்ந்த சப்தம் கேட்டு எழுந்தாள்.

'எதுனாச்சும் கெடச்சுதா?'

'ம்ஹூம்.'

'சுத்தமா ஒன்னுமே இல்லியா?'

இருளின் ஊடே நாய்க்கரையே பார்த்தாள் கிழவி. நாய்க்கர் தலைகவிழ்ந்து உட்கார்ந்திருந்தார். பேச்சு எதுவும் இல்லாமலேயே சில நிமிஷங்கள் கழிந்தன. பயம் ஆழமாகப் பரவி அழுகை முட்டுகிற மாதிரி இருந்தது.

'மத்தியானம் ஏதாச்சும் சாப்ட்டியா?' என்று மெதுவாக பேச்சைத் தொடங்கினாள் கிழவி.

'இல்ல.'

'ஒரு டீகூடவா குடிக்கக் கூடாது?'

'த்ச். காசு இருந்தாதான குடிக்கறதுக்கு . . ?'

மறுபடியும் கொஞ்ச நேரம் மௌனத்தில் கரைந்தது. அப்புறம் கிழவர் கேட்டார்.

'மத்தியானம் நீ இன்னா செஞ்ச?

'ஏதாச்சும் நீ கொண்டாருவன்னுதா ஒக்காந்துக்னிருந்தன்.'

நீயும் வெறும் வயித்தோடதா இருக்கியா?

பலவீனமான கால்களை ஊன்றி மெள்ள எழுந்து தண்ணீர் எடுக்கச் செம்பைத் தேடினார் கிழவர்.

(இங்கே இன்று – 1986)

பலி

பாதி பீடியோடு நெருப்பை அணைத்து காதில் செருகிக்கொண்டு ரிக்ஷாக்காரன் வருவதற்கும், மூன்று வயசுப் பையனை நடக்கவிட்டு கையைப் பிடித்தபடி கோயிலில் இருந்து இவள் வருவதற்கும் சரியாய் இருந்தது. பையனைத் தூக்கி முதலில் உட்கார வைத்துவிட்டு பிறகு தானும் உட்கார்ந்தாள் இவள்.

"பீச்சுக்குப் போப்பா."

ரிக்ஷா நகர்ந்தது.

ஆரம்பத்தில் இந்தப் பழக்கம் எதுவும் இல்லை இவளுக்கு. எல்லாம் கல்யாணம் ஆனதற்குப் பிறகு ஏற்பட்டதுதான். தலை பின்னியதும் பூ வைக்கிற மாதிரி புடவைக்கேற்ற ரவிக்கையை ரசனையோடு தேர்ந்தெடுத்து உடுத்திக்கொள்கிறமாதிரி இதுவும் ஒரு பழக்கம். இப்படி இருப்பதிலும் நடப்பதிலும் இவளுக்குள் ஒரு சந்தோஷம். திருப்தி. அதே நேரத்தில் மரபுரீதியாய் சடங்கு செய்கிற செயற்கைத் தனமோ மூடத்தனமோ ஒட்டாமல், ஒவ்வொரு முறையும் ரொம்ப இயல்பாய் விசேஷ ஆசையோடு மனசு கரைய ஈடுபட்டு அந்தப் பழக்கத்தை கடைபிடித்தாள். மணக்குள விநாயகர் கோயிலுக்குப் போகிற ஒவ்வொரு வெள்ளிக்கிழமையும் அரை மணி நேரமாவது கடற்கரைக்குப் போய் காலாற நடப்பது தான் இருபத்து மூணு வயசில் கல்யாணத்துக்குப் பிறகு அவளோடு வந்து சேர்ந்த பழக்கம்.

பாரதிதாசன் சிலையைத் தாண்டி ரிக்ஷா ஓடிக்கொண்டிருந்தது.

இவள் சொன்னாலும் சொல்லாவிட்டாலும் ரிக்ஷாக்காரன் பீச்சுக்குத்தான் போவான். இவள் பழக்கம் அவனுக்கு நன்றாய்த் தெரியும். நாலு வருஷத்துக்கு முன்பு கல்யாணம் நடந்த புதுசில் புருஷனோடு முத்தியால் பேட்டையில் இருந்து இந்த வினாயகர் கோயிலுக்கும் ஏற்றி வந்து நிறுத்தியது இவன்தான். வெள்ளிக்கிழமை தவிர மற்ற தினங்களில் கடைத்தெரு மணிக்கூண்டு, பூங்கா, பாலர்பவன், தியேட்டர் என்று சுமந்து போனதும் இவன்தான். கல்யாணம் ஆன ஒரே மாதத்தில் புருஷன் பிரான்சுக்குப் போனதும் ஒண்டியாய் இவளைச் சுமந்து வெள்ளிக்கிழமை தோறும் கோயிலுக்கும் கடற்கரைக்கும் வந்துகொண்டிருப்பதும் இந்த ரிக்ஷாக்காரன்தான். இவளுக்காகவே வெள்ளிக்கிழமை மணி ஐந்தாகிவிட்டால் டாண் என்று ரிக்ஷாவை வீட்டு வாசலில் நிறுத்தி மணி அடித்து அழைப்பவனும் இந்த ரிக்ஷாக்காரன்தான்.

இவள் மௌனமாய் உட்கார்ந்திருந்தாள். பைத்தியம் பிடிக்கிற மாதிரி ஒரே சிந்தனையாய் இருந்தது.

'இந்நேரம் பிரான்சில் அவர் வேலை செய்வார், தூங்குவார், படிப்பார், எழுதுவார், சாப்பிடுவார், சினிமா பார்ப்பார், டி.வி. பார்ப்பார், சுற்றுவார், என்னை நினைப்பார் . . .'

நெசவுக்கு நூல் கட்டின மாதிரி நீளமாய் பிசிறு இல்லாமல் ஒரே சிந்தனை. வீட்டில் இருந்தாலும் வெளியே இருந்தாலும் மனசு மட்டும் இந்த சிந்தனையைச் சுற்றித்தான் ஆடியது. பேயாட்டம் ஆடியது.

கிளம்பும்போதும் வண்டியில் வரும்போதும் புருஷன் அரூபமாய் பக்கத்தில் உட்கார்ந்திருக்கிற மாதிரி தோன்றுகிற சந்தோஷம், இந்த இடத்தில் உட்கார்ந்தார், இந்த இடத்தில் சிரித்தார். இந்த இடத்தில் இதைப் பேசினார் என்று ஒவ்வொரு விஷயமும் சரம்சரமாய் ஞாபகத்துக்கு வரும்போது குறைந்து, மனசு ரணமாகி வலிக்கும். இந்த ரணமும் வலியும்கூட ஒரு சுகம்தான் என்கிற ரீதியில் பல்லைக் கடித்துக்கொண்டாள்.

இவள் தோளைக் கெட்டியாய்ப் பிடித்தபடி திரும்பி நின்ற குழந்தை சிவப்பாய்ப் பூ கொட்டுகிற கொன்றை மரங்களையும் உயரமான கட்டிடங்களையும், வரிசையாய் நிறுத்தி வைத்திருக்கின்ற சைக்கிள்களையும் பின்னால் நகர்ந்து மறைகின்ற வண்டிகளையும் பார்த்துக்கொண்டு வந்தது. வேறொரு ரிக்ஷாவில் போன தனது வயதையொத்த குழந்தையைப் பார்த்துக் கையை அசைத்தது. விர்ரென்று பறக்கும் மோட்டார் சைக்கிள்களின் ஹார்ன் ஓசையை வினோதமான சுகத்தோடு கேட்டது. கவர்னர் மாளிகை வாசலில் பொம்மை மாதிரி துப்பாக்கி தூக்கி நிற்கும் போலீஸ்காரனைப் பார்த்துச் சிரித்தது.

"ஐயா எப்ப வருவாங்கம்மா?"

குழந்தை மாதிரி இந்த உலகத்தைப் பார்க்கிற லயிப்போ சுய பிரக்ஞையோ இல்லாது மனசுக்குள் பிரான்சுப் புருஷனின் நடவடிக்கைகளைக் கற்பனை செய்துகொண்டு வந்த இவளுக்கு ரிக்ஷாக்காரன் கேட்டது காதில் விழவில்லை.

நீண்ட மணியடிப்பில் பாதையில் தன் வண்டிக்கு வழி பண்ணிக்கொண்டு ரிக்ஷாக்காரன் இவள் பக்கம் திரும்பி மீண்டும் அதே கேள்வியைக் கேட்டான்.

இவள் சிந்தனை அறுந்தது.

"ம்... இன்னாது?"

"ஐயா எப்ப வருவாங்கன்னு கேட்டேன்."

"ஐயாவா... இன்னும் ஆறு மாசமாவது ஆவும்."

திரும்பி மிதிக்கத் தொடங்கினான் அவன்.

போகிற வருகிற வண்டிகளையெல்லாம் கையை நீட்டித் தொட்டு விடுகிற சந்தோஷத்தோடு விரல் அசைத்துச் சிரிப்போடு வந்தது குழந்தை. ஸ் என்று அலாதியான ஈடுபாட்டோடு ஒலியெழுப்பி ரசித்தது.

ரேடியோ ஸ்டேஷன் தாண்டி கரும்புச்சாறு விற்கிற வண்டிக்காரன் முன்னால் ரிக்ஷா நின்றது.

இவள் குழந்தையோடு இறங்கினாள்.

"ஏழு மணிக்கா வந்து இங்கியே இருக்கேன்."

"சரிம்மா."

மறுபடியும் மணியடித்தபடி இடது கையை நீட்டி 'சைட்' வாங்கி வண்டியை வளைத்தான் அவன். திரட்சியான அவன் தேகமும், உருண்டு தசைநார்ப் பின்னல் தெரியும் தோளும் சாயங்கால வெளிச்சத்தில் மின்னின.

குழந்தையைத் தூக்கிக்கொண்டு சமுத்திரக்கரைப் பக்கம் போனாள் இவள்.

நிறைய கூட்டம் இருந்தது. ஆணும் பெண்ணுமாய் இந்த மூலைக்கும் அந்த மூலைக்கும் நடந்தவாறு இருந்தார்கள். பூசிவிட்ட மாதிரி எல்லார் முகத்திலும் சிரிப்பு. சந்தோஷம். நாலைந்து பேர் சமுத்திரத்தில் குளித்தார்கள். மேக்ஸியை லேசாய் மேலேற்றிப் பிடித்துக்கொண்டு ஒரு பெண் கிளிஞ்சல் பொறுக்கினாள். மணலில் இறங்காமல் சிமெண்ட் நடைபாதையில் இருந்தே இவள் பார்த்தாள்.

பிரயாணம்

தூரத்தில் பெரிய கப்பல் ஒன்று நின்றிருந்தது. அப்புறம் சுற்றிச்சுற்றிச் சின்னசின்னதாய் மூன்று கப்பல்கள். நாலு வருஷத்துக்கு முன்பும் இதே இடத்தில் ஒரு கப்பல் நின்றிருந்தது. இதைவிடப் பெரிசு. புருஷனோடு முதன்முதல் கடற்கரைக்கு வந்தபோதுதான் அதைப் பார்த்தாள். அதுபோல் அதே இடத்தில் இந்த நாலு வருஷத்தில் எத்தனையோ கப்பல்கள் வந்தும் போயும் விட்டன. இப்போது இது வந்திருக்கிறது. இந்தக் கப்பலை முன்னால் வைத்து அன்றைக்கு நடந்த சம்பாஷணை மனசை வட்டமிட்டது.

எங்கும் நீளமாய் பொங்கிப் புரளும் சமுத்திரமும், பட்டுப் புடவைக்கு கரை இழுப்பதுபோல் நடுநடுவில் நெளியும் வெள்ளை நுரைகளும் இவள் மனசிற்கு இதமாய் இருந்தது. சட்டென்று சுயதுக்கம் விலகி அறுபட்ட மாதிரி ஓர் அலாதியான ஈடுபாடு பிறந்தது.

நடக்கத் தொடங்கினாள்.

பக்கத்தில் பூஞ்செடிகளைப் பார்த்துக் குதித்தது குழந்தை. இவள் கையை விடுவித்துக்கொண்டு ஓடி தொட்டுத்தொட்டு சந்தோஷித்தது. அதன் உயரமே இருக்கும் செடியின் அருகில் சென்று பூக்களை கைநிறைய சேகரித்தது. சவுக்க மிளார் கன்றுகளின் கரும்பச்சை அடார்த்திக்குள் தன்னை மறைத்துக்கொண்டது. மெல்லிய அதன் வருடலில் சந்தோஷத்துடன் லயித்து முகத்தை மிளார்களின் ஊடே நுழைத்து கை தட்டியது. குடை மரத்தின் சின்ன படிக்கட்டுகளில் ஏறி இறங்கியது. மேலே ஏறி நின்று இவளைப் பார்த்துக் கையை அசைத்தது.

சிரித்தாள் இவள்.

இதுதான், இந்தக் குழந்தைதான் இவளின் திருமண வாழ்வுக்கு ஒரே சாட்சி.

கல்யாணம் ஆவதற்கு முன்பு, தான் கர்ப்பமாய் இருக்கும்போது என்னென்ன நிகழவேண்டும், எப்படி எப்படி இருக்கவேண்டும் என்று நிறைய கற்பனை செய்துவைத்திருந்தாள். கர்ப்பம் என்று தெரிந்த நாளில் இருந்து புருஷனோடு நிமிஷமும் அகலாமல் இருக்கவேண்டும், சின்னச்சின்ன விஷயங்களாய் சந்தோஷத்துடன் சிரித்துப் பேசவேண்டும். வயிறு கனத்து வெட்கத்தோடு அமர்ந்திருக்கும்போது சிறுசிறு உபகாரங்களோடு புருஷன் தன்னை அணுகவேண்டும். தின்பண்டங்களை அவன் ஊட்ட செல்லமாய் சிணுங்கித் தின்னவேண்டும். ஆசையோடு தொடவந்தால் கெஞ்சலாய் அதட்டி விலகவேண்டும் என்று நூறு கற்பனைகள். கர்ப்பத்தைச் சுமப்பது போல், மனசுக்குள்

அந்தக் கற்பனைகளைச் சுமந்திருந்தாள். ஒரு மாதமே புருஷன் சேர்ந்திருந்து அப்புறம் பிரான்ஸ் போனதும் எல்லாம் தண்ணீர்ப்பானை உடைகிறமாதிரி உடைந்தது. கடைசியில் சுவரில் இரண்டுக்கு ஒன்றரை அடிக்கு தங்க பிரேம் போட்டு மாட்டி இருக்கிற கல்யாண போட்டோவையும் 'ஆனந்தா மெடிக்கல்ஸ்' காலண்டர் குழந்தையையும் பார்த்தே இவள் கர்ப்பகாலமும் பிரசவ காலமும் முடிந்தது.

மாசம் தவறாமல் புருஷனிடம் இருந்து மடல் வந்தது. இருக்க வாய்ப்பு இல்லை என்று தெரிந்ததும் 'ஐயோ இந்த நேரத்துல ஒன் பக்கத்துல இல்லியே' என்று ஏங்கி எழுதும் அவன் எழுத்துக்கள் இவள் மனசை ஒரு மாதிரி செய்யும். நெருப்பை மிதிக்கிற மாதிரி பொறுத்துக்கொண்டே குழந்தை பெற்றாள்.

மூன்று வருஷமாய் வளர்த்தாள். மாசம் தவறாமல் போட்டோ எடுத்து புருஷனுக்கு அனுப்பினாள். குழந்தையின் மழலையையும் சிணுங்கலையும் கேசட்டில் பதிவு செய்து அனுப்பினாள்.

இன்னமும் புருஷன் இப்படித்தான் என்று இவளால் கணிக்க முடியவில்லை. ஒரு மாச வாழ்வில் எதுவும் பிடிபடவில்லை. ஊர் சுற்றியது. சினிமா பார்த்தது, விருந்தாளிகளாய் ஜோடியாக நண்பர்கள் வீட்டுக்கு ரிக்ஷாவில் போய் வந்தது. துணி துவைக்கும்போது ஒருமுறை சோப்பு வழுக்கி தடுமாறி விழும்போது, "நீ எதுக்கு இந்த வேலையெல்லாம் செய்ற? பேசாம துணியெல்லாம் எடுத்து இனிமே லாண்டரிக்குப் போடு!" என்று ஆதரவாய் பேசியது. புடவைகளாய் வாங்கித் தந்தது, ராத்திரிகளில் அன்போடும் ஆதரவோடும் இருந்தது. இவை போன்ற சில அனுபவங்கள் மட்டுமே அவன் உருவத்தைப் பின்ன போதாமல் இருந்தது. துளிதுளியாய் அனுபவம்தான் நிற்கிறதே தவிர முழு உருவமும் கைகூடவில்லை. அவன் பலம், பலவீனம், ஆத்திரம், சிரிப்பு, அழுகை, அடக்கம், அகங்காரம் எதுவும் புரியவில்லை. புரிந்துகொள்ள ஒரு மாச வாழ்வு போதவில்லை. ஆனால், நான்கு வருடங்கள் ஓடிவிட்டன. நினைக்கும்போதே இவளுக்கு சங்கடமாகி மனசு கனத்தது.

கூட இருந்த ஒரு மாதத்தில் ஒவ்வொரு வெள்ளிக்கிழமையும் இவளைக் கோயிலுக்கும் பீச்சுக்கும் அழைத்துவந்து பழக்கப்படுத்தினான் அவன். "இதே ஊர்ல இருந்துக்கினே பீச்சைப் பார்த்ததே இல்லங்கறியே!" என்று ஆச்சரியப்பட்டான். 'இது சமுத்திரம், இது அலை, இது கப்பல்' என்று ஒவ்வொன்றாய்ச் சுட்டிக் காட்டி கிண்டல் செய்தான்.

'அப்பா ரொம்ப கண்டிப்பு. வெளியில தெருவுல எங்கியும் அனுப்பமாட்டாரு!' என்று அவள் சொன்னபோது

பெண்ணுரிமையைப் பற்றி ஒரு லெக்சரே அடித்தான். பிரான்சிற்கு புறப்படும் முன்பு இவளை இவள் வீட்டிலேயே தங்க வைத்து விட்டுப்போனான். நான்கு வருஷங்கள் – நாற்பத்தெட்டு மாதங்கள், ஏறத்தாழ இருநூறு வெள்ளிக்கிழமைகள். புருஷன் ஏற்படுத்திய பழக்கத்தில் சந்தோஷப்பட்டு இன்றுவரை தனியாய் வந்து போகிறாள்.

இவள் அப்பாதான் இதற்குக் காரணம். பள்ளிக்கூடம் தவிர வேறு எங்கேயும் அனுப்பாது வளர்த்தவர் அவர். ஏதோ சந்தர்ப்பத்தில் எதிர்த்தவீட்டுப் பையன் இவளுக்கு லெட்டர் கொடுக்க, நாகரிகமாய் அடுத்த நாள் அவனை தெருவில் வைத்துப் பார்த்து அவன் காதலை அவள் நிராகரிக்க, அந்தச் சம்பவத்தைத் தப்பர்த்தத்தோடு பார்த்தார் அவர். மரபு ரீதியான கற்புக் கொள்கையிலும் உடம்பு பவித்திரத்திலும் பிடிதளராத பற்றோடு அந்த நிமிஷம் தொட்டு ஓடிஓடி அலைந்து நாலாம் நாளே இந்த பிரான்ஸ் மாப்பிள்ளையை பார்த்து அவசரத்தில் யார் சம்மதத்திற்கும் காத்திராமல் கல்யாணத்தையும் செய்து முடித்தார். ‘பொண்ணு மானத்த காப்பாத்திட்டேன். ஒரு பாரம் எறங்கிடுச்சி’ என்று ‘அப்பாடா’ போட்டு மாப்பிள்ளையை பிரான்சிற்கு அனுப்பிவிட்டு பெண்ணை வீட்டிலேயே வைத்துக் கொண்டார். கதறக்கதற ஒரு வாழ்க்கையை பலி வாங்கியதை உணராமல் நிம்மதியாய் உலாத்தினார்.

இன்றைக்கும் அதே எதிர்த்த வீட்டுப் பையன் இவளிடம் படிக்க புஸ்தகம் வாங்கிப் போகிறான். இவளுக்கும் புஸ்தகம் தருகின்றான். இவளும் தனியே தெருவில் பேசுகிறாள். வெள்ளிக்கிழமை தோறும் ரிக்ஷா ஏறி கோயிலுக்கும் பீச்சுக்கும் போகிறாள். ஆனால் எந்தப் பதற்றமும் இவள் அப்பாவிடம் இல்லை. இவளுக்கு ஏதோ கவசம் மாட்டிவிட்ட மாதிரியும் அதன்வழியாகவே தனது மானத்தையும் மரியாதையையும் நிலைநிறுத்திக்கொண்ட மாதிரியும் தலைநிமிர்ந்து நடக்கிறார்.

அடி மனசு கசந்தது இவளுக்கு. நீண்ட பெருமூச்சு வந்தது. த்ச் என்று நாக்கு சப்பலோடு எல்லா நினைவுகளையும் உதறிவிட்டு திரும்பி குழந்தையைப் பார்த்தாள்.

பூவையும், குடைமரத்தையும் விட்டு விலகி பத்தடி தள்ளி ஐஸ் வண்டியை சுற்றி ஐஸ் தின்னும் குழந்தைகளின் முகமலர்ச்சியை உன்னிப்பாய்ப் பார்த்துக்கொண்டு நின்றது. பெயரைச் சொல்லி கூப்பிட்டாள் இவள்.

இவளைப் பார்த்ததும் ‘ஐஸ் வேணும்’ என்கிற மாதிரி வண்டிக்காரனைக் காட்டித் தத்தித்தத்தி நடந்து வந்தது. புடவையைப் பிடித்து அண்ணாந்து கெஞ்சியது.

தூக்கிக் கொண்டாள் இவள்.

ஒரு ஐஸ் வாங்கினாள். குச்சியை இவளே பிடித்து குழந்தை வாய்க்குச் சூப்பக் கொடுத்தாள். தானே சூப்பும் ஆசையில் ஐஸைப் பிடித்தது குழந்தை. அதன் சில்லிப்பு தாளாமல் விரலை உதறி கன்னம் சிவக்க சிரித்தது. 'அவசரமா கண்ணா?' என்று சிரிப்போடு ஐஸ் தீருகிறவரைக்கும் கையில் வைத்து இவளே சூப்பக் கொடுத்தாள்.

நடந்துகொண்டே குழந்தைக்கு சமுத்திரத்தை சுட்டிக் காட்டினாள் இவள். ஆடுகிற சின்ன வயசுப் பிள்ளைகளைச் சுட்டிக் காட்டினாள். அலைக்குப் போய்விட்ட ஒரு பையன் திணறி ஓடிவருவதைக் காட்டினாள்.

மணி ஏழானது.

இருள் லேசாய் பரவத் தொடங்கி இருந்தது. ரேடியோ ஸ்டேசனுக்குப் பக்கத்தில் பெரிய போலீஸ் வண்டி நின்றிருந்தது. பாதையோரம் இளநீர், மணி, பொம்மை விற்கும் சின்னச்சின்ன கடைகளை விரட்டிக் கொண்டிருந்தார்கள் போலீஸ்காரர்கள். கரும்புச்சாறு வண்டிக்காரன் தள்ளிக்கொண்டு வேறு இடம் போனான். 'கரும்பு ஜுஸே' என்ற அவன் குரல் எல்லாப் பின்னணியிலிருந்தும் வித்தியாசப்பட்டு ஒலித்தது.

வேடிக்கை பார்க்கும்போதே ரிக்ஷா வந்துவிட்டது. குழந்தை தூங்கப் போகிற மாதிரி கண் சொக்கியது. தோளில் சாய்த்துக் கொண்டாள் இவள்.

"ரொம்ப நேரமா நிக்கறிங்களா?"

"இல்லப்பா, இப்பதான். அஞ்சு நிமிஷம் இருக்கும்."

"மின்னியே வந்திருப்பன். லா காலேஜான்ட ஒரு கிராக்கிகிட்ட ஒரு சின்ன தகராறு. பேசிகினே இருந்துட்டன். லேட்டாயிருச்சி. நீங்க ஏறி குந்துங்கம்மா."

ஏறிக்கொண்டாள் இவள்.

சண்டை மூண்ட விதம் பற்றியும், கிராக்கியும் இவனும் பேசிய சம்பாஷணையையும் பதில் சொன்ன இவன் சாதுர்யம் பற்றியும், கடைசியாய் கூலியை கறாராய் வசூலித்தது பற்றியும் விளாவாரியாய் எடுத்துச் சொன்னான் அவன். சொல்லிக்கொண்டிருக்கும்போதே முத்தியால்பேட்டை வந்தது. முடிவு முக்கியம் இல்லை என்கிற மாதிரி அவனும் நிறுத்திக்கொண்டான். இவளும் கேட்கவில்லை.

ஒரு சின்னச் சிரிப்போடு பத்து ரூபாய்த்தாளை நீட்டினாள்.

“வர்ற வெள்ளிக் கெழம வந்துடுப்பா.”

“சரிம்மா.”

போய்விட்டான். தோளில் கிடத்திய குழந்தையோடு வீட்டுக்குப் போக படலைத் திறந்தாள்.

அரக்கு நிறத்தில் பூத்து வழியும் குரோட்டன்ஸ் வரிசையைத் தாண்டிய முற்றத்தில் பிரம்பு நாற்காலியில் உட்கார்ந்துகொண்டு அப்பா யாரோ ஒருவரோடு பேசிக்கொண்டிருந்தார். இவள் நேராய் உள்ளே போய் அறையில் குழந்தையைக் கிடத்தினாள். நிமிஷநேரம் குழந்தைக்குப் பக்கத்தில் தானும் படுத்துத் தட்டிக் கொடுத்தாள். உடம்பின் கசகசப்பு நீங்க மின்விசிறியைத் தட்டிவிட்டு புடவை மாற்றினாள்.

வெளியில் அப்பா குரல் கேட்டது.

“இனிமே எனக்கு என்னங்க கவல? நாலு வருஷத்துக்கு மின்னியாவது வயசுக்கு வந்த பொண்ண வச்சிருக்கமே, கல்யாணம் செய்யணுமேன்னு மடில நெருப்ப கட்டிக்னு இருக்கிற மாதிரி இருந்துச்சி. இப்ப எதுவுமில்ல. ஜாம் ஜாம்னு பொண்ணு கல்யாணத்தயும் நாலுபேர் மதிக்கிற மாதிரி நடத்திப் பாத்தாச்சி. பேரக் கொழந்தயயும் பாத்தாச்சி . . .”

இவளுக்கு மனசில் புரட்டிக்கொண்டு வந்து கசந்தது.

அப்பா, கல்யாணம் பற்றிய அவரது மதிப்பீடு, கற்பு பற்றிய அபிப்பிராயம், ரத்தமும் சதையும் மனசும் உணர்வும் யோசனையும் உள்ளவளாய் பெண்ணைப் பார்க்காது ஜடமாய்க் காணும் பார்வை எல்லாவற்றின் மீதும் எரிச்சல் பொங்கியது. கொடுவாள் எடுத்து ரத்தம் வழிய வழிய வெட்டிப் பலி வாங்கும் பூசாரியாய் அவரைப் பார்த்தாள்.

மீறி வந்த அழுகையைப் பல்லைக் கடித்து நிறுத்தினாள் இவள்.

இன்னும் வெளியே மாப்பிள்ளை தேடிய தனது பிரதாபங்களை சலிக்காமல் அளந்துகொண்டிருந்தார் இவள் அப்பா.

(*தாமரை* – 1984)

வெளிச்சம்

'தமிழ்தான தம்பி நீங்க...'

'ரொம்ப நல்லதா போச்சி. நாப்பத்தஞ்சி வருஷமா இந்த ஊர்ல இருக்கம். இன்னம் இந்த கன்னட பாஷ நாக்குல படியல. அடிவயித்லேந்து மூச்சுக் கட்டிப் பேச ரொம்ப சிரமம். அப்டி இப்டி கடகண்ணிக்கு போனா ரெண்டு வார்த்த பேசுவன். அவ்ளோதான் தெரியும். தொடச்சியா தமிழ் மாதிரி வராது. அதனாலயே எங்க போனாலும் தமிழ்ல பேச ஆரம்பிச்சிடுவன். ஆனா கன்னடத்தில யாரு பேசனாலும் பூரா புரிஞ்சுக்குவன்.'

'இன்னா வயசிருக்கும் தம்பி ஒங்களுக்கு? ஒரு இருவது இருவத்தஞ்சி இருக்குமா, அதான் இருக்கும். மூஞ்சியப் பாத்தா தெரியுதே, நானும் இந்த ஹோஸ்பெட் வரும்போது அதான் வயசு. அப்ப வந்தவன்தா. இன்னிய தேதி வரிக்கும் இங்கியே கதின்னு ஆய்டுச்சு...'

'என்னா கேட்டிங்க. ஏன் வந்தன்னா கேட்டிங்க. நல்ல கேள்விதா போங்க. நம்மள மாதிரி ஆளுங்க பான நெறயா வச்சிக்னு கொழுப்பெடுத்துப் போயா ஊர் சுத்த முடியும். எல்லாம் இல்லாத கொடுமதா. சொந்த ஊர்ல சோத்துக்கு வழியில்லை, எங்கனா நாலு காசி கெடைக்காதான்னு வந்ததுதான். இப்படியே இருந்தாச்சி...'

'ஊர்ல பொரட்ட முடியாத காசியான்னு கேக்கறிங்களா? இன்னாத்த சொல்றது தம்பி. அப்பல்லாம் ஒரு பொத்த காசிய பாக்குறதுன்னாகூட

பொதயலயே பாக்ற மாதிரி. ஒரு மாசம் வெறும் வெங்காயத்த வதக்கி வதக்கி தின்னிருக்கன். வதக்கறதுக்குகூட எண்ண இல்லாம நெருப்புல காட்டி வதக்கிட்டு தின்னிருக்கன், அவ்ளோ பஞ்சம் சோத்துக்கு. அதுகூட இல்லாத சமயம் சோளத்தவுட்ட தின்னன். எதுவுமே இல்லாதப்போ கழனில எலி புடிச்சி சுட்டு தின்னன்.'

'எலின்னதும் மூஞ்சிய சுளிக்கறிங்களே தம்பி. அப்ப பசில எனக்கு ஒன்னும் தெரில, வயித்த முறுக்கி கொடல புழியற மாதிரி பசி ஒரு சொழட்டு சொழட்டிப் போடும்போது எதக் குடுத்தாலும் துன்னலாம்கற நெலம. ஆனா எலி துன்னவன்ல நாலு பேரு நாலஞ்சி நாள்ல வயிறு வீங்கி காலரா வந்து செத்துட்டான். ஊர்ல ஒரே பீதி. ஊரே வேணாம்னு நானும் தம்பியும் அம்மாகூட மூட்டமுடிச்ச கட்டிக்கிட்டு ரயில்வே ஸ்டேஷனுக்கு ஓடியாந்துட்டம், ஸ்டேஷனுக்கு ஓடியாந்தட்டமே தவிர எங்க போறதுன்னு தெரியல. அங்கயே ரெண்டுநாள் பட்டினியா படுத்துக் கெடந்தம். அம்மாவப் பெத்த ஆயா ஊரு திருணாமலைல இருந்திச்சி. அங்கெல்லாம் போய் ஒண்டக்கூடாதுன்னு அம்மாவுக்கு ஒரு வைராக்கியம். அதனாலதான் ஸ்டேஷன்லயே ரெண்டு நாளு வெறும் தண்ணிய குடிச்சிட்டு கெடந்தம். பசி ஏறஏற ஒன்னும் தாள முடியல, ரோஷம் மானம் பாக்காம கௌம்பிப் போனம் . . .'

'போய் வாசல்ல எறங்கறம் தம்பி, எங்க அம்மாவுக்கு அண்ணிக்காரி கேட்டா பாரு ஒரு கேள்வி ஏண்டா வந்தம்னு ஆய்டுச்சி. அப்படியே நாக்கெ புடிச்சி இழுத்துக்னு செத்ரலாம்னு தோணிச்சி. அப்படி இன்னா கேள்வின்னு கேக்கறிங்களா? சோத்துக்காடி வந்திங்க பிச்சக்கார கழுதங்களா. ஓசிச் சோத்தத் துன்றதுக்கு பதிலா பீயத் துன்னுங்களேன்டின்னா தம்பி. அப்டியே கழுத்துல கத்திவச்சி அறுத்த மாதிரி இருந்திச்சி எனக்கு. எங்கம்மாக்காரி அழுவறா. ஆயாக்காரி அதுக்குமேல அழுவறா. ஒங்களுக்கு ஆக்கிப்போட நா ஒன்னும் வேலைக்காரியில்லேன்னு போய்ப் படுத்துக்கினா கேள்வி கேட்டவ. ராத்திரி எங்க மாமா வர வரிக்கும் நாங்க திண்ணையிலேய ஒக்காந்திருந்தோம். வந்ததும் பெரிய சண்ட. அதுக்கப்புறம் போயி சோறாக்கிப் போட்டா அந்த மகராசி.'

மக்காநாளு கொல்லிக்குப் போவும்போது கும்பல் கும்பலா ஆளுங்க பேசிக்னு இருந்தாங்க. இன்னான்னு போய் கேட்டன். இந்த மாதிரி துங்கபத்ராங்கற நதிகிட்ட அணக்கட்டு கட்றாங்களாம். எத்தினி ஆயிரம்பேரு போனாலும் வேல கெடைக்கும். எப்டியும் பத்து பாஞ்சி வருசம் தாங்கும்னாங்க. வெறும் துங்பத்ரான்னா நமக்கு இன்னா எழவு தெரியும்?

இன்னா ஊர்னு கேட்டன். கர்நாடகாவுல ஹோஸ்பெட்னாங்க. கர்நாடகாங்கற பேரெல்லாம் அப்ப ஏது? எல்லாம் மெட்ராஸ் ராஜதானிதான தம்பி, அப்பயே முடிவு பண்ணிட்டன் வண்டி ஏறிடுறதுன்னு. க்வாரி ரங்கசாமின்னு ஓர்த்தன்தா ஆள் அமத்தறான்னு தெரிஞ்சிது. போயிபார்த்தன். ராவண்டிக்கே வந்துடு போவலாம்னான். வந்து, அம்மாகிட்ட சொன்னா ஒன்னு அழுவுது. மலயத் தாண்டக் கூடாது ஆத்தத் தாண்டக் கூடாதுன்னு ஒரே சத்தம். அழுக. ராவண்டி போயிடுச்சி. ஆத்ரத்ல அம்மாவுக்கும் எனக்கும் வெடியவெடிய சண்ட. இங்க இன்னா பரம்பர சொத்து கொள்ளைல போவுதுன்னா இருக்க ஆசப் படறன்னு ஒரு வார்த்த கேட்டன். அதுக்கும் மசியல அம்மாக்காரி. புள்ளைங்க ஒணும்னா எங்கூட வா, இல்ல இந்த எச்சச் சோறு ஈனச் சோறு துன்னுட்டு இங்கயே இருக்கணும்னா இரு. நாங்க போறம்னு தம்பிய என்பக்கம் இழுத்துக்னன். ரொம்ப நேரம் அழுது அழுது அப்பறமா ஒத்துக்கிச்சி அம்மா . . .’

‘ஒருவழியா ரயிலேற கௌம்பனம். டிக்கட்டுக்கு காசி இல்ல தம்பி. மொத நாளா இருந்தா ரங்கசாமியே இட்டும் போய்ருப்பான். இப்ப திக்கும் தெரியல தெசையும் தெரியல. மூட்ட முடிச்ச அவுத்து பித்தள சாமானல்லாம் எடுத்தும் போயி அம்மா வித்துட்டு காசி எடுத்தாந்திச்சி. டிக்கட் கேட்டா அந்த காசிக்கு குண்டக்கல்வரிக்கும்தா வரும்னுட்டான். சரி நடக்கறது நடக்கட்டும்ன்னு ஒரு குருட்டு தைரியம். முன்வச்ச கால பின்வாங்கக் கூடாதுன்னு ஒரு திமிரு. டிக்கட் வாங்கி ஒக்காந்துட்டம்.

‘குண்டக்கல் வந்ததும் இன்னாச்சின்னு கேக்றீங்களா. கேளுங்க மிச்சக் கதய. எறங்கி எங்கனாச்சும் தெரிஞ்ச மூஞ்சி தெரியாதான்னு சுத்தி சுத்தி பாக்கறன். ஓர்த்தரயும் காணம். ஹோஸ்பெட் ரயில் அடுத்த பிளாட்பாரத்துல போவுதுன்னாங்க. டிக்கெட் இல்லாம ஒக்கார மனசு கேக்கல. வயிறு நெறய தண்ணி குடிச்சுட்டு வண்டி பின்னாலேயே மூணுபேரும் ரயில் ரோட்டு மேலேயே நடந்தம் தம்பி.

‘ஒரு பத்து மைல் இருக்கும். அதுக்கு மேல நடக்க முடியாதுனு அம்மா ஒக்காந்திடுச்சி, கண்ணு மேலே சொருகிக்கிச்சு. சரி. அம்மா கத முடிஞ்சிடுச்சின்னு நெனச்சிட்டேன்.

‘அந்த நேரத்துல கௌடா ஓர்த்தன் அங்க வந்தான். தம்பி, இப்ப நெனச்சாலும் கண்ணு கலங்குதுப்பா. இன்னம் இந்த பூமியில மழ பெய்துன்னா அந்த மாதிரி ஆளுங்க இருக்கறதனாலதா. கிட்டவந்து இன்னான்னு கேட்டான். அவன் கன்னடத்துல கேக்கறான். நானு தமிழ்ல சொல்றன்.

பசிக்கு எந்த பாஷை வித்தியாசம். கௌடா புரிஞ்சிக்னான். அப்படியே ஒக்காரச் சொல்லிட்டு ஓடிப்போய் எங்கேர்ந்தோ சோள ரொட்டியும் தயிரும் கொண்டாந்தான். அத தின்னு தண்ணிய குடிச்சப்பறம்தான் உயிரே வந்திச்சி. அப்பறம்தா எங்கே போறிங்கன்னு மேக்கொண்டு கேட்டான். சொன்னன். எதுக்கு நடந்து போறிங்கன்னான். நா காசி இல்லன்னதும் அவனுக்குக் கண்ணு கலங்கிடுச்சி. கிட்ட வந்து முதுவுல தட்டி குடுத்தான். மெதுவா நடத்தி இட்டாந்து அடுத்த ஸ்டேசன்ல எங்க மூணு பேருக்கும் அவனே டிக்கெட் எடுத்துக்குடுத்து கைல ஒரு ரூபா செலவுக்கு குடுத்துட்டு வண்டி ஏத்திட்டுப் போனான். அந்த கௌடா புண்ணியத்ல ஒருவழியா ஹோஸ்பெட் வந்து சேந்தம்...'

'இப்ப அணக்கட்டு இருக்குதே அதுக்கு மல்லாப்புரம்னு பேரு அப்ப. சுத்தி இருபத்தெட்டு கிராமம். எல்லாம் அழிஞ்சிதா அணையாய்டுச்சி. இந்த பக்கம் ஒரு மல. அந்த பக்கம் ஒரு மல. ஒரு மைல் தள்ளி இன்னொரு மல. அத ஒடச்சி இத நெரப்பணும். கல் ஒடைக்கிற ஜனம் ஆய்ரத்துக்கு இருக்கும். பெரிய பெரிய கல்ல ஒடச்சி கயித்துல கட்டி மூங்கில் கழிய குறுக்குல குடுத்து ஆளுங்க தூக்கிம் போவாங்க பாரு தம்பி. பாத்தா நம்ம முழியே பிதுங்கிடும். தோள்பட்ட எறங்கிடும். அவ்ளோ பெரிய சொமய தூக்கிகினு ஏறும் போது வழுக்கி உழுந்தா அவ்ளோதா. பொணமாத்தா எடுக்கணும். ஒன்னும் கேக்கமுடியாது. போய்க்னே இருக்க வேண்டிதுதா ...'

'இன்னா சொன்ன தம்பி கேட்டா? இன்னாயிடும்ன்னா. இன்னாத்த கேக்கறது சொல்லு. கேட்டா ஊட்டுக்கு அனுச்சிருவானோங்கற பயம்தா, ஊருக்குப் போனா மறுபடியும் வெங்காயம் வதக்கித் துன்னனுமேங்கற பயம்தா வேறென்ன. இதுக்கு சொல்றியே. 'அணக்கட்டு கடக்காலு நூத்தி இருபது அடி கீழ வேல செஞ்சிக்னிருப்பாங்க. ஆளு, ஒர்த்தன் ரெண்டு பேரு இல்ல. நூத்துக்கணக்கா. அப்டியே மேலேந்து சரிஞ்சி உழும். செத்தவனுக்கு கணக்கே இல்ல. கெடைக்கறவரிக்கும் எடுத்து வெளிய போட்டுட்டு மீதிய அங்கயே மண்ண தள்ளி மூடிட்டு வேலய ஆரம்பிச்சிடுவம்.'

'நா இன்னா வேல செஞ்சன்னு கேக்கறிங்களா. டிக்கரு. மண்ணு தோண்டறவேல. காலங்காத்தால கடப்பாற மமிட்டி எடுத்துக் குடுத்தான்னா ஒரு பொம்பள, ஆள ஜோடியா வச்சிக்னு ஒரு நாளக்கி, அம்பது ஸ்கொயர்பிட் கணக்கு காட்டணும். கல்லு வந்தாலும் சரி மண்ணு வந்தாலும் சரி கணக்கு சரியா இருக்கனும். இல்லன்னா சம்பளம் கெடையாது. அன்னியோட சீட்டும் கிழிஞ்சிடும். சாயங்காலம் கையல்லாம் ரத்தம் கட்டிக்கும்.

தோல் பிஞ்சி எரியும். ஒரே கொப்பளமாய்டும். கழுவக்கூட தண்ணில கை வைக்க முடியாது. அப்டியே மொளகாத்தூளு கண்லபட்ட மாதிரி எரியும். எரிச்சல பாத்தா நடக்குமா. மூணு பேரு சாப்ட்டாவணுமே. எப்டியோ சகிச்சிக்கினேன் . . .'

'வேல செஞ்ச ஆளுங்க நாலாய்ரம் இருக்கும் பாரு தம்பி. இது தமிழ்க்காரங்க மாத்தரம். இது இல்லாம நெறயா வைஜாக்காரங்க இருந்தாங்க. பர்மாலேந்து வந்தவங்களும் இருந்தாங்க. இரும்பு வேலைங்கள்ளாம் மலயாளத்துக்காரங்க செஞ்சாங்க . . .'

'இந்த ஊர்க்காரன் இன்னா செஞ்சான்னு கேக்கிறிங்களா. வாஸ்தவமான கேள்வி. இப்பிடி கஷ்டமான வேலக்கி இந்த ஜனங்க தயாரா இல்ல தம்பி. அப்ப ரெண்டு மூணு சுகர் பேக்டரிங்க ஓடிச்சி இங்க. அதுல மொடங்கிட்டாங்க. அதுவுமில்லாம அவுங்களுக்கும் நெலபொலம் வேற. அணக்கட்டே ஊர தண்ணில முழுகடிக்கற வெவகாரம்னு வெறுப்பு வேற. அதுதான் ஒதுங்கியே இருந்தாங்க . . .'

நாங்க எங்க இருந்தம்னு சொல்லணுமா . . . எல்லார்க்கும் குடிசதா. பன்னிக் குடிச மாதிரி சின்னச் சின்னதா இருக்கும். கௌர்மென்ட்டே கட்டிக் குடுத்திச்சு. கல்லு ஒடைக்கறவன்லாம் ட்ரஸ்ஸிங் கேம்ப். என்னமாதிரி லேபர்ஸ்ங்களுக்கு நிசானி கேம்ப். வங்க்கா கேம்ப். ஒரு குடிசைல பத்துபேரு இருக்கணும். அக்கா தங்கச்சி ஆம்படையான் பொண்டாட்டி எந்த வித்தியாசமும் இல்லை. அப்படியே கால்மாடு தலமாடு தெரியாம படுத்துக் கெடக்க வேண்டிதுதா. வெயில்ல பரவா இல்ல. மழ வந்தா கஷ்டம். அப்படியே தொரதொரண்ணு ஊத்தும். அப்படியே முட்டிக்கால கட்டிக்னு செவுத்தோட செவுத்தா ஒட்டிக்குவம். தூக்கமே இருக்காது. வெடிஞ்சா அப்படியே, ஏந்து வேலக்கி போய்டணும். நெறயா பேருக்கு காலரா, அம்ம, ப்ளேக்னு வந்திருச்சி. எவ்வளவோ பேரு செத்தாங்க – ஆஸ்பத்திரியாவது மண்ணாவது. ஒரு பெரிய கொட்டா கட்டி அதுலதா எல்லாரயும் வச்சிருப்பாங்க. ஹோஸ் பெட்லந்து டாக்டர் வந்து பாப்பாரு. ஊசி மருந்து குடுப்பாரு. அதுலயும் பொழச்சது பாதி செத்தது பாதி.'

'அப்பதாங்க சொதந்தரம் கெடைச்சிது. சொதந்தரம்னா அர்த்தம் தெரியுமான்னு கேக்றிங்களா, அப்ப நெஜம்மா அதெல்லாம் தெரியாதுங்க. கும்பலா கூட்டி முட்டாய் குடுத்து கொடியேத்தி இன்னிக்கு சொதந்திரம். வேல கெடையாது. லீவ்ன்னுட்டாங்க, அதான் தெரியும். காந்தி நேரு பத்தி தெரியுமான்னு கேக்கிறீங்களா. காந்தி பத்தி அப்ப எதுவும் தெரியாதுங்க. பின்னால சுட்டாங்க பாருங்க. அப்பதா தெரியும்.

நேரு மாத்தரம் தெரியும். அணக்கட்ட பாக்க எலிகாப்டர்ல வரார்னு சொல்லி அப்பவும் வேலையெல்லாம் நிறுத்தி மீட்டிங்லாம் போட்டாங்க. அப்பகூட ரொம்ப தூரமா நின்னு பார்த்ததுதா. சரியா தெரியல . . .'

'அணக்கட்டுல மொத்தம் முப்பத்திரெண்டு கேட்டு. அதுல பதனாறு இந்தியாக்காரன் கட்ணும். மிச்சம் பதனாறு நிஜாம்காரன் கட்டணும்னு ஒரு ஒப்பந்தம். அப்டிதா நடந்திச்சி கொஞ்ச காலம். இன்னான்னு தெரியல ஒருநாளு திடீர்னு கலாட்டா. வேலய ரொம்ப நாளு நிறுத்திட்டாங்க. நிஜாம் பக்கத்லதா அரிசி கெடைக்கும். எங்களுக்கு இங்க கோதும குடுப்பாங்க. அங்க எடுத்தும் போயி கோதுமய குடுத்துட்டு அரிசி வாங்கியாருவம். போவக் கூடாது சண்டன்னு எங்களயெல்லாம் தடுத்துட்டாங்க. திடீர்னு பாத்தா ஆர்மி ஆளுங்க வந்து எறங்கறாங்க மூணு ராத்திரி மூணு பகல் சண்ட. ராஜாங்க எங்க இருக்கறாங்களோ அங்கல்லாம் ஆர்மி சண்ட போடுதுன்னு பேசிக்றாங்க, ஒரே வெடிச் சத்தம். அணக்கட்டுக்கு அந்த பக்கம்தா முனிராபாத். அங்கதா சண்ட. மாத்தி மாத்தி குண்டு போட்டாங்க. ஒரு ராத்திரில இந்தியா ஆர்மி அவுங்க எடத்த புடுங்கிடுச்சி. ஆர்மிகாரன் கலாட்டா அடங்கறதுக்கு ரொம்ப காலமாய்டுச்சி. அப்றம்தா வேலய ஆரம்பிச்சாங்க.'

'அஞ்சி வருஷமோ ஆறு வருஷமோ ஆய்டுச்சி. அணக்கட்டு மெதுவா பூமி லெவலைத் தாண்டி மேல ஆரம்பிச்சாச்சி. தண்ணி வந்தா போவ நடுவுல வழி உட்டுட்டு அந்தப் பக்கம் கொஞ்சம் இந்தப் பக்கம் கொஞ்சம் மாத்தி கட்டனம். சிமெண்ட்லாம் கெடையாது தம்பி. சுருக்கின்னு ஒரு பவுடரு. அதுலதா கட்டனம், பெஷலா இதுக்குன்னு தயார் பண்ணாங்க. சுண்ணாம்புத்தூளு, மணலு, செங்கல் தூளு எல்லாத்தையும் கலந்தது இது. பிசுபிசுன்னு கைல ஒட்டிச்சின்னு வை, ஒடனே கழுவணும். கொஞ்சம் காய உட்டாலும் தோலோடதா பிச்சி எடுக்கனும் அவ்ளோ கெட்டி . . .'

'அம்மாவுக்கு பெரிய கொற, கல்யாணம் பண்ணிக்கலன்னு. தெனம் ரோதனயா போச்சி. அதும் நச்சரிப்பு தாங்காமத்தா ஒரு நாளு சரின்னுட்டன். வங்க்கா கேம்ப்லயே ஒரு பொண்ண இட்டும்போயி காட்டிச்சி அம்மா. மல்லிகான்னு பேரு. பொண்ணு நல்லா ஷோக்கா இருந்திச்சி. நானும் ம்னுட்டன். அப்றமின்னா, கல்யாணந்தான் . . .'

'கல்யாணம் கட்டன மக்கா நாளு மழத்தொடங்கிச்சி பாரு தம்பி. சொன்னா நம்ப மாட்ட நீ. மூணுமாசம் தொடர்ச்சியாப் பேஞ்சிது. மழன்னா அது மழ. வேல கெடையாது. ஆனா சி.இ.

ஒர்த்தர் இருந்தாரு. அவரும் தமிழ்காருதா. திருமல ஐயங்காரோ இன்னமோ பேரு. சரியா ஞாபகம் இல்ல. எல்லார்க்கும் ரேஷன் குடுத்தாரு. ஒழுவற குடிசங்களயெல்லாம் சீர்ப்படுத்தினாரு . . .'

'மழ நின்னதும் வேல ஆரம்பிச்சாங்க. அப்ப வழில ஒரு வெடி வெடிச்சிது பாரு தம்பி. என் ஆயுசுல அந்த மாதிரி பாத்ததில்ல. ஜவாலில கல்லு கட்டி ஆளுங்க தூக்கிம் போவுது, வரிசையா நூறு பேரு போவாங்க. கல்லு ஒடைக்க எவ்னோ வெடிய வச்சிருக்கான். பக்கத்துல பொம்பள ஆம்பளங்க ஆயிரம் பேரு ஜல்லி ஒடைக்குது. சின்னதா வெடிக்கும்னு நெனச்சி பாவி யார்கிட்டயும் சொல்லாம நெருப்பு வச்சிட்டான். படார்னு வெடிச்சதும் ஒன்னும் புரியல. மலயே பேத்துக்னு மேல போயி தூள் தூளா கீழ உழற மாதிரி இருந்திச்சி. ஜவாலி தூக்கிப்போனவன்லாம் உருண்டு உழுந்தாங்க. எல்லார் மேலயும் பீஸ் பீஸா கல்லு அடிச்சி காயம். என் பக்கத்துல நின்னிருந்தவன் தோள்ல கல்லுக் குத்தி ரத்தம் ஊத்திச்சி. ரத்தத்த பாத்ததும் எனக்கு கையும் ஓடல காலும் ஓடல. அப்படியே உழுந்திட்டன்...'

'எதுக்கு இவ்ளோ சொல்றன்னா, இந்த அணக்கட்டுக்காக ஜனங்க அவ்ளோ கஷ்டப்பட்டுச்சிங்கறது ஊரு உலகத்துக்கும் தெரியனும்ங்கறதுக்குத்தா. இந்த மாதிரி ஆனப்பறம்தா நாலஞ்சி பொட்டி கோத்து கல்லு தூக்கறதுக்கு ஒரு பெஷல் ரயில உட்டான். மலைலேந்து ஒர்க் ஸ்பாட்டுக்கு அதான் போவும் வரும் . . .'

'எனக்கு பன்னென்டணா கூலி அப்ப. வாரா வாரம் சனிக்கிழம கூலி குடுப்பான். வாரத்துக்கு நாலார்ரூபா. அதுவே எங்களுக்கு ஏதளாப்பம்தா. ஞாயத்துக்கெழம கறி எடுப்பன். தூக்குகறி எட்டணா அப்ப. ஆக்கனா இவ்ளோ ஆவும். எண்ணெ தேச்சி குளிச்சிட்டு வந்ததும் சுடச்சுட கறியும் சோறும் துன்னதும் தூக்கம் வரும் பாரு தம்பி இன்னா சொகமா இருக்கும் தெரியிங்களா . . .'

'கழுதமாதிரி வேல செஞ்சம் பத்துவருஷமோ பன்னெண்டு வருஷமோ அணக்கட்டு வேல முடிஞ்சிருச்சி. எனக்கு நாலு பொறந்து ஒண்ணு செத்துடுச்சி. மீதி ரண்டு பொண்ணுங்க ஒரு பையன்.'

'அணக்கட்டு முடிஞ்சதும் எங்க போறதுன்னு தெரியல. பத்ராவதிலே அணக்கட்டு கட்றாங்க அமராவதில கட்றாங்கன்னு கொஞ்சம் ஆளு அங்க இங்க ஓடிச்சி. எனக்கு ஒன்னுமே புரியல. ஒரே குழப்பம். அப்ப அணக்கட்ல வேலைக்கி ஆளு எடுத்தாங்க. நானும் போய் நின்னன். இன்னா வேல செஞ் சடான்னாங்க. டிக்கர்ங்கன்னன். அதுக்குப்போயி இன்னடாவேல

போட்டுத்தர்றது வேற எடம் பாத்துக்கனாங்க; சாமி நீங்கதா காப்பாத்தணும் ஒங்கள உட்டா வழியில்லன்னு கால்ல உழுந்துட்டன். அப்டி இப்டி யோசிச்சி அந்த ஆளு கால்வா ஓரம் கேட்கீப்பராக்கிட்டான். புண்யாத்மா, அவன் போட்ட சோறுதா இன்னிக்கிம் சாப்டறன் தம்பி.'

'தோ தோன்னு நாப்பது வருஷம் ஓடிருச்சி. ரயில பாக்கறப் போதெல்லாம் இப்பதா வந்து எறங்கன மாதிரி இருக்குது தம்பி எனக்கு. என்ன தம்பி கேட்டிங்க ஊர்பக்கம் போவலியானா. போவல தம்பி. எதுக்கு போவணும் சொல்லுங்க. பீயத் துன்னுங்களேன்டின்னு சொன்னாளே அவ மூஞ்சிய பாக்கறதுக்கா போவ சொல்றிங்க. திருணாமல தீபம்டா வருஷத்துக்கு ஒரு தரமாச்சிம் போவலாம்ன்னு அம்மா இருந்தவரிக்கும் சொல்லிச்சி. தீபமாவது தூபமாவது சும்மா கெடன்னு அடக்கிடுவன் தம்பி. அந்த தெசையக்கூட திரும்பிப் பாக்காதன்னுட்டன். பின்ன இன்னா தம்பி மனுஷனா பொறந்துட்டா ஒரு வைராக்கியம் வேணாமா . . ?'

'பசங்கள பத்தியா கேட்டிங்க. முனிராபாத்ல ஒன்னு ஹொஸஹள்ளில ஒன்னுன்னு பொண்ணுங்கள இங்கயே கட்டிக் குடுத்துட்டங்க. பையனுக்குத்தா முடிக்கணும். வேல ஒன்னும் சரியா அமையல அதுக்குத்தா அலையறன் தம்பி . . .'

'போன வருஷம் சர்வீஸ்லேந்து எடுத்துட்டான் தம்பி. எதுக்குன்னா கேக்கறிங்க. சொல்றன். போர்டுலாரி ஒன்னு வேகமா வந்திச்சி. நிறுத்தி என்ட்ரி போட்டுத்தா உள்ள போவனும். கை காட்டி நிறுத்தனன், நம்ம போறாத காலம் வண்டில பிரேக் இல்ல. வந்து இடிச்சிட்டான். ஒரு காலு போய்டுச்சி. தலக்கி வந்தது தலப்பாயோட போய்டுச்சின்னு சொல்லறாங்களே அந்த கததா. உயிரே போய்ருக்கணும் இடிச்ச இடிக்கு . . . இன்னமோ பெரியவங்க புண்ணியம் காலோட போச்சி. ஆபிஸ்ல கணக்கு தீத்து அனுச்சிட்டான் . . .'

'என் வேலய எம் புள்ளக்கி போட்டுக்குடுங்க சாமின்னு கேக்காத ஆளு இல்ல. குடுக்காத மனுஇல்ல. அப்டிலாம் சட்டமில்ல போன்னு அனுப்ச்சிட்டாங்க. கன்னடா படிச்சி பாஸ்பண்ணி இருக்கணுமாம். அப்றம் எம்ப்ளாய்மென்ட். எக்ஸ்ஷேஞ்ச்ல பதிஞ்சி இருக்கணுமாம். பதிவுலாம் இருக்குது. கன்னடா பேசுவான். படிக்க வராது. எட்டாவது வரிக்கும் தமிழ் ஸ்கூல்லதா படிச்சா. இப்பகூட அவன கூப்ட்டுக்னு பெல்லாரிவரிக்கும் போய் கலெக்டர் ஆபீஸ்ல மனு குடுத்துட்டுதான் வரன் . . .'

44 பாவண்ணன்

'இப்பியாவது ஊர்க்குப் போவக்கூடாதான்னு கேக்கறீங்களா தம்பி. ஊர்க்குப் போயி இன்னாங்க செய்யறது. நெலபொலம் ஏதாச்சிம் இருந்திச்சின்னா பொழச்சிக்கலாம். அதுவும் இல்ல. கூலி வேலதா செய்யணும். நல்லதோ கெட்டதோ இங்க வந்துட்டம். அத இங்கியே செய்யலாம்ன்னுதா இருக்கம்.'

'தம்பி . . . பாத்தா நல்லவங்களா தெரியறிங்க. ஒரு உபகாரம் செய்றிங்களா? நீங்களும் ஆபீஸ்ல இருக்கறவங்கதா. ஆபீஸ்காரனுக்கு ஒம்போது ஆபீஸ்காரங்க பழக்கமா இருக்கும். எங்கனாச்சிம் பாத்து பையன தள்ளி உடமாட்டிங்களா. கூட்டறவேல பெருக்கறவேலனா கூட பரவாயில்ல. தமிழ்க்காரனுக்கு தமிழ்க்காரன்னு கூட இத செய்ய வேணாம். ஏதோ ஒங்க கையால ஒரு குடும்பத்துக்கு வெளக்கு ஏத்தி வய்க்கற மாதிரி நெனச்சி செய்யணும். என் உசிரு இருக்கறதுக்குள்ள அததுக்கும் ஒருவழிய காட்டிட்டன்னா நானும் நிம்மதியா போய் சேருவேன்.'

'செய்றிங்களா தம்பி.'

(*தளம்* – 1989)

அடுக்கு மாளிகை

நினைத்ததை நிறைவேற்றிக்கொள்ள இது தான் சரியான சந்தர்ப்பம் என்று எண்ணியபடி திரையை விலக்கிக்கொண்டு வெளியே வந்தான் குப்புசாமி. உண்மையில் பம்பரம் எடுப்பதற்காகத் தான் வெளியேயிருந்து உள்ளே வந்திருந்தான் அவன். அரைக்கணத்துக்குள் மனம் மாறிவிட்டது. பம்பரத்தை எடுத்த இடத்திலேயே வைத்துவிட்டான். யாருமே இல்லாத சூழல் அவனுக்கு உற்சாகமூட்டிக் கொண்டிருந்தது. வா வா என்று யாரோ மனசுக்குள் கூப்பிடுகிற குரல் கேட்டது. சுற்றுமுற்றும் பார்த்தான். பெரிய கீழ்த்தளத்தில் ஆள் சந்தடியே இல்லை. வெறும் தட்டுகளும் துணித்திரைகளும் இருந்தன. ஒரு மூலையில் செங்கற் குவியல். இன்னொரு மூலையில் மணல். கட்டிடத்திற்கு வெளியே பெண்கள் கல் அடுப்பில் சோறாக்கிக்கொண்டிருந்தார்கள். மெதுவாகத் தளத்தின் உள்பகுதியை நோக்கி நடக்க ஆரம்பித்தான். பொக்கையும் பொறையுமாக இருந்தது தரை. ஓர் இடத்தில் தண்ணீர் ஓடித் தேங்கியிருந்தது. இறங்கி நடந்ததில் கால்களில் சேறு அப்பியது. உதறிக்கொண்டான். சீ என்று வாய்விட்டுச் சொன்னான். மூலையில் படுத்திருந்த பூனை சட்டென்று இவன் பக்கம் திரும்பி முறைத்து விட்டு மீண்டும் சுருண்டது.

சொரசொரப்பான சுவர்களிலும் தூண்களிலும் கரித்துண்டுகளால் கிறுக்கப்பட்ட சித்திரங்களைப் பார்த்து நின்றான் குப்புசாமி. எல்லாமே அந்த சோமுப் பையன் வேலை. முறுக்கப்பட்ட மீசைகளோடும் மொட்டைத் தலைகளோடுமான

உருவங்கள் முறைத்தபடி இருந்தன. வாயில் தடிமனான சுருட்டின் புகை. சுருண்டு சுருண்டு எழும் புகை பக்கத்திலிருந்த சூரியனின் பக்கம் சென்றது. கறுப்புச் சூரியனிலிருந்து கத்திகள் போலக் கதிர்கள் நீண்டிருந்தன. சூரியனுக்குப் பக்கத்திலேயே அடுத்தடுத்து தென்னை மரங்கள். அவற்றுக்கு அருகிலேயே இரண்டு பெரிய துப்பாக்கிகள். குறி பார்க்கப்படுவது தெரியாமல் நாக்கைத் தொங்கவிட்ட இரண்டு நாய்கள். நாய்களின் கால்கள் விறகுக் கட்டையைச் செங்குத்தாகப் பிளந்த மாதிரி இருந்தன. கால்களை மடக்க முடியாத நாய் எப்படி ஓடும் என்று தோன்றியது. அப்படிப்பட்ட நாய்களுக்கு நிச்சயமாய் மரணத்தைத் தவிர வேறு வழியில்லை என்று சொல்லிக்கொண்டான். கரித்துண்டுகளால் படம் எழுத ஆசை வந்து அவனும் முயற்சிகள் செய்ததுண்டு. ஆனால் அவன் பூனையை வரைந்தால் அந்த சோமுப்பையன் உண்டி மாதிரி இருக்கிறது என்றான். நாய் வரைந்தால் கால் முளைத்த மீன் என்றான். அவன் ரொம்ப மோசம். எப்போதுமே அவனுக்குத் தான்தான் உலகத்திலேயே பெரிய கில்லாடி என்கிற நினைப்பு என்று சொல்லிக் கொண்டான். திடுமென்று அவனுக்கு சோமுப் பையன் மீது கோபம் வந்தது. அவனிடம் வாங்கும் உதைகளுக்கும் அளவே இல்லை. அம்மா இருந்தவரைக்கும் எல்லாக் கவலைகளிலிருந்தும் அவனை ஒரு கோழிக்குஞ்சு போலக் காப்பாற்றி ஆறுதல் சொல்லி வந்தாள். அவள் இல்லாததால் தான் அவனுக்குத் தைரியம் அதிகமாகிவிட்டது. அவன் திமிரை அடக்க வேண்டும் என்று கறுவினான். தன்னுடைய காரியம் இன்று அவனை வாயடைக்க வைக்கப்போகிறது என்று மனசுக்குள் பெருமையாய்ச் சொல்லிக் கொண்டான். சந்தோஷம் அதிகரித்துத் துள்ளினான்.

துள்ளிக்கொண்டே தூண்களைச் சுற்றினான். ஓடிப்பிடிக்கிற ஆட்டம் விளையாடுகிற மாதிரி இருந்தது. பின்னால் யாரோ துரத்தி வருகிற மாதிரியான கற்பனை அவனுக்கு உற்சாகமூட்டியது. என்னை யாராலும் பிடிக்க முடியாதே என்று மனசுக்குள் சிரித்தபடி ஓடினான். தளத்தில் மறுகோடியிலிருந்து துவைத்துப் பிழிந்த துணிகள் தோளில் தொங்க ஈரப்புடவையோடு சிவகாமி பெரியம்மா வந்தாள். "என்னடா தனியா ஆடறியா குப்புசாமி. உன் கூட்டாளியெல்லாம் எங்கே?" என்றாள். சிரித்தபடி தூணோடு ஒட்டிக்கொண்டான் அவன். எதுவும் பேசவில்லை. தலைமுடியைத் துண்டுக்குள் சுற்றி கொண்டையைப் போட்டிருந்தாள் சிவகாமி பெரியம்மா. தலை குளித்துவிட்டு வரும்போது அம்மா கூட இப்படித்தான் கொண்டை போட்டுக்கொள்வாள் என்று நினைத்துக்கொண்டான். திடுமென 'கொக்கொக்' என்று சத்தமெழுப்பியபடி சட்டமிடாத ஜன்னல் வழியே கோழி

ஒன்று உள்ளே குதித்து ஓடியது. சத்தத்தைக் கேட்டு அரண்டு போனவன் கோழியைப் பார்த்த பின்பு அமைதிகொண்டான்.

மெதுமெதுவாக நடந்து படிக்கட்டின் அருகில் வந்தான். யாரும் இல்லை. மேல் ஜன்னல் வழியே வெளிச்சம் அங்கே சதுரமாக விழுந்துகொண்டிருந்தது. அந்தச் சதுரத்தில் போய் நின்றான். முகத்தில் வெளிச்சம் பட்டதும் கண்கள் கூசின. வானத்தைப் பார்க்க முடியவில்லை. உடனே விலகிப் படியோரம் வந்துவிட்டான். கரடுமுரடான படிகளின் சின்னச்சின்ன ஜல்லிச் சில்லுகள் பாதங்களில் குத்தின. சுவரையொட்டியபடியே அவன் படிகளில் ஏறினான். யாருமே தன்னைக் கவனிக்கவில்லை என்கிற விஷயம் அவனுக்குச் சந்தோஷத்தைத் தந்தது. பாய்ந்து பாய்ந்து படிகளைத் தாண்டினான். ஒரு வரிசை ஏறிய பிறகு திருப்பத்தில் வளைந்து மீண்டும் படிகள் வளர்ந்தன. அவனுக்கு மலைப்பாக இருந்தது. இத்தனை படிகளையும் எப்படி அடுக்கினார்களோ என்று ஆச்சரியம் எழுந்தது. ஒவ்வொரு படிக்கும் ஒரு பதுமை எழுந்து விக்கிரமாதித்தனுக்குக் கதை சொன்னதைப் பற்றி அம்மா சொன்ன கதை ஞாபகம் வந்தது. அவனுக்கு உடனே கதை கேட்கிற ஆசை மூண்டது. கதைகளைக் கேட்டுக்கொண்டே படி ஏறினால் அலுப்பே தெரியாது என்று தோன்றியது. அவன் கண்கள் உடனே பிரகாசத்துடன் விரிந்தன. மிகுந்த எதிர்பார்ப்புடன் அவன் உயர்ந்து நிற்கும் படிகளைப் பார்த்தான். அந்தத் திருப்பத்தின் முதல் படியில் காலை வைத்ததுமே ஒரு பதுமை வரும் என்று தோன்றியது. அந்த எண்ணமே புல்லரிக்க வைத்தது. அந்தப் பதுமை அருமையான கதையைச் சொல்லி அவனைச் சந்தோஷப்படுத்தும். அவனிடம் சுலபமான கேள்வி கேட்டுக் கொஞ்சிப் பேசும். அவன் சொல்கிற சரியான விடையைக் கேட்டு அந்தப் பதுமைக்கு அவன்மீது பிரியம் அதிகமாகும். உடனே அந்தப் பதுமை 'உனக்கு என்ன வேண்டும்?' என்று கேட்கும். அவனுக்குச் சத்தம் போட்டுக் கேட்கப் பிடிக்காது. அந்த சோமுப் பையனின் காதில் விழுந்தால் எதையாவது செய்து காரியத்தைக் கெடுத்துவிடுவான். அந்தப் பதுமையைக் குனியச் சொல்லிக் காதுக்குள்தான் கிசுகிசுப்பான். அவனுடைய தேவை அந்தப் பதுமைக்கும் அவனுக்கும் மட்டுமே தெரிந்த ரகசியமான இருக்கும். இரண்டு பேருமாய்ச் சேர்ந்து சோமுப் பையனைப் பார்த்துச் சிரிப்பார்கள். அதைப் பார்த்து அவனுக்குப் பொறாமை மூளும். வரட்டும், வரட்டும், பொறாமையிலேயே வெந்து புழுங்கட்டுமே, எனக்கு என்ன என்று தோளைக் குலுக்கிக் கொண்டான். மெதுவாக முதல் படியில் ஒரு காலை வைத்தான்.

எந்தப் பதுமையும் வரவில்லை. இரண்டாவது காலையும் வைத்தான். அப்போதும் வரவில்லை. தன் செய்முறையில் ஏதோ

தப்பு இருக்கிறது என அந்தப் படியிலேயே நின்று ஆழமாக யோசித்தான். வெகு நேரத்துக்குப் பிறகுதான் கடவுளிடம் வேண்டிக் கொள்ளாமலேயே கால் வைத்தது எவ்வளவு பெரிய பிசகு என்று தோன்றியது. உடனே கண்களை மூடிக்கொண்டு பக்தியோடு கடவுளை நினைத்துவிட்டு மூடிய கண்களோடு தட்டுத் தடுமாறிப் படியில் அடியெடுத்து வைத்து ஏறினான். மிகவும் எதிர்பார்ப்போடு கண்களை மெல்லத் திறந்தான். அப்போதும் ஏமாற்றமே காத்திருந்தது. நிச்சயமாய்த் தனது செய்முறையில் ஏதோ தப்பு இருக்கிறது என்று யோசித்தபடி களைப்போடு படி ஏறத்தொடங்கினான்.

அடுத்த திருப்பம் திரும்பும்போது சிரிப்புக் குரல் கேட்டது. முதலில் ஆண் குரல். தொடர்ந்து பெண் குரல். அப்புறம் பேச்சு சத்தம். அவன் முற்றிலுமாகப் பதுமைகளை மறந்துவிட்டு அக்குரல்களைத் தொடர்ந்தான். மீண்டும் ஒரு வரிசை ஏறிப் பார்த்த போது வலது புறம் நின்றிருந்த தூணில் சாய்ந்த நிலையில் கால்நீட்டி இருந்தார் ஏகாம்பரம் மாமா. அவர் மடியில் ஒரு பெண் படுத்திருந்தாள். முதலில் அந்த மாமாதான் அவனைப் பார்த்து விட்டு "என்னடா" என்று அதட்டினார். அப்புறம்தான் அவளும் பார்த்து விட்டு அவசரமாய்த் துணிகளை வாரி உடம்பை மூடிக் கொண்டாள். அவர்களுக்குப் பக்கத்தில் இரண்டு சீசாக்களும் பீடிக்கட்டும் காகிதப் பொட்டலங்களும் இருந்தன. எந்தப் பதிலும் சொல்லாமல் அவர்களையே பார்த்தபடி இருந்தான் குப்புசாமி. அந்த மாமா மீண்டும் அவனிடம் "எதுக்குடா இங்க வந்த, என்ன விஷயம்?" என்று எரிச்சலோடு கேட்டார். அவன் அப்போதும் எந்தப் பதிலும் சொல்லாமல் தலையை மட்டும் அசைத்தான். "நொப்பனைத் தேடறியா, எங்கனா மேல இருப்பான். போய்ப் பாரு" என்று விரட்டினார் அவர். விருட்டென்று திரும்பிப் படியேறத் தொடங்கினான் குப்புசாமி. அவர் கெட்ட வார்த்தை சொல்லி அவனைத் திட்டுவது காதில் விழுந்தது. கடவுளைக் கும்பிட்டும் கூட அந்தப் பதுமைகள் வராததற்கு இவர்கள் எல்லாருமே இங்கே இருப்பதுதான் காரணம் என்று முடிவு கட்டினான் அவன். அவர்கள் மீது அவனுக்குக் கோபம் வந்தது. எல்லாருமே மோசக்காரர்கள் என்று சொல்லிக்கொண்டே படியேறினான்.

வளைந்து வளைந்து பல திருப்பங்களைத் தாண்டியதில் அவனுக்குக் கால்கள் வலித்தன. அங்கேயே உட்கார்ந்துவிட்டான். காலையில் கூட சோமுப் பையனோடு சண்டை வந்துவிட்டது. அவனிடம் அழகான ஒரு புது பம்பரம் இருந்தது. சிவப்பு வர்ணக்கயிற்றால் சுற்றி ஓங்கிக் குத்தியதும் அந்தப் பம்பரம் அழகாகச் சுழன்றது. அதன் மழமழப்பும் நிறமும் கண்களைப்

பிரயாணம் 49

பறித்தன. "ஆளுக்கொரு குத்து குடுக்கறன், வாங்கடா" என்றதும், அது வரையில் அவனோடு ஆடிக்கொண்டிருந்த தண்டபாணி, ரங்கசாமி, பாபு, அமாசி, பூங்கோதை, மூக்காண்டி எல்லாருமே அவன் பக்கம் சேர்ந்து விட்டார்கள். தனது பம்பரம் ஞாபகம் வந்து தளத்துக்கு ஓடிவந்தான். பழைய பம்பரம் அது. ஆட்டத்தில் சந்தித்த தோல்விகள் எல்லாம் அப்பம்பரத்தின் முதுகில் ஆணிப்பொத்தல்களாகப் பதிந்திருந்தன. அந்தத் தழும்புகள் அவமானச் சின்னங்கள் போல அவனைத் தலைகுனிய வைத்தன. அப்பாவிடம் எத்தனை தரம் புதுப் பம்பரம் கேட்டாலும் "நாளைக்கு . . . நாளைக்கு" என்று சொல்லி ஏமாற்றிக்கொண்டே இருந்தார். அதோடு சரி, மறந்துவிட்டார். ஞாபகப்படுத்தியதும் "சரி சரி, நாளைக்கி" என்றார். அப்பா ரொம்ப மோசம். அம்மா எதையுமே மறந்ததில்லை. ஒருதரம் சொன்னாலே போதும். ஞாபகமாய் வாங்கி வந்து தருவாள். "என் தொரைக்கி வாங்கிக் குடுக்காம யாருக்குக் குடுக்கபோறன்" என்று சொல்வாள். குப்புசாமிக்கு அழ வேண்டும் போலத் தோன்றியது. எழுந்து மீண்டும் படியேறினான்.

ஒரு திருப்பத்தையொட்டிய அறையில் பேச்சுச் சத்தம் கேட்டது. வட்டமாக ஆறேழுபேர் உட்கார்ந்திருந்தார்கள். எல்லாருடைய கைகளிலும் சீட்டுகள். விசிறி மாதிரி அவற்றை மடிப்பதும் விரிப்பதும் வினோதமாக இருந்தது. ஒருவர் எரிச்சலோடு ஒரு சீட்டை உருவி வீசி எறிந்தார். உடனே இலையைக் கவ்வப் பாயும் நாய்போல பரபரப்போடு அதைப் பொறுக்கி எடுத்து விரல்களுக்கு இடையே பொருத்திக்கொண்டார் இன்னொருவர். "ராணி, ஒனக்காகத்தான் காத்திட்டிருந்தேன் தங்கமே" என்று சிரித்தார். அப்போதுதான் அந்தக் கூட்டத்தில் தன் அப்பாவையும் பார்த்தான் அவன். எதுவுமே பேசாமல் ஒரு சீட்டு எடுத்துக் கீழே வைத்துவிட்டு நிமிர்ந்தார். மறுகை கழுத்தில் இருந்த தாயத்துக்கயிற்றை உருட்டியபடியே இருந்தது.

அவனைப் பார்த்ததுமே அவர் கவனம் திரும்பியது. கொஞ்சம் அதிர்ச்சியடைந்தது போல அவர் முகம் வெளுத்தது. "எதுக்குடா இங்க வந்த . . ? "என்றார். அவன் அவரைப் பார்த்துச் சிரித்தான். "பம்பரம்தான? நாளைக்கே கண்டிப்பா வாங்கித்தரன் போ . . ." என்றார் அவர். மறுபடியும், "சின்னபுள்ள இத்தன மாடி ஏறி வரலாமா . . . போ ராஜா . . . போயி முத்தம்மா அத்தைகிட்ட கஞ்சி வாங்கிக் குடி . . . போ" என்றார். அவன் எதற்கும் அசையாமல் அவர் அருகில் வந்து கழுத்தைப் பிடித்தான். அதற்குள் அவர் சீட்டு இறக்கவேண்டிய வேளை வந்துவிட்டது. அவசரமாய் ஒன்றை எடுத்து வீசிவிட்டு அவன் பக்கம் திரும்பி முத்தம் கொடுத்தார். அவர் வாயிலிருந்து சகிக்க முடியாத ஒரு

துர்நாற்றம் வீசுவதைப் போல் இருந்தது. அவர் கழுத்திலிருந்து கையை எடுத்தான் அவன். உட்கார்ந்த வாக்கிலேயே தொடையைத் தூக்கி பையிலிருந்து பத்துப் பைசாவை எடுத்து அவனிடம் நீட்டி, "இந்தா... போய் முட்டாய் வாங்கிக்கோ" என்று சொன்னார். அவன் வாங்கிக்கொண்டு சிரித்தபடியே மீண்டும் படிகளுக்கருகே வந்தான். திரும்பிப் பார்த்தான். யாருமே அவனைக் கவனிக்கவில்லை. அப்பா கூடப் பார்க்கவில்லை. ஆட்டத்தில் மும்முரமாக இருந்தார்கள். மறுகணமே யோசித்து விட்டு அவன் மீண்டும் மேலே படியேறத் தொடங்கினான். பேச்சு சத்தம் மெல்ல மெல்லக் கரைந்தபடி இருந்தது. திருப்பத்துக்குள் திருப்பமாக வளைந்து வளைந்து படிகள் நீண்டன. அந்தப் படிகள் எல்லாம் மழமழப்பாகவே இருந்தன. ஜன்னல்களில் கூட குறுக்குக் கம்பிகளும் கலர் கண்ணாடிகளும் இருந்தன. கண்ணாடிகளின் நிறங்களைப் பக்கத்தில் போய்ப் பார்த்தான். அசல் நீலநிறம். அதற்குள் சின்னச்சின்ன பூக்களிருப்பதை அருகில் சென்றதும்தான் கவனித்தான். உடனே அவற்றைத் தொட்டுப் பார்க்க அவன் கைகள் துறுதுறுத்தன. எட்டித் தொட்டுவிட பலமுறை முயற்சி செய்தான். முடியவில்லை. ஓரிரு முறை மரச்சட்ட விளிம்புவரை அவன் விரல்கள் நீண்டு தாழ்ந்தன. 'த்ச்' என்று நாக்குச் சப்புக் கொட்டிவிட்டு மீண்டும் படியேறத் தொடங்கினான்.

படிகள் முடிந்து முற்றிலுமான வெளி தனக்கு முன்னே விரிந்திருப்பதைப் பார்த்ததும் அவனுக்குப் பொங்கிய ஆனந்தத்துக்கு அளவே இல்லை. சூரிய வெளிச்சத்தில் கண்கள் கூசின. கால் பாதங்களில் சூடு ஏறியது. சூரியனுக்கு அருகில் நிற்பதை நினைத்து அவன் மனம் பரபரத்தது. கண்கள் பளபளத்தன. சுற்றிச்சுற்றிப் பார்த்தான். பல இடங்களில் இரும்புக் கம்பிகள் நீண்டிருந்தன. தண்ணீர்த் தொட்டிகளைப் பொருத்தியிருந்தார்கள். நிறைய குழாய்கள் குறுக்கும் நெடுக்குமாய் ஓடிக்கொண்டிருந்தன. அவற்றையெல்லாம் தாண்டி நடந்தான் அவன். திடுமென அழுகை பீறிட ஒரு குழாயின் மேல் உட்கார்ந்தான். சூடு தாங்காமல் உடனே எழுந்து நின்று அழுகையைத் தொடர்ந்தான். அவனுக்கு அம்மாவின் ஞாபகம் வந்துவிட்டது. எல்லாருமே தன்னைப் புறக்கணிக்கிறார்கள் என்றும் அம்மா இருந்தால் இப்படியெல்லாம் ஆகாமல் பார்த்துக்கொள்வாள் என்றும் தோன்றியது. "அம்மா" என்று விரிந்த வானத்தைப் பார்த்துச் சிணுங்கினான். அவனுடைய சின்ன மார்பு கேவலில் தூக்கி வாரிப் போட்டது.

ரொம்ப நேரத்திற்குப் பிறகு அழுகையை நிறுத்திவிட்டு நிமிர்ந்து வானத்தை நோக்கிக் கை நீட்டினான். சிரித்தான்.

ஆண்டாள் ஆயா சொன்னதெல்லாம் பசுமையாய் ஞாபகத்திலிருந்தது.

"ஒங்கம்மா மானத்துலதா இருக்கா, நீ என்ன செய்யற, என்ன சாப்படற எல்லாத்தயும் அங்கேர்ந்து பாத்துக்கிட்டே இருப்பா. நீ இங்க சாப்பிட்டாத்தான் அவளும் அங்க சாப்புடுவா. இல்லன்னா அழுவா."

திரும்பத் திரும்ப அந்த வார்த்தைகள் அவன் செவிகளில் ஒலித்தன. அவன் மீண்டும் 'அம்மா… அம்மா' என்று கூவினான். வானத்திலிருந்து அம்மா ஏன் இறங்கி வரவில்லை என்று அவனுக்குச் சந்தேகமாக இருந்தது. மீண்டும் சத்தம் போட்டுக் கூவினான். கூவிக்கொண்டே இப்போது வானைத் தொடக் கைகளை நீட்டினான். எட்டவில்லை. அவன் இத்தனை நாட்களும் நம்பிக்கை வைத்திருந்த ஆயாவின் வார்த்தைகள் கூட நடக்கவில்லை என்றதும் அவன் மனம் துவண்டது. எல்லோருமே மோசக்காரர்கள் என்று கசப்புடன் நினைத்தான். அதே சமயம் அம்மாதான் வேண்டுமென்றே தன்னை அழ வைத்து வேடிக்கை பார்க்கிறாள் என்ற எண்ணமும் எழுந்தது. மீண்டும் கைகளை நீட்டி எம்பிக்குதித்து வானத்தைத் தொட முயற்சி செய்தான். அப்போதுதான் ஓடி வந்து தாண்டும் ஆபியம் ஆட்டம் ஞாபகம் வந்தது. ஓடி வந்து எகிறினால் அதிக உயரம் எகிறிக் குதிக்க முடியும் என்றும் தோன்றியது. நினைக்கும்போது உடம்பு சிலிர்த்தது. அம்மா. அவளைப் பார்த்ததுமே கட்டிப்பிடித்துக்கொண்டு தன் குறையையெல்லாம் சொல்ல வேண்டும் என்று முடிவு கட்டினான். அதே சமயம் படிகளில் திடுதிடுவென்ற சத்தம். ஓடி வரும் சத்தம். "குப்புசாமி… குப்புசாமி…" அக்குரல் அப்பாவுடையது என்று தோன்றியது. அப்பா வருவதற்குள் அம்மாவை பிடித்து இறக்கி வந்துவிட வேண்டும், அவரால் செய்ய முடியாத காரியத்தை நான்தான் செய்யப் போகிறேன் என்றபடி சந்தோஷத்தோடு மெல்ல மெல்ல வேகமெடுத்து விளிம்பின் பக்கம் ஓடி அம்மா என்று கூவியபடி வானத்தை நோக்கி எகிறினான்.

(இந்தியா டுடே – 1995)

வெளியேற்றம்

முதுகில் துணி மூட்டையோடு காலை இழுத்து இழுத்து கழுதை முன்னால் நடக்க பின்னாலேயே நடந்தான் பிச்சையா.

இந்த நொண்டிக் கழுதையாவது துணையாக இருப்பதால்தான் ஆற்றங்கரையிலிருந்து சுடுகாட்டு மேட்டுக்கும் சுடுகாட்டு மேட்டிலிருந்து வீட்டுக்கும் என்று துணிப் பொதிகளைச் சுமந்தபடி ஓடியாடி யாவது தொழில் செய்து ஊரில் பிழைப்பு நடத்த முடிந்தது. கழுதையே இல்லாவிட்டால் பிழைக்கிறது சிரமம். ஆஸ்துமாவும் பலவீனமும் சேர்ந்து ஒடுக்கு விழுந்த அலுமினியத்தட்டு மாதிரி ஆக்கி வைத்திருக்கிற உடம்பு வாட்டத்துக்கு குனிந்து துணிகளைக் கல்லில் அடிப்பதும் நீரில் அலசிப் பிழிவதுமே பெரிய விஷயம். துணியை முறுக்கிப் பிழியும்போதே மூச்சு திணறலாகி நின்றேவிட்டது போல அடைத்து மார்புக்கூடு வலித்து இம்சை கொடுத்துவிடும். இந்த லட்சணத்தில் ஈரத்துணிகளை மூட்டை கட்டித் தலைமேல் வைத்துக்கொண்டு உலர வைப்பதற்காக ஆற்றங்கரையில் இருந்து நாலுமைல் நடப்பது மகா இம்சையான விஷயம்.

இம்சை அனுபவித்தது எல்லாம் போதும் என்றுதான் சலிப்போடும் மனக்கஷ்டத்தோடும் குடும்பம் குடும்பமாக நிறைய பேர் மூட்டை முடிச்சு கட்டிக் கொண்டு புறப்பட்டபோது பிச்சையாவுக்கு அந்த தைரியம் வரவில்லை. மற்றவர்களுக்கெல்லாம் உடம்பில் தெம்பும் துணையாய் மனிதர்களும் இருந்தார்கள். எங்கே போனாலும் எப்படியாவது வாழ்க்கையை வாழ்ந்துவிட முடியும் என்கிற நம்பிக்கையும் இருந்தது. எந்த ஊர்க்குப் போனாலும்

ஒரு லாண்டரிக் கடையோ என்னமோ வைத்துக் காலத்தை ஓட்டிவிட முடியும். குறைந்த பட்சம் ஒரு தள்ளு வண்டியை வைத்துக்கொண்டாவது பத்துப்பதினைந்து தெரு அலைந்து துணிகள் இஸ்திரி போட்டு பொழுதைத் தள்ளிவிட முடியும். கடை வைக்கிற சாத்தியம் இல்லாவிட்டாலும்கூட ஊரில் இருக்கிற கடைகளில் சேர்ந்து துணி துவைக்கிற ஆளாகவாவது சேர்ந்து வயிற்றுப்பாட்டைப் பார்த்துவிட முடியும். இந்த தொழிலயே உதறிவிட்டுக்கூட பட்டணம் உண்டாக்கித் தருகிற வாய்ப்புகளுக்கு ஏற்ற மாதிரி வேறு வேறு விதமான உத்தியோகங்களுக்கு ஒட்டிக்கொண்டு பிழைக்கவாவது முடியும். எதிர்காலம் குறித்த அந்த மாதிரியான நம்பிக்கைகள் எதுவுமே இல்லாததால்தான் இன்னும் சொல்ப காலமே ஆயுசில் மிச்சமிருக்கிற பிச்சையாவுக்கு நாலாபக்கத்திலிருந்தும் இம்சைகளே பிடுங்கித் தின்ற போதிலும் ஊரை விட்டுப் போக மனசில்லை. வாதம் வந்து படுத்துக்கிடக்கிற மனைவியை வைத்துக்கொண்டு எந்தப் புது ஊர்க்குப் போனாலும் இம்சைதான்.

எல்லா இம்சைகளுக்கும் மூலகாரணம் ஊர் ஆட்கள்தான். மச்சு வீடு சாரங்கபாணியும் மணியம் செல்வராஜாவும்தான் முக்கிய காரணம். இரண்டு பேருக்குமே ஆற்றங்கரையில் சாகுபடி நிலங்கள் உண்டு. இரண்டு நிலங்களுக்கும் நடுவில் நாலைந்து ஏக்கர் காணுகிற மாதிரி இருக்கிற வெற்றிடம்தான் பரம்பரை பரம்பரையாய் உபயோகப்படுகிற சலவைத்துறை. பிச்சையாவுக்குக் கருத்துத் தெரிந்த காலத்தில் இருந்து அப்பா, தாத்தா காலம் தொட்டு துணிதுவைத்து உலரவைத்தது, மடித்தது எல்லாமே இந்த துறையில்தான். இந்தத் துறையை அபகரித்து ஆக்கிரமித்துக் கொள்ள மச்சு வீட்டுக்காரனும் மணியமும் செய்த சில்மிஷங்கள் கொஞ்ச நஞ்சமில்லை. ஒரு சாகுபடி முடிந்து அடுத்த சாகுபடிக்கு வரப்பு கழிக்கும்போது பத்துப் பதினைந்து அடி தள்ளித்தள்ளி வேலி கட்டுவதில் தொடங்கி, ராத்திரியோடு ராத்திரியாய் கரையில் இருக்கிற துணி துவைக்கிற கற்களை ஆற்றில் தள்ளிவிடுவது, துணிகள் உலர்கிற இடத்தில் மாடுகளை விரட்டி நாசப்படுத்துவது, நட்டு வைத்த கழிகளை உடைத்துப் போடுவது என்று தொடர்ச்சியாய் தொந்தரவுக்கு மேல் தொந்தரவுதான். கூடாரத்துக்குள் ஒட்டகம் புகுந்த மாதிரி கொஞ்சம் கொஞ்சமாய் ஆக்கிரமித்து ஆக்கிரமித்து கடைசியில் காலியிடமே தனக்குத்தான் சொந்தம் என்று சொல்லி சலவைக்காரர்களை விரட்டினார்கள். இரண்டு பேருமே ஒரே ஜாதி. ஊர்ப் பஞ்சாயத்து பிரசிடென்டும் அதே ஜாதி. ஜாதிக்கு ஜாதி உபகாரமாய் இருந்ததே தவிர சலவைக்காரர்கள் கோரிக்கைக்குக் காது கொடுக்கவில்லை.

வாயில்லாத ஜனங்கள் பதறி ஓடி எட்டுகிற மட்டும் டவுனுக்குப் போய் அதிகாரிகளைப் பார்த்தார்கள். அதிகாரிகள் வந்து ஆக்கிரமித்தவர்களை அதட்டுகிற மாதிரி அதட்டி, தவறான எல்லைக் கற்களைப் பிடுங்குகிற மாதிரி பிடுங்கிவிட்டுப் போனார்கள். வந்த அதிகாரிகள் எல்லாம் ஊர் எல்லையைத் தாண்டுவதற்குள் பிடுங்கப்பட்ட கற்களையெல்லாம் மீண்டும் நீட்டிக் கொண்டு பழையபடிக்கு வெறித்தாண்டவம் ஆடினார்கள் ஊர்க்காரர்கள். இதையெல்லாம் பார்த்துப்பார்த்துச் சலித்து வெறுத்துப் போய்த்தான் ஆதரவில்லாமல் ஊரைவிட்டு நகர்ந்து போனது சலவைக்காரக் குடும்பங்கள்.

கடைசியாய் ஊரைவிட்டுப் போன ரத்தினசாமி குடும்பத்தை ரயிலேற்றப் போனபோது நடந்த சம்பாஷணை இன்னும் கூட ஞாபகம் இருந்தது பிச்சையாவுக்கு.

'எப்ப பெரியப்பா முடிவு பண்ணப் போறீங்க?'

'எதுடா?'

'தெரியாதமாதிரி கேக்காதிங்க பெரியப்பா.'

'எதுடா சொல்ற?'

'இவ்ளோத்தம் நடந்த பின்னாலயும் இந்த ஊர்லேயே இருக்கப் போறன்னு ஒத்தக்கால்ல நிக்கறிங்களே, அதத்தான் கேக்கறன்?'

'பொறுமையா முடிவு செய்யலாம்டா.'

'நீங்க முடிவு செய்றதுக்குள்ள ரொம்ப தாமசமாயிடுமோன்னு பயமா இருக்குது பெரியப்பா.'

'செத்துருவன்னு நெனைக்கறியா?'

'ச்சச், உட்டன்னு சொல்லு பெரியப்பா. அவுங்களால ஒங்களுக்கு கெடுதல் எதுவும் வந்துரக் கூடாதுன்னுதா நெனைக்கறன்.'

'எனக்கும்தா இருக்கப் புடிக்கலை ரத்தனசாமி. ஆனா வேறுவழி இல்லடா. இந்த வயுசுல நா எந்த ஊரில் இருந்தாலும் ஒன்னுதான்டா. எப்படியோ நடக்கறது நடக்கட்டும், கடவுள் உட்ட வழி.'

ரயில் ஊதிச் சத்தமிட்டுப் புறப்பட்டுப் போக ஒற்றையாய் வீட்டுக்குத் திரும்பிய பிறகு ஒவ்வொரு நிமிஷத்திலும் வேலையின் சிரமம் தெரிந்தது பிச்சையாவுக்கு. உதவியாய் இருந்த ரத்தினசாமியின் இழப்பு எவ்வளவு கஷ்டமானது என்று புரிந்தது. அதைச் செய் இதைச் செய் என்று சொல்லி ஏவக்கூட ஆள்

இல்லாமல் எல்லா வேலையையும் ஒண்டியாய் செய்ய வேண்டி இருந்தது. ஊருக்குள் சென்று துணி எடுப்பது, குறிபோடுவது, வெள்ளாவி வைப்பது, துணிச்சோடா கரைப்பது, சாயம் தோய்ப்பது, வெள்ளாவிக்குள் துணிகளை மேலும் கீழும் கிளறிக் கொண்டே இருப்பது, மூட்டை கட்டுவது, துவைப்பது, பிழிவது, உலர்த்துவது என்று ஒவ்வொன்றையும் பார்த்துப்பார்த்துச் செய்ய வேண்டி இருந்தது. நகர்ந்து நகர்ந்து வந்து வெள்ளாவி எரிகிற அடுப்புக்குப் பக்கத்தில் வந்து உட்கார்ந்துகொண்டு கருப்பஞ்செத்தையை தீ பானையில் படுகிற மாதிரி தள்ளுவதும் போடுவதுமாய் பெண்டாட்டி செய்கிற ஒரே ஒரு உபகாரம் தவிர வேறு எல்லாவற்றையும் தானே சமாளிக்க வேண்டி இருந்தது. பலமற்ற உடம்பால் சமாளிப்பது சிரமமாய் இருந்தது. சமாளிக்கிற சக்தி குறைந்தபோது துணிகளைக் குறித்த நேரத்தில் வெளுப்பது இயலாததாகியது. நேரம் தப்பியபோது வாடிக்கைகள் தப்பின. ஏதோ அந்தக் காலத்துப் பரிச்சயம் என்பதால் பிழைத்துப் போகட்டும் என்கிற மாதிரி ஏழெட்டு வாடிக்கைகளே ஆதாரமாய் நின்றன. ஏழெட்டு கூட ஒன்றிரண்டு என்று குறைந்தது. துணிகள் எல்லாம் சுடுகாட்டுத் தரையில் உலரவைக்கப்படுகின்றன என்று அறிந்த போது இன்னும் சில வாடிக்கையாளர்களை அவன் இழந்தான். எப்படியோ கிடைக்கும் சின்ன வருமானத்தையே ஆதாரமாக்கித் தனியாளாய் தேர் இழுக்கிற மாதிரி வாழ்க்கையை இழுத்துக்கொண்டிருந்தான் பிச்சையா.

ஆஸ்பத்திரி முக்கைக் கடந்து நிமிர்ந்தது கழுதை.

ஆலமரத்தடியில் மாடு மேய்த்துக்கொண்டிருந்த சிறுவர்கள் கழுதையைப் பார்த்து ஆவேசத்தோடு உய்யென்று கத்தினார்கள். ஆலம்பழத்தையும், பட்டையையும் கழுதையைப் பார்த்து வீசினார்கள். ‘போங்கடா டேய்’ என்று சிறுவர்களைப் பார்த்து கையை வீசி அதட்டினான் பிச்சையா. அதட்டலுக்கு மறு அதட்டல் மாதிரி பிச்சையா போலவே தள்ளாடித் தள்ளாடி நடந்து ‘போங்கடா டேய்’ என்று தேய்ந்த குரலில் பாவனையோடு செய்து காட்டி குபீர் என்று சிரித்தார்கள் சிறுவர்கள். வெயிலில் நின்று இதற்கெல்லாம் மதித்துப் பதில் சொல்ல விரும்பாதவன் மாதிரி சுடுகிற மணலில் காலைப் பொத்தி நடந்தான் பிச்சையா.

சுடுகாட்டில் நிற்கிற ஒவ்வொரு தருணமும் ஆற்றங்கரையை நினைத்துப் பார்க்காமல் இருக்காது மனசு. ஆற்றங்கரையில் கரையை ஒட்டியே உலர்த்தும் இடம். நடக்கும் சிரமம் இல்லை. பிழியும் போதே கொஞ்சம் நடந்து உதறி உலர்த்தினால் கூட போதும் வெயிலிலும் வயல்களின் காற்றிலும் துணிகள் உலர்வது தெரியாமல் உலரும். உடம்பு அசதிக்கு தூங்குமுஞ்சி மரத்தடியில் உட்கார்ந்துகொள்ளவும் வசதியாய் இருக்கும்.

பெரிய ஜாதிக்காரர்களின் ஆக்கிரமிப்பில் எல்லாமே புகையாய்க் கரைந்துவிட்டது. கஷ்டகாலத்தில் சுடுகாடாவது இருந்து புண்ணியம் கட்டிக்கொண்டது. நடக்கிற சிரமம் ஒருபக்கம் என்றாலும் நிற்க நிழலான இடமில்லை சுடுகாட்டில். தோலைக் கருக்குகிற மாதிரி சுள்ளென்று எரிக்கிற வெயிலில் நாலைந்து மணி நேரம் நிற்க தள்ளாமை இடம் தரவில்லை. வனாந்தரமான இடத்தில் ஒற்றையாய் நிற்பது நெஞ்சில் சின்னதாய் பயத்தைப் பரப்பும். ஒரு மூலையில் துணி உலர்த்திக்கொண்டிருக்கும்போதே அடுத்த மூலையில் பிணங்கள் எரிவதும் நெருப்பும் புகையும் ஆகாயத்தை தாவிப் பிடிக்கிற மாதிரி அலைவதும் கொஞ்சம் திணறலாய்த்தான் இருந்தது, இந்தத் திணறலே ஊர்க்காரர்களுக்கு குமட்டலாய் இருந்தது. 'பொணங்களுக்குப் பக்கத்லயா காயவய்க்கற' என்று தயங்க வைத்தது. இப்ப வேணாம்பா அப்றம் பாக்கலாம் என்று துணி எடுக்கப் போகிறபோது ஒதுங்க வைத்தது. தட்டிக்கழிக்க என்னென்னமோ காரணம் சொல்ல வைத்தது.

ஆற்றங்கரை நிலம் பறிபோனபோது பதறிப்பதறி இதே ஜனங்களிடம் வீடுவீடாய்ச் சென்று எத்தனையோ தரம் முறையீடு செய்யப்பட்டது. எல்லாருமே ஜாதிக்காரர்களின் வாயில் அகப்பட அச்சப்பட்டுக்கொண்டு, சொன்னதையெல்லாம் பதில் பேசாமல் ஆளைப் பார்த்து சின்னதாய் புன்னகை பூத்த முகத்துடன் கேட்டபடி உட்கார்ந்திருந்தார்கள். அவர்கள் கேட்ட பொறுமையைப் பார்த்தபோது இந்த நிமிஷமே எழுந்து போய் நீதி கேட்டுவிடுகிற மாதிரிதான் தோன்றியது. அப்புறம் எந்த அரட்டலும் அதிகாரமும் மனசுக்குள் ஓடியதோ, சற்று மூச்சு ஒடுங்கி 'போனாப் போவுது உடுங்கப்பா' என்றார்கள். 'பணம் காசி இருக்கறவன் பத்தும் செய்வான் உட்டுத்தள்ளுங்கய்யா' என்றார்கள். 'இதுல நாங்க ஒன்றும் செய்றதுக்கில்ல. ஒங்க பிரச்சனையை நீங்கதா தீத்துக்கணும்' என்று கை விரித்தார்கள். 'அட வெயில் இருக்கற எடமா பாத்து காய வச்சிக்கங்களாம்பா. இதுக்குப் போயி இவ்ளோ தூரத்துக்கு அலட்டிக்கறிங்க' என்று சமாதானம் சொன்னார்கள். அப்பேர்ப்பட்ட ஜனங்களே சுடுகாட்டில் உலரவைத்துத் துணிகளைத் திருப்பித் தரும்போது அருவருப்பானார்கள். 'நல்ல எடம் பாத்த போ' என்று நிந்தித்தார்கள். துணி எடுக்க அடுத்த தரம் போனபோது தவிர்த்தார்கள். அபபோதெல்லாம் அடக்கிக்கொண்டும் தலையைக் குனிந்துகொண்டும்தான் திரும்ப வேண்டியதாய் இருந்தது.

ரயில்வே ஸ்டேஷனைக் கடந்து நடக்கும்போது ஆட்டுக்காரக் கிழவன் கூப்பிட்டான்.

‘இன்னா பிச்சையா, சுடுகாட்டுக்குக் கௌம்பிட்டியா?’

‘ம்.’

‘தெனம் சுடுகாட்டுக்குப் போய் திரும்பி வர ஆளுன்னு சொன்னா நீ ஒரத்தன்தாய்யா. அதிர்ஷ்டசாலிதான் போ.’

‘இன்னா ராஜப்பா. ஒனக்கும் கூட கிண்டலா இருக்குதா என்னப் பாத்தா?’

‘சிச்சி. சும்மா வெளையாட்டுக்குச் சொன்னம்பா. கோச்சிக்காத. இப்டி ஒக்காரு.’

‘வெயில் ஏறுது ராஜப்பா. போவணும். இன்னா விஷயம் சொல்லு.’

‘ஆடு ஒன்னு வாரத்துக்கு இருக்குது. கூப்டுக்னும் போறியா...’

‘நீ ஒன்னு ராஜப்பா. மனுஷன் பாடே திண்டாட்டமா இருக்குது. இதுல ஆட்ட வேற வச்சிக்னு கஷ்டப்படச் சொல்றீயா . . .’

‘கட்டிப் போட்டா தானா வளருது. நீ இன்னா தலைலயா சொமக்கப் போற.’

‘சொல்றது சுலபம் ராஜப்பா. செய்யறது ரொம்ப கஷ்டம். வேணாம். இப்பவேதா எறும்பு நசுக்கற மாதிரி நசுக்கிட்டானுங்க என்ன. ஒன் ஆட்டு வளத்தன்னு வையி நெலத்த சொன்னமாதிரி ஆடு கூட என்னிதுதான்னு புடுங்க வந்திருவானுங்க . . .’

‘ரொம்ப நொந்து பேசற பிச்சையா.’

‘வயத்தெரிச்சல் ராஜப்பா வயத்தெரிச்சல், எங்க ஆளுங்கள்ள பொண்ணுங்க யாரும் ஊட்டமா இல்ல. இருந்தா அதுக்குக்கூட என் பொண்டாட்டி இவள்னு உரிமையா இழுத்திருப்பானுங்க ...’

‘ஒன்னயும் வெளியேத்திட்டுத்தா மறுவேலன்னு அலயறாணுவங்களாமே கேட்டியா பிச்சையா . . .’

‘அவனுங்க வெளியேத்தறானுங்களோ இல்ல பசியும் வியாதியும் சேர்ந்து இந்த ஒலகத்தவிட்டே வெளியேத்துதோ, பாப்பம் பாப்பம் . . .’

வார்த்தைகளில் பொதிருந்த வலியை உணர்ந்தவனாய் கோலை வீசிவிட்டு பதற்றத்துடன் ஆட்டுக்காரக்கிழவன் எழுந்து நின்று பார்க்கும்போதே மேலும் பேச எதுவும் இல்லாதவனாக கழுதையை ஓட்டிக்கொண்டு நடக்க ஆரம்பித்தான் பிச்சையா.

(*தாய்* – 1988)

வண்டி

ஓரமாய் வண்டியை நிறுத்திவிட்டு இறங்கிய கிழவனை சுற்றி இருந்த டெம்போக்காரர்கள் விநோதமாய்ப் பார்த்தார்கள். கிழவனையும், குதிரை வண்டியையும் வளைத்துக்கொண்டு அவர்கள் கேட்ட கேள்விகள் கலவரமூட்டுவதாய் இருந்தன. வாய் தவறி ஏதாவது தப்பாய்ச் சொல்லிவிடுவோமோ என்று பயந்துபயந்து கவனமுடன் பதில்கள் சொன்னான்.

கிழவனுக்கு உடம்பு நடுங்கியது. ஜில்லென்று முகத்தில் தண்ணீர் தெளித்த மாதிரி சமுத்திரக் காற்று வீசியது. குளிர் தாங்க முடியவில்லை. டெம்போக்காரர்களின் விஷமமான கேள்விகளையும் தாங்க இயலவில்லை. இவர்கள் இன்னும் என்னென்ன கேட்டுவைப்பார்களோ என்று கவலையாய் இருந்தது, 'இந்த புச்சேரில ஒனக்கு சவாரி புடிக்க எடந்தானா இல்ல? காலங்காத்தால இங்க வந்து நின்னுட்ட?' என்று ஒரு கேள்வி. 'ம்யூசியத்லேந்து வண்டிய தள்ளியாந்துட்டியா தாத்தா?' என்று ஒரு கிண்டல். 'நீ ஒக்காந்து ஓட்டனாவே குதிர கவுந்துரும்பலக்குது. இதுல சவாரி ஏறுனா தாங்குமா?' என ஒரு எக்காளம். 'ஆஸ்பத்திரி பின்னால போய் நில்லு தாத்தா. பொணம் ஏதாச்சும் வரும். ஏத்திக்னும் போ. அதான் ஒன் வண்டிக்கு லாயக்கு' என்று ஒரு சிரிப்பு. போகிற இடங்களில் எல்லாம் கிழவனுக்கும் இது பழகித்தான் இருந்தது. வழக்கம்போல எல்லாப் பேச்சையும் காதில் வாங்கிக்கொண்டு பதில் சொல்லாமல் இருந்தான்.

வண்டிகளை நோக்கி மீன் வியாபாரிகள் கைதட்டிக் கூப்பிட்டுக்கொண்டு நெருங்கவும் பேச்சு நின்றது. நிம்மதியாய் மூச்சு வாங்கினான் கிழவன். முன்னால் நின்ற வண்டிகள் எல்லாம் போகட்டும் என்று வேட்டியை இறக்கிவிட்டு நின்று கொண்டான். பச்சைப்புல்லுக்குப் பரபரத்து முகத்தைச் சிலுப்புகிற குதிரையைப் பார்க்க பாவமாய் இருந்தது.

ஒவ்வொரு டெம்போவாய் நகர்ந்துகொண்டிருந்தது. கரையில் இருந்து மீன் கூடைகளைச் சுமந்து வந்த கூலிக்காரர்கள் மீனுக்குச் சொந்தக்காரர்கள் பின்னால் நின்றபடி எந்த டெம்போவில் போடுவது என்று புரியாமல் தவித்தபடி இருந்தார்கள். கூடையிலிருந்து வழிந்த தண்ணீர் கழுத்து வழியாக உடம்பு முழுக்க இறங்கிக் கொண்டிருந்தது. கூடைச் சந்தில் மீன்களின் உடம்பு காலை வெளிச்சத்தில் பளிச்சிட்டது. டெம்போ வாடகை படிந்ததும் கூடையை இறக்கித் தள்ளிவிட்டு அடுத்த கூடையை எடுக்க ஓடினார்கள்.

குதிரையைத் தள்ளி இன்னும் சற்று முன்பக்கமாக வண்டியை நகர்த்திவிட்டு நின்றான் கிழவன். சாட்டைக் கோலை எடுத்து கையில் வைத்துக்கொண்டான். சாட்டைக் கயிற்றை கோலில் சுற்றுவதும் விடுப்பதுமாய் இருந்தான். முந்தைய இரவின் பட்டினி மிகவும் சோர்வைத் தந்தது. வயிறு முறுக்கிப் பிசைந்துகொண்டது. பலவீனத்தால் முகத்தில் வேர்வை அரும்பியது. சாட்டையை ஒரு கையால் பிடித்தபடி இன்னொரு கையால் வேட்டியை உயர்த்தி முகத்தைத் துடைத்துக் கொண்டான், இன்னும் இரண்டு டெம்போக்களும் கிழவனும் மட்டுமே இருந்தார்கள். எப்படியும் தனக்கு ஒரு சவாரியாவது கிட்டுமென்ற நம்பிக்கை ஏற்பட்டதும் வயிற்றுக்குள் ஈரம் சுரந்தது.

'நெல்தோப்புக்கு எவ்ளோ கேக்ற?' என்று மீன்கார அம்மாள் ஒருத்தி இரண்டு டெம்போ தள்ளிக் கேட்டுக் கொண்டிருந்தாள். அவன் ஒரு தொகை சொல்லிவிட்டு அதிலிருந்து இறங்காமல் விவாதித்தான். அவனது சத்தமும் சாமர்த்தியமும் கொஞ்சமும் பலிக்கவில்லை. அவனிடம் பேசி அலுத்தவள்போல அடுத்த வண்டிக்காரனிடம் கேட்டாள். அவனும் முதல் ஆள்போலவே சொல்லிவிட்டு நின்றான். இப்போது அவளுக்கு ஆத்திரம் வந்துவிட்டது. "சுத்த அநியாயம்யா, சவாரி புடிக்க வந்திங்களா கொள்ள அடிக்க வந்திங்களா . . ?" என்று எரிச்சலோடு ஏதேதோ பேசினாள். சட்டென்று திரும்பிக் கிழவனிடம் வந்தாள்.

'நீ எவ்ளோ கேக்கறய்யா ?'

கிழவன் பதில் சொல்லவில்லை. அவள் மீண்டும் கேட்டாள். கிழவனுக்கு இன்னும் தடுமாற்றமாய் இருந்தது. ஒரு வினாடி வண்டிக்காரர்களைத் திரும்பிப் பார்த்தான். அவர்கள் இவனையே முறைத்தபடி இருந்தார்கள். இதற்குள் பதில் கிடைக்காததால் அந்த அம்மாளுக்குக் கோபம் வந்துவிட்டது.

'யோவ், சவாரிக்கு வரியா இல்லயா?'

'ம்மா.'

'பின்ன எவ்ளோ ஒணும்ன்னு கேக்கறன்ல. பதில் சொல்லு.'

'ஒனக்கு தெரியாததாம்மா? நீயே பாத்து போட்டுக் குடு.'

'அந்த பஜனயெல்லாம் ஒன்னும் வேணாம். கட்டன் ரைட்டா இவ்ளோத்தாம்ன்னு சொல்லு.'

'பத்து ரூபா குடு.'

அந்த அம்மாளுக்கு முகம் திருப்தியாயிற்று. பின்னால் கூடைகள் வைத்திருந்த கூலிக்காரர்களிடம் இறக்கச் சொல்லி சமிக்ஞை செய்தாள். கிழவன் சட்டென கூடைகளை நிரப்பி வைக்க உள்பக்கம் சரிப்படுத்தினான். இரண்டு கூடைகளை இறக்கி விட்டு அடுத்த நடைக்கு ஓடினார்கள் அவர்கள்.

வண்டிக்காரர்கள் முகத்தில் ஆத்திரம் பரவுவதைப் பார்த்ததும் கிழவனுக்குப் பயம் உண்டானது. சீக்கிரம் அங்கிருந்து நகர்ந்து விடவேண்டும் என நினைத்தான். பயத்தைக் காட்டிக் கொள்ளாமல் இருக்கச் சிரமப்பட்டான். அப்போது குதிரை கனைத்து ஓரடி முன்வைத்தது. கிழவன் நகர்ந்து குதிரையின் கழுத்தைப் பிடித்துக்கொண்டான். நாக்கை மடித்து ஒரு விதமான ஒலியெழுப்பி குதிரையைச் சாந்தப்படுத்தினான். அவனது பாஷை புரிந்துவிட்ட மாதிரி அமைதியாகி அவன் தடவித்தர தடவித்தர தலையைச் சாய்த்துக் காட்டிக்கொண்டிருந்தது குதிரை. மிச்ச கூடைகளும் ஏற்றப்பட்டதும் அந்த அம்மாளை ஏறிக்கொள்ளச் சொன்னான் கிழவன். பின்புறமிருந்த இரும்புத் தட்டில் கால்வைத்து ஏறினாள் அவள். வேட்டியை மடித்து இறுக்கிக்கொண்டு எகிறி முன்பக்கம் உட்கார்ந்தான் கிழவன். அந்த அம்மாளைப் பார்த்து 'இன்னம் உள்ளார வந்துடு. பாரமடிக்குது' என்றான். குதிரையைக் காலால் சீண்டி வண்டியைக் கிளப்பினான். சமுத்திரக் கரையைத் தாண்டியதும்தான் நிம்மதியானது.

'கொஞ்சம் அடிச்சி ஓட்டு தாத்தா, வேகமா போவட்டும்' என்றாள் அந்த அம்மாள். 'தோ ஆச்சிம்மா அஞ்சி நிமிஷத்ல நெல் தோப்புதா' என்று அவளைப் பார்த்து அசட்டுச் சிரிப்பு

சிரித்தான் அவன். பேச்சின் திசையை மாற்ற வேண்டுமென நினைத்தான்.

'ஒரே நீர்சுதும்பா இருக்குது. வேற மீனு கெடைக்கலியா?'

'அழல கெழங்கான்கூட இருக்குது.'

'எறால்லாம் வராதா?'

'இப்ப வராது அதெல்லாம். இன்னம் பத்து பதினஞ்சி நாளாவும்.'

'திரும்பியும் வருவியா நீ?'

'இத எடுக்கவே மொதல் வச்சு ஒன்னப்புடி என்னப்புடின்னு இருக்குது. இதுல இன்னோர் நட மீனுன்னா என் தாலியத்தா விக்கனும்.'

பொழுது விடிந்துவிட்டது. அங்கங்கே பாதை ஓரங்களில் இருந்த டீக்கடைகளில் பாய்லர் கொதிக்கிற ஸ்டவ் சத்தம் சீராகக் கேட்டது. ஸ்வீட் ஸ்டால்முன் விசிறியடிக்கப்பட்ட காரத் துணுக்குகளைக் காக்கைகள் மொய்த்தன. ஒரு டீ குடித்தால் நேரும் இதத்தை கற்பனை செய்துகொண்டான் கிழவன்.

'பொண்ணு ஊர்வலமா போறம். அடிச்சி ஓட்டு தாத்தா.'

'தோ ஆச்சிம்மா.'

கையில் சாட்டை இருந்ததே தவிர அடிக்க பயமாய் இருந்தது, கிழவனுக்கு. அடிவாங்கியதும் துள்ளி ஓடுகிற வயது தாண்டிவிட்டது அதற்கு. கட்டுகட்டாய் பச்சைப்புல் தின்ற காலம் அது. கைப்பிடி புல்லுக்கே தாளம் போட வேண்டிருந்தது இப்போது. நாலைந்து வீடுகளில் கிழவி கேட்டு வாங்கி வைத்து ஊற்றிய கழனித் தண்ணியை மாத்திரம்தான் இரவில் குடித்திருந்தது. அடிக்காமலேயே ஆனமட்டுக்கும் வாய் ஒலிகளால் அதட்டி அதட்டி ஓட்டினான்.

'சவாரிக்குப் புச்சா வரியா நீ?'

'இல்ல இல்ல. ரொம்ப வருஷமா இங்கதா ஓட்டறன்.'

'மீன் கவிச்ச வண்டில எறங்கிடுமே. அப்பறம் யாருயா ஒன் வண்டில ஏறுவா?'

'ஏறவங்க ஏறட்டும். ஏறப்புடிக்காதவங்கள கைய புடிச்சா ஏத்திக்க முடியும்.'

'அது சரி.'

கிழவன் திரும்பி அந்த அம்மாளை ஒருமுறை பார்த்தான்.

'நேத்திக்கு பாரு. பஸ் ஸ்டான்ட்ல நின்னு நின்னு சீன்னு போச்சி. ஒரு டீ குடிக்கற காசிக்குக் கூட சவாரி இல்லன்னா பார்த்துக்கோ. வர்ரவனுங்களுக்கெல்லாம் கால்ல சுடத்தண்ணி ஊத்திக்கின மாரி ஒரு அவசரம். சர்புர்னு போவணும்னு ஆட்டோவ புடி டெம்போவ புடின்னுதா ஓடறானுங்க. யாரு இந்த காலத்துல குதிரவண்டிய மதிக்கறா சொல்லு? நேத்து பூரா சவாரியே இல்ல. ராத்திரி ஒக்காந்து ஓசிச்சிட்டுதா சரி மீனுக்கு போவலாம்ன்னு வந்தன்.'

'தெனமும் ஒனக்கு சவாரி கெடைக்காதா?'

'கெடைச்சாதா உண்டு. இல்லன்னா அம்போதா.'

'அதான் பத்து ரூபாய்க்கி வந்துட்டியா?'

'வவுத்துக்கு இல்லாத கொடுமதா பத்து ரூபாய்ன்னன். அவுங்களமாரி நானும் வீம்பா நின்னா இன்னிக்கும் ஈரத்துணிய நனச்சி போட்டுக்க வேண்டியதுதா.'

'அவுங்கள்லாம் கோச்சிக்க மாட்டாங்களா?'

'ஆயிரக்கணக்குல வண்டிக்கு செலவு பண்ணிட்டு ஒக்காந்திருக்கமே, நம்ம சவாரிய தட்டிக்னு போறேன்னுதா அவுங்களுக்கு ஆத்திரம். அடுத்த வேள சோத்துக்கு ஏதாச்சிம் கெடைச்சா சரின்னு எனக்கு ஆத்தரம். யார் கோபம் யார இன்னா பண்ணும் தாயி? அடுத்த தபா பாத்தா நாலு வார்த்த சொல்வானுங்க, அதான் . . .'

கிழவன் மனசுடைந்து போகிறான் என்று தோன்றியதும் மேற்கொண்டு கேள்வி கேட்காமல் உட்கார்ந்து வேடிக்கை பார்த்தாள். அப்போது கிழவனே ஆரம்பித்தான்.

'அந்த காலத்ல ஓதியஞ்சாலைல பாக்கணும். சும்மா ராஜாமாரி சிலுப்பிக்னு நிக்கும் இந்தக் குதிர. இப்பிடி ஜாட்டிய கொடுக்கனா போதும் மின்னல்மாரி பறக்கும். ஒரே நாள்ள பத்து பாஞ்சி சவாரிகூட கெடைக்கும். ஓதியஞ்சாலைல ஏறுனா முத்தியால்பேட்டைல எறக்குவன். ஒரு ரூபா குடுப்பாங்க. படி அரிசி என்னா வெலைன்னு தெரிமா? பத்தணா பன்ரெண்டணாதா. ஐயா பிரியாணி அரிசியாதா பாத்து வாங்கறது. கூட எறாப்புட்டு. என்னா சொகமா தொண்டைல எறங்கும் தெரிமா? எம் பொண்டாட்டி கை பக்குவம் அப்பிடி. அவளுக்கும் கொஞ்சமா செலவு பண்ணன்? அவ ஆசைப்பட்ட எல்லாமே அடுத்த நிமிடத்துல அவ கைல இருக்கும் . . .'

‘அவ்ளோ பணம் கெடைக்குமா?’

‘ம், குதிரைக்கு கொள்ளு இன்னா, புல்லு இன்னா?’ அப்பிடி ஒரு செய்நேர்த்தி அந்தக் காலத்ல. இப்ப குடுக்கறதெல்லாம் தீனியில சேத்தியே இல்ல. அப்ப துன்ன பலத்துலதா இன்னம் ஓடுதுன்னு வச்சிக்கயேன் . . ?

‘அதுசரி . . .’

வண்டி அண்ணா சிலையைத் தாண்டி நியுடோன் டாக்கீஸ் நெருங்கிக்கொண்டிருந்தது. வண்டி வேகம் வெகுவாய்க் குறைந்துவிட்டது. முன்னால் நடந்துகொண்டிருந்த ஜனங்கள் வேகமாய்த் தாண்டிவிட்டுப் பின்னால் வண்டியையும் கிழவனையும் பார்த்து சிரித்தார்கள். கிழவனுக்கு அவமானமாய் இருந்தது. முதுகிலேயே இரண்டு தட்டு தட்டி அதட்டினான் கிழவன். சத்தத்துக்கு அடிபணிந்த மாதிரி குதிரை வேகமாய் நாலு எட்டு வைத்தது. ஆசுவாசமாய் மூச்சு வாங்கிக்கொண்டு கிழவன் நிமிர்ந்து உட்கார்ந்ததும் குதிரையின் நடை மெல்லத் தளர்ந்தது.

கிழவன் குதிரையை மெல்ல அதட்டினான். இந்த முறை சாட்டை நுனியை மெதுவாய் உபயோகித்தான். அதையும் கண்டுகொள்ளாத மாதிரி குதிரை மெல்ல நடந்தது.

‘இன்னா தாத்தா நடுரோட்ல கழுத்தறுக்குது?’

‘தோ போய்டும்மா. ராத்திரி வவுத்துக்கு ஒன்னுமில்லியா. அதான் சொணங்குது போல.’

‘நீதா தோதோன்னு சொல்ற. அது நவுந்த பாட்டக் காணம். நியுடோன் டாக்கீஸ்க்கே இம்மா நேரமாய்டுச்சி. இது போற போக்க பாத்தா மத்யானம்தா போவும்போல . . .’

‘தோ . . . ஆச்சிம்மா.’

‘கூட அஞ்சி ரூபா போனா போவுதுன்னு அவனுங்க வண்டிலியே போய்ருக்கலாம்போல. நல்லா மாட்டிக்னு முழிக்கறன். கால யேபாரமே போச்சி ஒன்னால . . .’

கிழவன் இதற்குப் பதில் சொல்லவில்லை. சட்டென்று கீழே இறங்கி குதிரையின் கழுத்தில் கையைக் கொடுத்து தட்டினான். சிறு ஓட்டமாய் குதிரை ஓடியது. வண்டியில் ஏறாமல் கூடவே கிழவனும் ஓடினான். சாலையின் இரண்டு பக்கங்களிலும் போன ஆண்கள் திரும்பிப் பார்த்தார்கள். எந்த நிமிஷத்திலும் நிதானம் இழக்காமல் பொறுமையாயிருந்தான் கிழவன்.

கொஞ்ச தூரம் சென்றதும் குதிரை மீண்டும் நின்றது. கிழவன் அதன் பிடறியையும், முதுகையும் மாறி மாறி அசைத்துப் பார்த்தான். இம்முறை அவன் முயற்சிகள் எதுவும் பலிக்கவில்லை. மூச்சு வாங்கியபடி நின்றிருந்தது குதிரை. பின் கம்பியை விலக்கிக்கொண்டு அந்த அம்மாள் நொந்துகொண்டே இறங்கினாள்.

"ஒரு அவசரத்துக்கு இந்த மாதிரி செய்யுதே ஒன் குதிர. புத்தியில்லாம வந்து மாட்டிக்னனே . . ."

குதிரை இதற்குள் ஆசுவாசப்படுத்திக்கொண்ட மாதிரி மெல்ல ஓடியது. கிழவனும் கூடவே ஓட ஆரம்பித்தான். ஓடிக்கொண்டே 'ஏறிக்கோ ஏறிக்கோ' என்று அந்த அம்மாளை பார்த்துச் சொன்னான். 'நா ஏறிக்றது இருக்கட்டும். மொதல்ல நெல்தோப்பு சேர்ற வழியப்பாரு' என்று சொன்னபடி பின் தொடர்ந்தாள் அவள். நிதானமாய் ஊர்ந்துகொண்டிருந்த பஸ்களில் இருந்து பிரயாணிகள் ஜன்னல் வழியாய் இவர்களைப் பார்த்தார்கள். அவர்கள் முகங்களில் அப்பட்டமாய் பரிகாசம் தெரிந்தது.

கொஞ்ச தூரம் ஓடி நின்றுவிட்டது குதிரை. என்னென்னமோ செய்து பார்த்தும் கிளம்பியபாடில்லை. கிழவனுக்கு ஆத்திரம் வந்தது. குதிரையை அடிப்பதை தன்னையே அடித்துக் கொள்வதுபோல நினைத்துக்கொண்டான். வருத்தமாய் இருந்தது.

மீன்கார அம்மாளுக்குக் கோபம் தலைக்கு மேல் ஏறியிருந்தது. திட்ட ஆரம்பித்தாள். வேறு ஏதாச்சும் வண்டி அமர்த்தி மீன் கூடைகளை அனுப்பிவிடலாமா என்று யோசித்தான் கிழவன். பாதி தூரத்துக்குமேல் வந்து சவாரியை இழக்கவும் மனசில்லை. ஒவ்வொரு கூடையாய்த் தலையில் சுமந்துகொண்டு போய் இறக்கிவிட்டு வரலாமா என்றும் யோசித்தான். இதற்கே இத்தனை நாழியாகிவிட்டது என கூச்சல் போடுபவள் நாலு கூடைகளையும் தனித்தனியாய் சுமந்துகொண்டு போக ஆகும் கால விரயத்தைச் சகித்துக் கொள்வாளோ என்று சந்தேகமாய் இருந்தது. உடல் துவண்டு தவிக்கும் குதிரையைப் பார்க்கும்போது வருத்தமும் பெருகியது.

திடுமென ஒரு முடிவுக்கு வந்து வண்டியை ஒரு கம்பத்தில் முட்டுக் கொடுத்துவிட்டு நுகத்திலிருந்து குதிரையை விடுவித்தான். விடுதலை உணர்வோடு குதிரை இந்தப் பக்கமும் அந்தப் பக்கமும் தலையை அசைத்துக்கொண்டது. விபரீதமாய் உணர்ந்தவள்போல 'என்ன செய்ற தாத்தா' என்று பதட்டப்பட்டாள் மீன்கார அம்மாள்.

“ஒனக்கு நேரமாய்டுச்சி. குதிரையும் சண்டி புடிக்குது. எதுக்கு வம்பு? நானே இழுத்தாறன் நெல்லித்தோப்பு வரிக்கும்.”

‘முடியுமா தாத்தா ஒன்னால?’

‘நெல்லித்தோப்புல சேக்கறது எம் பொறுப்பு. நீ ஏறி ஒக்காரு.’

‘வேணாம் உடு தாத்தா. நா வேற வண்டிய பாக்கறன். ஒனக்கு ஆனத குடுத்துடறன்.’

‘அதெல்லாம் வேணாம்மா. பத்ரமா நா சேக்கறன். ஒக்காரு.’

‘ஒக்கார்ரதெல்லாம் வேணாம். மொதல்ல போய் சேரு.’

குதிரையை கம்பத்தில் கட்டிவிட்டு வண்டியை இழுத்தபடி நடந்தான் கிழவன். பின்னால் கம்பியைப் பிடித்தபடி நடந்தாள் அந்த அம்மாள்.

போக்குவரத்து அதிகமாகிவிட்டிருந்தது. ஆண்கள் குறுக்கும் நெடுக்குமாய் ஓடிக்கொண்டிருந்தார்கள். மார்பெலும்பு வலித்தது கிழவனுக்கும். எந்த நிமிஷமும் விழுந்துவிடுவோமோ என்றிருந்தது. எல்லா வேதனைகளையும் சகித்துக்கொண்டு ஓடினான். வயிற்றுப் பசி இப்போது அதிகரித்து கவ்வுவதைத் தடுக்க முடியவில்லை.

நெல்லித்தோப்பு மார்க்கெட் வந்ததும் வண்டியைப் பாலத்துக்கு அண்டக்கொடுத்துவிட்டுக் கூடைகளை இறக்கினான். கடை அடையாளம் சொல்ல அந்த அம்மாள் முன்னால் நடந்தாள். நாலு கூடைகளையும் இறக்கி எடுத்துக்கொண்டுபோய் வைத்ததும் அந்த அம்மாள் பத்து ரூபாய் கொடுத்தாள். கும்பிட்டுவிட்டுக் கிழவன் மார்க்கட்டை விட்டு வெளியே வந்தான். மூச்சு வாங்கியது. பாலத்துக் கட்டையில் சிறிதுநேரம் உட்கார்ந்து இளைப்பாறினான். வேட்டியை மடித்துத் தூக்கி முகத்தை அழுந்தத் துடைத்தான். வண்டிச்சக்கரத்தையும் பாதையும் மாறி மாறிக் கொஞ்சநேரம் பார்த்துக்கொண்டிருந்தான்.

மார்க்கட்டை ஒட்டி ஒரு சின்ன ஓட்டல் இருந்தது. வெளியே போட்டிருந்த பெஞ்ச்சில் போய் உட்கார்ந்தான். முதலில் டீ மட்டும் குடிக்கலாம் என்றிருந்தது. அப்புறம் மனசை மாற்றிக் கொண்டு நாலு இட்லிகள் சாப்பிட்டான். வயிறு நனைந்ததும் கண்ணில் வெளிச்சம் ஏறியது. தோளில் ஒரு புதுத்தெம்பு சேர்ந்தது. பத்து ரூபாய் கொடுத்து மீதிச் சில்லறையுடன் வந்து இன்னொரு பெட்டிக்கடையில் பீடிக் கட்டும். வத்திப் பெட்டியும் வாங்கினான். உட்கார்ந்து மெல்ல ஒரு பீடியைப் பற்றவைத்து இழுத்தான். ஏதேதோ எண்ணங்கள் மனசில் புகை மாதிரி கிளம்பி கலைந்தன.

வெற்று வண்டியை இழுத்துக்கொண்டு திரும்பி நடந்தான். சாலைகள் குண்டும் குழியுமாய் இருந்தது. ஒரு நடை சிரமம் பார்க்காமல் வீட்டுக்குப்போய் கிழவியிடம் ஐந்து ரூபாய் தந்துவிட்டு வரவேண்டும் என நினைத்தான். மிச்சக் காசில் போகும்போதே கிடைத்த வரைக்கும் புல்கட்டு ஒன்று வாங்கிக்கொண்டு போய், போன கையோடு வீட்டில் குதிரைக்குத் தர வேண்டும் என்றும் கணக்குப் போட்டான். வெறும் கழனித்தண்ணியையே குடித்த குதிரைக்கு இன்று புல்லைக் கண்டதும் உண்டாகப் போகும் அவசரத்தையும் ஆவலையும் நினைத்ததும் சிரிப்பு வந்தது.

குதிரையைக் கட்டிய கம்பம் நெருங்கியது. கம்பத்தைச் சுற்றி இருந்த கும்பலைக் கண்டதும் எரிச்சலானது. கிண்டலும், சில்மிஷமும் வரவர எல்லைமீறிப் போவதையும், தடுக்க இயலாத அளவுக்கு தனது இயலாமை கூடிப் போவதையும் நினைத்து வெறுப்புக் கொண்டான். வண்டியைப் பக்கத்தில் நிறுத்திவிட்டு 'நவுறு நவுறு' என்று கும்பலைப் பிளந்தபடி இடமும் வலமும் ஆள்களைத் தள்ளிக்கொண்டு முன்னேறியவன் குதிரை கிடந்த கிடப்பைப் பார்த்ததும் அதிர்ச்சியடைந்தான்.

'நீதா வண்டிக்காரனா?'

கும்பலில் யாரோ கேட்டார்கள். 'ஆமா' என்று தலையசைத்தான் கிழவன்.

'நீ மட்டும் தீனி துன்னா போதுமா? அதுக்கு எதுவும் தரமாட்டியா? ஒனக்கெல்லாம் எதுக்கு வண்டி? நீ பாட்டுக்கு கம்பத்துல கட்டிட்டு பூட்ட. கால ஒதச்கிக்னு அது துடிக்கறத பாத்து பாவமாய்டுச்சி. தண்ணியாச்சிம் குடுக்கலாம்ன்னு வாசல்லேந்து வாங்கி வர்றதுக்குள்ள வாய்ல நொர தள்ளி வெறச்சிகிச்சி.'

தரையில் கையை ஊன்றி உட்கார்ந்த கிழவன் குலுங்கி அழ ஆரம்பித்தான்.

(*மன ஓசை* — 1991)

தர்மம்

ஆடுபுலி கட்டங்களுக்குப் பக்கத்தில் இருந்த பந்தயப் பணத்தைத் தனது திசையில் இழுத்து வாரி சட்டைப் பைக்குள் திணித்துக்கொண்ட தேவதாசை, ஒரு விரோதியைப்போலப் பார்த்தான் குப்புசாமி. அவன் குரல்வளையைக் கடித்துக் குதறிவிடலாம்போல இருந்தது. அடுத்த ஆட்டத்துக்குக் காசில்லாத எரிச்சலில் அசிங்கமாய்த் திட்டிவிட்டு நகர்ந்து உட்கார்ந்து கந்தனிடம் பீடி கேட்டான். டவுசர்க்குள் கையை விட்டு வெறும் பையை இழுத்துக் காட்டி, உதட்டைப் பிதுக்கினான் கந்தன். கந்தனின் உதடுகளில் ஒரு நமுட்டுச் சிரிப்பு படர்ந்திருந்ததைப் பார்த்ததும் குப்புசாமிக்குக் கோபம் வந்தது. திட்டினான். தள்ளி நின்ற கந்தன் குப்புசாமி சொன்னதையே வாயைக் கோணிக் கோணி திருப்பிச் சொன்னான். அதட்டியபடி குப்புசாமி எழுந்து அவனைப் பிடிக்கப் போனான். ஓட ஆரம்பித்தான் கந்தன். கொஞ்ச தூரம் துரத்திக்கொண்டு போய்ப் பிடித்தான் குப்புசாமி. அகப்பட்டுக்கொண்ட கந்தன், "மாமா மாமா கையை முறிச்சிராத. சும்மா தமாசுக்குச் சொன்னன்" என்று சிரிப்போடு நெளிந்தான். கந்தனின் நெளிவுகளைப் பார்த்ததும், குப்புசாமிக்குச் சிரிப்பு வந்தது.

"புடிச்சா கீரத்தண்டு மாதிரி இருக்க. ஆட்டமா காட்டற."

"அதான் தமாசுனு சொன்னனே. உடு மாமா."

பிடி விலகியது. முறுக்கி உடம்பைச் சரி செய்தான் கந்தன்.

"சரி வா. போலாம்."

"எங்க."

"காசி ஏதாச்சிம் பொரட்டலாம் வாடா."

நடந்தார்கள். மெதுவான குரலில் சினிமாப்பாட்டை முணுமுணுத்தான் கந்தன். "பெரிய பாலசுப்ரமணின்னு நெனப்பாடா" என்று முதுகில் குத்தினான் குப்புசாமி. குத்திவிட்டுச் சிரித்ததும் கந்தனும் சிரித்தான்.

ஐயப்பன் கோவிலைத் தாண்டி நடக்கும்போது கைதட்டிக் கூப்பிடுகிற குரல் கேட்டது. கந்தன் திரும்பிப் பார்த்தான். வாசல் சுவரைப் பிடித்தபடி ஒரு பெரியவர் கூப்பிடுவது தெரிந்தது.

"மாமா. யாரோ கூப்புடறாங்க நம்மள."

இரண்டு பேரும் நின்று திரும்பிப் பார்த்தார்கள். 'வா' என்கிற சைகையோடு பெரியவர் கூப்பிட்டார்.

"எதுக்குடா கூப்புடறான் அந்தக் கெழவன்?"

"நீ இங்கயே நில்லு மாமா. நா போயி கேட்டாறன்."

சொல்லிக்கொண்டே விறுவிறுவென்று வாசலருகில் போனான். பேசிவிட்டு மீண்டும் திரும்பி குப்புசாமியிடம் வந்தான்.

"தேங்கா பறிக்கணுமாம். பறிச்சா காசு குடுக்கறானாம்."

அப்போதுதான் வாசலில் இருந்த இரண்டு தென்னை மரங்களையும் பார்த்தான் அவன். உயர்ந்திருந்த மரங்களில் குலைகுலையாய் காய்கள் இருந்தன. கீழே மரங்களையொட்டி நிறைய குரோட்டன்கள் அடர்ந்து கிடந்தன.

"காசி வந்தா சரிதான். போ."

கந்தன் ஓடிப்போய் பெரியவரிடம் பேசினான். குப்புசாமி நிதானமாய் பின்னால் போய் நின்றான். லுங்கியைப் பிரித்து இழுத்துக் கட்டியபடி மரங்களை மேல்நோக்கிப் பார்த்தான். கீற்றுகள் இடையே சூரிய வெளிச்சம் கண்ணைக் கூசியது.

"வீட்டு மேல விழாம தள்ளணும்."

"எல்லாம் சுத்தமா செய்யறம். நீ போயி ஓரமா ஒக்காந்து பாரு சார்."

"அப்படியே அந்த காஞ்ச மட்டைங்க ஆடுது பாரு. அதயும் தள்ளிடணும்."

பிரயாணம் 69

"செஞ்சிர்லாம் சார்."

வீட்டுக்குள் இருந்து வயசான பெண்மணி ஒருவர் வந்து எட்டிப் பார்த்தாள். அவளைப் பார்த்து பெரியவர் கத்தி எடுத்து வந்து கொடுக்கும்படி சொன்னார்.

"இன்னோர் கத்தி இல்லயா சார்?"

"இல்லியே, எதுக்கு."

"ரெண்டா இருந்தா ஆளுக்கொரு மரத்துல ஏறி எறங்கிர்லாம்."

"ஒன்னுதான் இருக்குது."

"பரவால்ல உடுசார். ஏன்டா கந்தா, நீ ஏறறியா நா ஏறட்டா."

"நீயே ஏறு மாமா, கீழ காய பொறுக்கி வய்க்கறன் நானு."

"எல்லா வேலயும் சுளுவா இருக்கணும்டா ஒனக்கு"

சிரித்தபடி தோளில் செல்லமாய் ஒரு தட்டு தட்டிவிட்டு குரோட்டன்களை விலக்கிக்கொண்டு மரத்தின் அருகில் போனான். இரண்டு கைகளையும் விரித்து கொத்தையாய் எச்சில் துப்பி அழுத்தித் தேய்த்துவிட்டு மரத்தை அணைத்தான். சட்டென்று தாவி மரத்தில் கால்களைப்பொருத்தி மடமடவென்று ஏறி உச்சிக்குப் போனான். இடுப்பில் லுங்கிக்குள் செருகி இருந்த கத்தி பிதுங்கிப்பிதுங்கி அமுங்கியது. வாகான இடத்தில் பச்சை ஓலையில் காலை ஊன்றி காய்களைப் பதம்பார்த்துப் பறித்தான்.

"மாமா இந்தப் பக்கம் போடு."

கீழே இருந்தபடி கந்தன் கூவினான். ஓரமாய் ஒதுங்கி நின்ற பெரியவரும் அந்த அம்மாளும் நெற்றிக்குக் குறுக்கே கையை அண்டக் கொடுத்து அண்ணாந்து பார்த்தார்கள். சடசடவென்று காய்கள் சரிந்தன. உலர்ந்த மட்டைகளையும் உதைத்துச் சரித்துவிட்டான். நூலறுந்த பட்டம்போல சர்ர்ரென்று வேகமாய்ச் சரிந்து தரையில் விழுந்தன மட்டைகள்.

கத்தியை இடுப்பில் கவனமாய்ச் செருகிக்கொண்டு நிதானமாய் இறங்கினான், குப்புசாமி. குரோட்டன் வேர்களுக் கிடையே எல்லாம் ஓடிப்போய் விழுந்த காய்களைச் சேகரித்துக் குவித்தான், கந்தன். மூச்சு வாங்கியபடி மெல்ல நடந்து அடுத்த மரத்துப் பக்கம் போனான் குப்புசாமி.

"நா ஏறட்டா மாமா."

"வேணாம்டா, கீழயே நில்லு."

இரண்டாம் மரத்திலும் ஏறி காய்களை உதிர்த்துவிட்டு இறங்கினான். கத்தியை மரத்தடியில் போட்டுவிட்டு லுங்கியை அவிழ்த்து உடம்பைப் துவட்டினான். எரிகிற மார்பின் பக்கம் உதடு குவித்து ஊதினான்.

“கொஞ்சம் காய்களையும் தூக்கியாந்து போட்டுடு.”

பெரியவர் வழிகாட்டிக் கொண்டு மதிலை ஒட்டிய சந்துப் பக்கம் போனார். பின் கட்டில் நின்று இடம் காட்டினார். குப்புசாமியும், கந்தனும் ஏழெட்டு நடைகளில் எடுத்துச் சென்று போட்டார்கள்.

“கொஞ்ச இங்க வரீங்களா?”

அம்மாள் உள்புறமாய் நின்றுகொண்டு பெரியவரைக் கூப்பிட்டாள். இரண்டு நிமிசம் உள்ளே போய் வந்து பெரியவர் நின்றார்.

“எங்களுக்கு ஆனத குடுத்துட்டா போயிருவம்.”

கந்தன் கேட்டதற்குத் தலையசைத்தபடி “இன்னோர் வேல செய்யணும். செய்விங்களா?” என்றார் பெரியவர்.

“இன்னாது?”

“பாத்ரூம், கக்கூசு கழுவணும். ஒரு கெழவிதான் தெனமும் வருவா. நாலஞ்சி வாரமா ஆளயே காணம். நீங்க செஞ்சிட்டா அதுக்கும் சேத்து காசு குடுத்துர்றன்.”

“எங்ளோ குடுப்ப?”

“கெழவிக்கு குடுக்கறதை குடுத்துர்றன்.”

“அதான் எவ்ளோ?”

சொன்னார்.

இரண்டு பேரும் தலையசைத்தபடி கச்கூசு பக்கம் போனார்கள். தகரக் கதவைத் திறந்ததும் குப்பென துர்நாற்றம் முகத்தில் அடித்தது. பெரியவர் பெரிய பச்சை வாளியொன்றை எடுத்து வந்து தந்தார். பக்கத்தில் இருந்த கிணற்றில் இருந்து இரண்டு வாளி தண்ணீர் நிரப்பி, தூக்கிக்கொண்டு போய் கக்கூசுக்குள் ஊற்றினான். கோப்பைக் குழிக்குள் வெள்ளம் புரண்ட மாதிரி ஓடியது தண்ணீர். இன்னொரு வாளி தண்ணீரை கதவருகில் வைத்துவிட்டு நிமிர்ந்து “வக்கீலு இருக்குதா” என்று பெரியவரிடம் கேட்டான்.

“என்ன வேணும்.”

"வக்கீலு . . . வக்கீலு . . . மாடு துன்னுமே அது . . ."

"இங்க மாடு இல்லயேப்பா."

"சரி . . . தேங்கா பஞ்சியாச்சிம் இருக்குதா . . ."

"ம்."

"அதாச்சிம் எடுத்தா சார்."

உள்ளே போய் கை நிறைய உரித்த தேங்காய் மட்டையை எடுத்து வந்து தந்தார். அளவாய்க் கிழித்து கல்லில் வைத்து நசுக்கினான் கந்தன். இறுக்கம் விலகி மட்டை தளர்ந்ததும் குப்புசாமியிடம் "போதுமா பாரு" என்று நீட்டினான்.

"போதும் போதும்."

இன்னொரு மட்டையையும் அதேபோல நசுக்கி எடுத்துக் கொண்டு கக்கூசுக்குள் ஆளுக்கொரு மூலையில் உட்கார்ந்து தேய்க்க ஆரம்பித்தார்கள். நாற்றம் வயிற்றைப் புரட்டியது. குப்புசாமி குனிந்து கொண்டு அசிங்கமாய்த் திட்டினான். வசைவார்த்தையின் கிளுகிளுப்பில் சிரித்தான் கந்தன்.

"சிரிச்சா, மூஞ்சிலேயே பூசிடுவன்."

மட்டையைத் தூக்கிக் காட்டினான் குப்புசாமி. மீண்டும் சிரித்தான் கந்தன்.

"சிரிக்காதடா பேமானி. தண்ணி எடுத்து ஊத்து."

வாளியைச் சாய்த்துவிட்டு இன்னொரு வாளித்தண்ணீர் எடுத்து வந்தான் கந்தன். பழைய வடிவம் விலகி புது கோப்பையை அப்போதுதான் பொருத்தின மாதிரி இருந்தது. கக்கூசு அறையையே புதுசாக மாற்றிக் கட்டியதுபோலத் தோன்றியது. மட்டைகளை வீசி எறிந்துவிட்டு கை கால் கழுவினார்கள். பெரியவர் வந்து பார்த்துவிட்டு திருப்தியோடு போனார். இருவரும் கைகளைத் துடைத்தபடி பெரியவரைத் தொடர்ந்து வந்து பின்கட்டில் நின்றார்கள். உள்ளுக்குப் போய் மீண்ட பெரியவர் நோட்டுகளைக் கொடுத்தார். குப்புசாமி வாங்கிக் கந்தனுக்குக் கொடுத்துவிட்டு மிச்சத்தை மடித்து லுங்கியைப் புரட்டி டவுசர் பைக்குள் திணித்தான்.

"வரட்டா சார்."

பெரியவரைப் பார்த்துச் சொல்லியபடி நடக்கத் தொடங்கும் போது அந்த அம்மா தலையை நீட்டி "சோறு இருக்குது, போடட்டா" என்றாள். சாப்பாடு என்றதும் சந்தோசமானது கந்தனுக்கு. தலையசைத்தான்.

பாவண்ணன்

“அந்த மரத்துல ரெண்டு எல அறுத்துக்கோ. கொண்டாறன்.”

கந்தன் போய் எட்டும் உயரத்தில் இருந்த வாழை இலையைத் தாழ்த்தி அளவாய் இரண்டு நறுக்கினான். கிணற்றில் இருந்து தண்ணீரெடுத்துக் கழுவி குப்புசாமிக்குத் தந்தான். இருவரும் உட்கார்ந்து இலைகளை விரித்து தரையில் சமப்படுத்த அந்த அம்மாள் பழைய சோற்றை அள்ளி வைத்து குழம்பை ஊற்றிவிட்டுப் போனாள். பெரியவரும் தொடர்ந்து உள்ளே சென்றுவிட்டார். உருட்டி உருட்டித் தின்றான் குப்புசாமி. நாலுவாய் தின்றுவிட்ட கந்தன் அடுத்த கவளம் சோற்றைப் பிசைந்ததும் முகத்தை சுளித்துவிட்டு கையை உதறினான்.

“ஏன்டா?”

“ஏதோ நாத்தமடிக்கற மாதிரி இல்ல.”

“கொழம்பா?”

“ம்ஹூம்.”

“பின்ன இன்னாடா நாத்தம்?”

“இந்தா நீயே மோந்து பாரு.”

பருக்கைகள் ஒட்டிய கையை முகர்ந்து “ஒன்னும் தெரிலியேடா, கொழம்பு வாசனதா வருது” என்றான் குப்புசாமி.

“இன்னா மாமா பீ நாத்தம் அடிக்கல கையி?” என்று மெதுவாய் கேட்டான் கந்தன்.

“த்தூ ... பேசாம துன்ட்டு ஏந்துருடா கழுத.”

“நாறுதுன்னா துன்னு துன்னுன்னு பேஜார் பண்றியே.”

நாலு வாயி துன்னுட்ட இல்ல. அஞ்சாவது வாய்க்கி இன்னா கேடு? ஒன்னும் செத்துற மாட்ட. துன்னு. எதா இருந்தாலும் மொத்தமா சேந்து வெளிய வந்துரும்.”

சிரிப்பு வந்தது. சிரித்தபடியே மிச்ச சோற்றையும் சாப்பிட்டுவிட்டு இலையை மடித்து வீசி கைகழுவினார்கள். கையைத் துடைத்துவிட்டு, மீண்டும் மீண்டும் முகர்ந்து பார்த்தான் கந்தன். அவன் செய்கையைக் கவனித்துவிட்ட குப்புசாமி, “பெரிய சுத்தக்காரக் கழுத ... வாடா ஏந்து” என்று முதுகில் தட்டினான். இருவரும் பெரியவரைக் கூப்பிட்டு சொல்லிக்கொண்டு நடந்தார்கள்.

“நல்லா நரி மொகத்துலதா முழிச்சிருக்கம் இன்னிக்கு.”

“பாரு ... இதே வேகத்துல போயி உட்ட காசிய எடுத்துர்றன்.”

"எங்க?"

"ஆடு புலிலதா. அந்த தேவதாசு இன்னா நெனச்சிக்கனான் என்ன. ஜெயிக்காம உடறதில்ல அவன."

"ஆமா மாமா. தோத்துட்டதும் என்னா எளக்காரமா பாத்தான் தெரிமா? ஒரு ஆட்டமாச்சிம் அவன ஜெயிச்சிர்னம் மாமா."

"ஒரு ஆட்டமா. சும்மா பாத்துக்னே நில்லு. இன்னிக்கு போடற ஆட்டம் எல்லாம் ஐயா பக்கம்தா ஜெயிக்கும்."

விறைப்போடு போய் உட்கார்ந்து ஆடினார்கள். தோல்வியும், வெற்றியும் மாறி மாறி வந்தன. ஆட ஆட உற்சாகம் பெருகிக்கொண்டே இருந்தது.

இது நடந்து நாலைந்து வாரங்களுக்குப் பிறகு அடர்ந்த இருளில் எங்கேயோ வளைந்து வளைந்து திரும்பின வேன் ஒன்று, குப்புசாமியையும், கந்தனையும் ஆளுக்கொரு தூக்குப்பை கற்களோடு இறக்கியது. "பத்ரம். ஜன்னலு, கதவு எல்லாம் தூள் தூளாய்டணம். அதிர்ச்சில ஆளு இனிமே தலைவரு பக்கமே தலைவச்சு படுக்கக்கூடாது. தெரு மூலைல இருக்கும் வண்டி. ஜல்தியா முடிச்சிட்டு அங்க வந்துருங்க," என்று சொல்லிவிட்டுப் புறப்பட்டது. ஒரே கணத்தில் துடிப்பாகி பையில் இருந்த கற்களை எடுத்து குறிவைத்து வீசினார்கள். கண்ணாடிச் சன்னல்கள் 'மடோ மடேர்' என்று உடைந்து நொறுங்கின. பத்து பதினைந்து கற்களை வீசிய பிறகு 'மாமா' என்று கையைப் பிடித்தான் கந்தன்.

"இன்னாடா?"

"இந்த ஊட்ட தெரியல ஒனக்கு? அன்னிக்கு கக்கூசு கழுவிட்டு சோறு துன்னமே அது மாமா . . ."

குப்புசாமி அப்போதுதான் இருட்டில் அசைந்து கொண்டிருந்த தென்னைகளை அண்ணாந்து பார்த்தான்.

"எதா இருந்தா நமக்கின்னாடா? குடுத்த காசிக்கு வேல. அவ்ளோதா. அவன் காசி குடுத்தான். கக்கூசு கழுவணம். இவன் குடுத்த காசிக்கு இந்த வேல. சும்மா தொணதொணக்காம காரியத்த முடிடா."

விசையுடன் சரமாரியாய்ப் பறந்த கற்கள் வீட்டைத் தாக்கின.

(சுபமங்களா – 1991)

கூண்டு

"அழுவுணி ஆட்டம் ஆடியது அவர்கள் தான்" என்றேன் நான். நான்தான் என்றார்கள் அவர்கள். ஏற்கனவே நாய்த்தோல் பந்தால் முதுகு சிவக்க அடி வாங்கிய வேதனை எனக்கு. பட்டாளமாய் எல்லாரும் சேர்ந்துகொண்டு குற்றம் சாட்டியபோது அவமானத்தில் அழுதுவிடுவேன் போலிருந்தது. ஒரு கணத்தில் கேலிச் சொற்களின் கனம் தாங்காமல் பதிலளிக்க இயலாது நின்றதும் மிகுந்த எக்காளத்துடன் அத்தனை பேரும் சிரித்தபடி என்னையே சுற்றி வந்து 'தோத்தாங்குளி' பாட்டுப் பாடிவிட்டு ஓடினார்கள். இன்னும் சிறிது நேரத்துக்குள் பந்தாட்டத்தை விடவும் அதிக சந்தோஷம் ஊட்டத்தக்க விஷயம் எதிலாவது என்னை ஈடுபடுத்தி ஜெயித்துவிட வேண்டும் என்ற வேகம் மூளவே, கண்களை அங்குமிங்கும் படரவிட்ட போதுதான் ஆலமரத்தின் பக்கத்தில் வசீகரமான அக்கூடாரங்களைக் கண்டேன். உடனே என் முகத்தில் ஆனந்தம் படர்ந்தது. இரைக்க இரைக்க பந்தைத் துரத்திக் கொண்டோடும் அவர்கள் பக்கம் அலட்சியமான பார்வையொன்றை உதிர்த்தபடி கூடாரங்களை நோக்கி நடக்க ஆரம்பித்தேன்.

கூடாரங்களைக் கண்டுபிடித்ததில் பெருமையாய் இருந்தது. போன வாரம்கூட ஆட வந்திருந்தேன். அப்போது இவை இல்லை என்பதே என் ஞாபகத்திலிருந்தது. இந்த வாரம்தான் அமைக்கப்பட்டிருக்கவேண்டும் என்று நினைத்துக் கொண்டதுமே அவற்றின் அமைப்பு விதத்தை மனசில் பதித்துக்கொள்ள விரும்பினேன். ஒரே விஷயத்தையே மீண்டும் மீண்டும் பேசி

அலுப்புண்டாக்குகிற சிநேகிதர்கள் மத்தியில் புதுமையான ஒரு விஷயமாக கூடாரங்களைப் பற்றிப் பேச முடியும் என்றும் ஒரு எண்ணம்.

குட்டையான அமைப்பு, மோசமாய் அழுக்கேறிய முரட்டுத் துணிகள்தான். அங்கங்கே இருந்த பொத்தல்களுக்குள் இரும்புத்துண்டோ மூங்கில் கழியோ செருகி இறுக்கப்பட்டு கூம்பு வடிவத்தில் இருந்தன. உறுதிக்காக நாலு பக்கமும் இழுத்து முளைக் குச்சியடித்துக் கட்டி இருந்தார்கள். தள்ளித் தள்ளி இதேபோலவே ஏழெட்டுக் கூடாரங்கள். ரொம்பவும் பக்கத்தில் போனதும்தான் மாமிச நாற்றத்தையுணர்ந்தேன். குமட்டலாய் இருந்தது. நாற்றம் பெரிய விஷயமே இல்லை என்கிற மாதிரி, அங்கேயே மூன்று ஆட்கள் படுத்திருப்பது ஆச்சரியமாய் இருந்தது. குண்டு குண்டான உடம்பு அவர்களுக்கு. கலைந்த தலை, பெரிய மீசை, கழுத்தில் நிறைய வர்ணமணிகள், சுருண்டு சுருண்டு மார்பில் அடர்ந்த மயிர். இடுப்பில் அடர் சிவப்பில் ஒரு துணி. அங்கங்கே கல் அடுப்பு. சுற்றிலும் நிறைய இறகுகள் சிதறிக் கிடந்தன. சிப்பி போல ஒன்றிரண்டு கண்ணில் தட்டுப்பட கையில் எடுத்து, அதன்மேல் மொய்த்திருந்த எறும்புகளை உதறிவிட்டு ஆச்சரியத்தோடு நோக்கினேன். சில நொடிகளுக்குள் ஏதோ ஒரு பறவையின் அலகுகள் அவை என்று கண்டு கொண்டதும் மனசில் பயமும், கலவரமும் உண்டானது. பீதியோடு படுத்துக்கிடந்தவர்களைப் பார்த்தேன். முதலில் தோன்றாத அச்சம் இப்போது பரவியது. பின்னால் திரும்பிச் சென்று பந்தாட்டத்தில் சேர்த்துக்கொள்ளவும் பிடிக்கவில்லை. அவர்களை விட்டால் எனக்கு வேறு கதியோ துணையோ இல்லை என அவர்கள் நினைத்துப் பழிக்கக்கூடும் என யோசித்தேன்.

'யாரது?' என்கிற குரல் என்னைத் திகிலடையச் செய்தது. தூங்கியவர்கள் எழுந்து விட்டார்களோ என்று நடுங்கினேன். அப்படி இல்லை. குரல் இன்னொரு திசையில் ஒரு மரத்தடியில் உட்கார்ந்திருக்கிற கிழவியிடமிருந்து வந்தது. குரல் வந்த இடத்தை நான் கண்டுபிடிப்பதற்குள் நான்கைந்து முறை கூப்பிட்டுவிட்டாள் அவள். தளர்ந்த அவள் கழுத்திலும் வர்ணமணிகள் தொங்கின. தாங்க முடியாத கனத்தாலேயே அவள் கழுத்து வளைந்திருக்க வேண்டும்போல் தோன்றியது. சந்தேகத்தோடு கண்களை இடுக்கிக்கொண்டு அவள் என்னைப் பார்த்தாள். விளையாட வந்தவன் என்று என்னைப் பற்றிச் சொல்லிக்கொண்டேன். இந்த உலகத்துப் பிறவியே இல்லை என்கிற மாதிரி அவள் கோலம் விசித்திரமாய் இருந்தது. என் பத்து வயசில் இதற்கு முன்பு அப்படி ஒருத்தியைப் பார்த்ததே இல்லை நான்.

‘அந்தக் கோல எடுத்துக் குடுக்கறியா?’

கிழவி சுட்டிக்காட்டிய திசையில் கிழிந்த சாக்கின்மேல் மீன்கள் உலர்ந்து கிடந்தன. கொஞ்சம் தாண்டி ஒரு மூலையில் பிரம்பு கிடந்தது. பிரம்பை எடுக்கக் குனிந்தபோது மீன் கவிச்சை முகத்தில் அறைந்தது. சட்டென வயிறு குழம்பி வாந்தி வரும்போல இருந்தது.

‘இந்தக் காக்காய்ங்கள சுட்டுத்தா பொசுக்கணும். சூசூன்னா போவுதா. அதுக்குத்தா தூக்கிப் போட்டன் . . .’

அப்போதுதான் அவள் கால்களைக் கவனித்தேன். இரண்டு கால்களுக்கும் வித்தியாசமிருந்தது. என் காலை விடவும் மெலிந்திருந்தது ஒன்று. அநேகமாய் அவள் எல்லா இடங்களுக்கும் இடுப்பால்தான் நகர்ந்து போக வேண்டும் என நினைத்துக் கொண்டேன்.

கைநீட்டிப் பிரம்பை என்னிடமிருந்து வாங்கும்போது அவள் மடியில் நிறைய குச்சிகளைக் கண்டேன். கத்தி ஒன்றை வைத்துக்கொண்டு அளவு பார்த்துக் கிழித்து வகை வகையாய் அடுக்கியிருந்தாள்.

‘எதுக்கு இதுலாம்?’

’கூண்டு செய்ய.’

மரத்துக்குப் பின்னாலிருந்த இரண்டு வேறு கூண்டுகளைக் காட்டினாள். உடனே தொட்டுப் பார்க்க வேண்டும்போல ஆசையாய் இருந்தது. நகர்ந்து தூக்கித் திருப்பித் திருப்பிப் பார்த்தேன். கச்சிதமான கூண்டு. நடுவில் சின்ன அளவுக் குச்சியால் ஒரு கதவு. மூடவும், திறக்கவும் கம்பிக் கொக்கி. எடுத்துக்கொண்டு ஓடிவிட வேண்டும்போலத் தோன்றிற்று.

‘நல்லா இருக்கா?’

‘ம்.’

‘ஒன்னு அஞ்சி ரூபா.’

என் உற்சாகமும் கவனமும் கூண்டின் மேலேயே குவிந்து கிடந்தன. நான் வளர்க்கும் கிளியின் பொருட்டு இப்படி ஒரு கூண்டுக்காக நான் காலமெல்லாம் ஏங்கிக் கிடந்தேன். உண்மையைச் சொல்லப் போனால் ஒரு கூண்டு வாங்கித் தரக் கேட்டு அம்மாவிடம் பலதரம் வசைகளும் உதைகளும் பட்டிருந்தேன். யாருமற்ற தருணம் வெங்காயம், தக்காளி, வைத்திருக்கிற கம்பிவலைக் கூண்டைக் காலிசெய்துவிட்டு கிளியை அதற்குள் வைத்து ஒருதரம் அழகு பார்த்தபடி இருந்தேன்.

அதற்குப் பேசச் சொல்லித் தருவதும், கழுத்தைத் தடவிக் கொடுப்பதும் எனக்கு எப்போதும் சந்தோஷம் தரக்கூடியவை. ஒரு தக்காளியைத் துணுக்குகளாய் நறுக்கிக்கொண்டு ஒவ்வொன்றையும் கம்பிகளிடையே கொடுக்க அலகை நுழைத்து லாவகமாய் அது வாங்கித் தின்னும் பக்குவம் என் சந்தோஷத்தை அளவு கடந்ததாக்கியிருந்த சமயத்தில் தடதடவென்று அம்மா நுழைந்து முதுகில் அறைந்துவிட்டாள். 'தொடுவியா... தொடுவியா?' என்று சொல்லிச்சொல்லி அடி விழுந்தது. கிளியை எடுத்து விட்டதும் அம்மா திட்டிக்கொண்டே தண்ணீரால் கூண்டைக் கழுவினாள். 'ஒன்னு ஒன் கிளி கழுத்த முறிக்கணும்; இல்ல ஒன் கைகால முறிக்கணும். அப்பதான் எனக்கு நிம்மதி' என்பதுதான் அம்மாவின் தீர்மானமான வசை. அவள் குரலில் இருந்த உக்கிரம் செய்தே காட்டுவாள்போல இருந்தது. பீதி காரணமாகவே கூண்டைத் தொடுவதையோ, கூண்டு வேண்டும் என கேட்பதையோ அறவே விட்டுவிட்டேன். மனசுக்குள் மாத்திரம் என் கிளிக்காக செய்யப்போகிற கூண்டு பற்றிய கனவுகளை வளர்த்துக்கொண்டிருந்தேன். சன்னல் கம்பிகளில் தொற்றித்தொற்றி கால் இளைப்பாறும் கிளையைப் பார்க்கப் பார்க்கப் பரிதாபமாயிருந்தது. திடுமென கூண்டைப் பார்த்ததும் கிளியின் கஷ்டமும் என் கஷ்டமும் விடிந்துவிட்டது என்று நினைத்துக்கொண்டேன். 'ரொம்ப நல்லா இருக்குது' என அடக்க முடியாத சந்தோஷத்தில் பிதற்றியது என் வாய்.

'ஒன்னு அஞ்சி ரூபா.'

திரும்பத் திரும்ப கிழவி சொன்னது வேதனையாகவும் கவனத்தைச் சிதைப்பதாயும் இருந்தது. சட்டென வைத்துவிட்டுத் திரும்பினேன்.

'வேணாமா ஒனக்கு?'

'வேணும்.'

'எடுத்துக்கோ. ஒண்ணு அஞ்சி ரூபா.'

'எங்கிட்ட காசி இல்ல.'

'ஊட்ல கேட்டு வாங்கியா, போ.'

தலைகுனிந்தபடி நடந்தேன். இதற்குள் தூக்கத்தில் இருந்து விழித்தவன், கிழவியிடம் என்னமோ கேட்டான். அது ஏதோ வேறு பாஷை போல இருந்தது. ஒன்றும் புரியவில்லை.

பாதையருகில் வந்ததும் பந்தாடிக்கொண்டிருந்தவர்கள் உட்கார்ந்து கதை பேசுவது தெரிந்தது. கம்பீரமாய் நான் கூடாரங்கள் இருக்கிற திசையையும், அங்கு பார்த்ததையும்

சாகசச் செயல்போல பெருமையுடன் விவரித்தேன். ஆட்டத்தில் சேராததால் எனக்கு ஒன்றும் நஷ்டமில்லை என்பது போலப் பேசினேன். அதற்குள் கும்பலில் மூத்தவன் 'ஐயய்ய... அவுங்க கொறவங்களாச்சே' என்று அருவருப்பான குரலில் என்னைப் பார்த்துச் சொன்னான். 'ஏ, கட்டவெரல மூடிக்குங்க. அவனத் தொடாதீங்க. அவன் தீட்டு, பச்ச இருக்கா ஒங்கிட்ட. பச்ச இல்லாதவங்க எலய பறிச்சு வச்சிக்குங்க' என்று மடமடவென்று மற்றவர்களுக்கு அவன் கட்டளையிட்டதும் எல்லாரும் அப்படியே செய்து மீண்டும் என்னைக் கேலி செய்ய ஆரம்பித்தார்கள். எனக்குப் பதில் சொல்லத் தெரியவில்லை. துக்கத்தோடு ஒதுங்கி ஏரிப்பக்கம் நடக்க ஆரம்பித்தேன். கூண்டு பற்றிய ஏக்கம் வேறு மனசை அரித்தது.

சாப்பாட்டுக்கு வீடு திரும்பியதும் அம்மா என்னைப் பார்த்து அதட்டினாள். யாரோ கோள் சொல்லி இருக்கக் கூடும் என்று அப்போதே புரிந்துவிட்டது. சொன்னவனை மனசுக்குள் திட்டினேன். 'பள்ளிக்கூடம் லீவு உட்டாலே இது பெரிய ரோதண' என்று ஆரம்பித்து பெரிசாய் திட்டினாள் அம்மா. கடைசியில் குறவர்களோடு சேரக் கூடாது என்று கறாராய்ப் புத்தி சொல்லி முடித்தாள். எல்லாவற்றுக்கும் தலையாட்டும் நிலையில்தான் இருந்தேன். பசி அப்படி!

சாப்பாடு முடிந்து கிளிக்குச் சோறு பிசைந்து ஊட்டத் தொடங்கியதும் மீண்டும் கூண்டின் ஞாபகம் வந்தது. கூண்டு இருந்து விட்டால் பிரச்சினையே இல்லை. ஒரு சின்னத் தட்டில் உருட்டி உள்ளே வைத்துவிட்டால் கிளியே சுயமாய்க் கொத்தித் தின்றுவிடும் எனத் தோன்றிய போது கூண்டு பற்றிய சிந்தனை வளர்ந்தது. கண்களை மூடிக்கொண்டு சுவரில் சாய்ந்துவிட்டேன்.

அடுத்தநாள் பள்ளி விட்டு வந்ததும் கூடாரங்களை நோக்கி ரகசியமாய்ப் போனேன். கால் சூம்பிய கிழவி அதே மரத்தடியில்தான் இருந்தாள். ஆள் நடமாட்டம் அதிகமிருந்தது. என் வயசுப் பிள்ளைகள் முதற்கொண்டு பெரிய பெரிய ஆட்கள் வரை வெறும் கோவணத்தோடு மாத்திரமே இருந்தார்கள். என்னை விடச் சிறியவர்கள் ஆடையின்றித் திரிந்தார்கள். ஆனால் எல்லாரும் கழுத்தில் பெரிய பெரிய மணிகளை அணிந்திருந்தார்கள். அவர்கள் பாஷை சுத்தமாய்ப் புரியவில்லை. நான் கிழவிக்குப் பக்கத்தில் கூண்டைத் தேடினேன். ஐந்து இருந்தன. மெல்ல நடந்து கூண்டின் அருகில் நின்றேன். என்னை உடனே அடையாளம் கண்டுகொண்டாள் கிழவி.

'காசி வாங்கியாந்தியா?'

இல்லை என்பது போல தலையசைத்தேன்.

பிரயாணம் 79

‘அஞ்சி ரூபா ஒன்னு . . . போய் வாங்யா போ.’

பல பிள்ளைகள் அதற்குள் கிழவியைச் சூழ்ந்து தம் பாஷையில் ஏதோ கேட்க, என்னமோ சொன்னாள் அவள். உடனே என் பக்கம் திரும்பி ஆளாளுக்குப் பணம் கேட்டார்கள் அவர்கள். அதற்குமேல் அங்கு நிற்க முடியாமல் திரும்பி விட்டேன். கிளியை ஏந்திக்கொண்டு என் துக்கத்தையெல்லாம் அதனிடம் சொல்லி ரகசியமாய் உருகினேன். இரவில் வரும் கனவுகளில்கூட கூண்டு வாங்குவது பற்றியே நினைத்தேன். ஆனாலும், அம்மாவையோ அப்பாவையோ இதுபற்றிக் கேட்கத் துளியும் தைரியமில்லை.

கூடாரங்களுக்குப் பக்கத்தில் போவதும், நிற்பதும் நாளா வட்டத்தில் பயமற்ற விஷயங்களாகிவிட்டன. சாயங்காலங்களில் அங்கே இங்கே ஆடுகிற மாதிரி போக்குக் காட்டிவிட்டு ரகசியமாய்ப் புறப்படுகிற வரைக்கும்தான் நெஞ்சில் பயம் திக்திக்கென்று அடித்துக்கொண்டதே தவிர மிச்ச நேரங்களில் தைரியமாய் இருந்தேன். எந்த நேரம் பார்த்தாலும் ‘இன்னா காசி எடுத்தாந்தியா?’ என்று தினமும் கேட்கிற கிழவியையும் சிநேகிதம் பிடித்துவிட்டேன். அடுத்த சில நாட்களில் அவளிடமிருந்து கத்தியை வாங்கி, குச்சிகளை அவளைப் போலவே அளவாய் நறுக்கிச் சீவித் தரும் அளவுக்கு அவளுடன் நெருக்கம் கொண்டேன். சந்தோஷத்தில் பற்களற்ற வாயால் அவள் சிரிக்கும்போது ஒருதரம் என் கூண்டின் ஆசையைப் பிரஸ்தாபித்தேன். சட்டென்று என் பொருட்டு ஒரு கூண்டு செய்துதர அவள் ஒத்துக்கொண்டாள். எனது ஆனந்தத்துக்கு அளவே இல்லை.

‘எப்ப செஞ்சித் தருவ?’

‘இன்னம் ஒரு வாரம் போவட்டும், அப்புறமா.’

மெல்ல நான் சந்தோஷத்தில் மிதக்கத் தொடங்கினேன். நேரம், பொழுதை மறந்தேன். நேர்த்தியாக முடைந்த கூண்டு ஒன்றின் பிம்பத்தை மனசுக்குள் உருவாக்கிக்கொண்டேன். வீடு, கோயில், கடை, தெரு, கூடாரம், பூமி எல்லாமே கூண்டுகள் மயமாய் மனசுக்குள் தெரிந்தது. அலைதலில் பொழுது சரிந்து இருட்டிவிட்டது. வாசலில் அம்மாவைக் கண்டதும் பயம் அப்பிக்கொண்டது.

‘அந்தப்பசங்களோட ஆடாத ஆடாதன்னு எத்தினி தரம் சொல்றன், கேக்கறியா நீ? நாடோடிக் கும்பலோட அலயற புத்தி இருந்தா எதிர் காலத்துல உருப்படுவியா நீ . . ?’

பளார் பளார் என்று அடித்தாள் அம்மா. வலி பொறுக்காமல் விம்மி விம்மி அழுதேன். அம்மா என்னை மன்னிக்க தயாரா யில்லை. கரடுமுரடான வாசல் தரையில் முட்டிபோடச் சொன்னாள். நேரம் கழிந்துகொண்டே இருந்தது. அம்மா என் பக்கமே வரவில்லை. அழுது அழுது என் கண்கள் சிவந்தன. இதயம் வெடித்து விடும்போல இருந்தது. கால்கள் உடைந்தே விட்டன என நினைத்தேன். கடை வேலை முடிந்து இரவு அப்பா திரும்பிய பிறகுதான் சமாதானமாகி அம்மா உள்ளே அழைத்தாள். அப்போதும் நூறு மிரட்டல்கள். ஒரு வாரமாய் வெளியில் எங்கும் போகவில்லை. உலகமே வெறுப்பாய் இருந்தது. கிளிக்குப் பக்கத்திலேயே உட்கார்ந்து என் வேதனையையெல்லாம் சொல்லி அழுதேன். நெஞ்சே கரைந்து உருகியது. கிழவி எனக்காக இலவசமாகவே கூண்டைச் செய்து தர ஒத்துக்கொண்ட வேளையில் இப்படி ஆகிவிட்டதை நினைத்து நினைத்துத் துக்கப்பட்டேன்.

அடுத்த நாள் மாலை வெளியே வந்தேன். வாசலில் உட்கார்ந்து வேடிக்கை பார்த்தேன். கால்கள் கிழவியிடம் சென்று கூண்டு பற்றிக் கேட்கத் துறுதுறுத்தன. திடுமென ஓர் எண்ணம் உதித்தது. உள்ளே போய் கணக்குப் புத்தகத்தையும் நோட்டையும் எடுத்துக்கொண்டுவிட்டுக் கணக்குப் பாக்கியைப் போட பழனி வீட்டுக்குப் போவதாகச் சொல்லி அம்மாவின் சம்மதம் வாங்கிக் கொண்டேன். தெருவைக் கடக்கிற வரைக்கும் மெல்ல நடந்து அப்புறம் வேறு முக்கில் திரும்பி பாய்ச்சலோடு நடந்தேன். குறுக்குச் சந்துகளில் புகுந்து கூடாரங்களை அடைந்ததும்தான் மனம் நிம்மதியானது. கிழவியை அதே மரத்தடியில் பார்த்ததும் நெஞ்சு விம்மி வழிந்தது. என் முகத்தில் சிரிப்பு பொங்கியது.

‘இன்னா பையா . . . ஆளையே காணோம்?’

‘ஒடம்பு சரியில்ல.’

பொய் சொன்னேன்.

‘ஒனக்காக ஒன்னு செஞ்சி வச்சன்பா. நீ வல்லியா . . . காலயிலதா எம் பொண்ணு விக்கறதுக்கு எடுத்தும் போய்ட்டா.’

ஏமாற்றத்தில் முகம் சுண்டிவிட்டது எனக்கு. அமைதியாய் அவளிடம் கத்தி வாங்கி குச்சிகளைக் கிழித்துத் தந்தேன்.

‘நாளக்கி செஞ்சித் தரன். கவலப்படாத.’

‘நெஜமாவா?’

‘இந்தா கிழிக்கறியே, இந்தக் குச்சிங்கள்ளியே செஞ்சித் தரன் போதுமா?’

'ம்.'

'எத்தினி கிளி ஒங்கிட்ட இருக்குது?'

'ஒன்னுதா.'

'வேற இன்னான்னா இருக்குது?'

'இப்ப கிளி மட்டும்தா. மின்னால ஒரு மைனா குஞ்சி வச்சிருந்தேன். ஓடிப்போச்சி ஒரு நாளு. கூண்டு இருந்தா ஓடாதுல்ல.'

கிழவி சிரித்தாள். எனக்கு ஆறுதலாய் இருந்தது. நேரம் குறித்த கவனத்தோடு சீக்கிரம் எழுந்துவிட்டேன். வந்த வழியே திரும்பி வீட்டுக்குள் சேர்ந்தேன். அடுத்த நாள் அந்த நேரத்தில் என் கையில் கூண்டு வந்துவிடும் என்ற நினைப்பு ஏகப்பட்ட குதூகலமாய் இருந்தது. கூடவே புதிய கூண்டைப் பார்த்ததும் அம்மா தொடுக்கப் போகிற கேள்விகளை எப்படி சமாளிப்பது என்று கொஞ்சம் கொஞ்சமாய் பயம் வரவும் செய்தது. கேள்விகளையும், பதில்களையும் நானே மாற்றி மாற்றி மனசுக்குள் நிகழ்த்திப் பார்த்தேன். தலை குழம்பியது. கூண்டு கையில் வந்ததும் அம்மாவை சமாளித்துவிட முடியும் எனக் குருட்டுத்தனமாய் நம்பிக்கை வைத்துத் தற்காலிகமாய்ப் பிரச்சினைக்கு ஒரு முடிவு கட்டினேன்.

சாப்பாடு முடிந்து படுக்கப் போகிற சமயம் கூடாரங்களிருக்கிற திசையில் இருந்து அதட்டலும், கூச்சலும், ஓலமும் கேட்டது. உயிர் போகிற பயத்தில் எழுகிற அழுகைக் கலவையாய் இருந்தது அது. தெளிவாய் எதுவும் காதில் விழவில்லை. ஆனால் சட்டெனப் பயம் கவ்வியது. அம்மாவை இறுக்கமாய்ப் பிடித்துக் கொண்டேன். மீண்டும் சத்தம் கேட்டது. 'என்ன சத்தம் அது?' என்று அப்பா கேட்பதற்கு அம்மா சொன்னாள்:

'கொஞ்ச நஞ்ச அட்டகாசமா பண்ணிச்சி அந்தக் கூட்டம்? எடத்தக் குடுத்தா மடத்தப் புடுங்கற ஜனமாச்சே அது. தெருவே சகிக்க முடியல, எப்படா ஒழியும்னு இருந்திச்சி. போலீஸ்கிட்ட சொல்லி இருக்கம்னு கல்லு ஊட்டுல மத்யானமே பேசிக்னிருந்தாங்க. அதான் இப்ப வந்து அடிச்சி ஓட்டறாங்கப் பலக்குது . . .'

அம்மாவின் பேச்சு பாதி புரிந்தும் பாதி புரியாமலும் இருந்தது. மனசு துக்கத்தில் துடித்தது. பிரம்பு எடுக்கவே நகர முடியாத கிழவி இந்தக் கலவரத்தில் எப்படி நகர்வாள் என நினைக்க வருத்தமாய் இருந்தது. யோசனைகளில் இருந்து கரையேற முடியாமல் இரவெல்லாம் தத்தளித்துக்கொண்டிருந்தேன்.

காலையில் பள்ளிக்கூடம் புறப்பட்டேன். தெரு திரும்பியதும், கூட நடந்த பிள்ளைகளிடம் ஏதோ பொய் சொல்லிவிட்டு மடமடவென குறுக்குச் சந்துகளில் புகுந்து ஆலமரத்தடிக்கு ஓடினேன். கூடாரம் ஏதுவுமில்லை. மாமிச நாற்றம்தான் மிச்சம் என்கிற மாதிரி இருந்தது இடம். என் முகம் வாடிவிட்டது. கண்களை மூடிக்கொண்டேன். அங்கங்கே சிதறிக் கிடந்த அரைகுறைப் பண்டங்களும், கிழிந்த துணிகளும் பார்வையில் பட்டு வருத்தத்தைப் பெருக்கியது. ஒரு கல் குவியலுக்கருகே ஒரு கூண்டு மிதிபட்டு சிதைந்திருந்தது. குனிந்து எடுத்தேன். அந்தக் கணமே அது நொறுங்கித் துணுக்குத் துணுக்காய் உதிர்ந்தது. எனக்குச் செய்து கொடுப்பதாய் கிழவி வாக்களித்திருந்த கூண்டாகத்தான் அது இருக்க வேண்டும் என நினைத்ததும் அழவேண்டும் போல இருந்தது. கிளியையும் கிழவியையும் ஒரே நேரத்தில் மனசில் நினைத்துக்கொண்டேன்.

(*அரங்கேற்றம்* – 1991)

பயணம்

வாசலில் கத்தரிக்காய் நிறத்தில் கைனடிக் ஹோண்டா நிற்கிறது. அது நிற்பதற்காகவே ஒரு மேடை கூட கட்டப்பட்டுவிட்டது. இதற்கு முன்பு டி.வி.எஸ். சாம்ப் இருந்தது. அதற்கு முன்பு வெறும் டி.வி.எஸ். காலம் நகர நகர வாகனமும் மாறிவிட்டது. எல்லாவற்றிற்கும் முன்பு ஒரு சைக்கிள் வைத்திருந்தேன். அப்போது அந்த வாகன மேடையும் இல்லை. வீடும் இல்லை. ஆனால் அந்த நினைவுகள் மட்டும் மீண்டும்மீண்டும் மோதிக்கொண்டிருக்கின்றன.

இருபது ஆண்டுகளுக்கு முன்பு நடந்த சம்பவம். புற நகரில் ஒரு போஸ்ட் ஆபீஸில் வேலை செய்துகொண்டிருந்த காலம். வி.ஆர். ராமனாதன் என் போஸ்ட் மாஸ்டர். நான் அவரை 'வெறி ராமனாதன்' என்று சொல்வேன். வேலையில் ஒருவித அலுப்பு மூள அவரும் ஒரு காரணம். கசக்கிப் பிழிந்துகொண்டிருந்தார். ஆயிரம் பாஸ் புக்குகள் இருக்கும். அந்த நிமிஷமே என்ட்ரி ஆக வேண்டும் என்று கூவுவார். என் சுபாவத்துக்கும் அந்தச் சூழலுக்கும் சிறிது கூட ஒத்து வரவில்லை. குடும்பச் சூழல் என் ராஜினாமா யோசனையைத் தள்ளித்தள்ளிப் போட வைத்தது.

எனது மூன்றாவது சம்பளத்தில் நான் ஒரு சைக்கிள் வாங்கினேன். நூற்றி எண்பது ரூபாய். "என்னப்பா ஸ்வீட் இல்லயா?" என்று கேட்டார் வெறி ராமனாதன். புதுச் சட்டை, புதுச் செருப்பு, புதுப் பேனா என்று புதுசாக எதைப் பார்த்தாலும்

அவர் 'ஸ்வீட் இல்லயா?' என்று அரித்துவிடுவார். கிருஷ்ண விலாஸிலிருந்து இனிப்பும் கொஞ்சம் காராபூந்தியும் காபியும் வாங்கித் தந்தால்தான் மனிதனுக்கு நிம்மதி.

விடுப்பு எடுக்கச் சந்தர்ப்பம் கிடைத்தபோதெல்லாம் நான் போஸ்ட் ஆபீஸில் இருந்து தப்பித்துக்கொண்டேன். சைக்கிளில் ஏறிப் புறப்படுவதுதான் என் பொழுதுபோக்கு. காற்று தழுவ ஓட்டத் தொடங்கியதுமே அப்படியே ஓட்டிக்கொண்டே இருக்கவேண்டும் போலத் தோன்றும். தெரிந்த ஊர்கள், தெரியாத ஊர்கள் எல்லா இடங்களுக்கும் சைக்கிளிலேயே செல்வதுதான் என் அதிகபட்ச சந்தோஷம். இரண்டு கூட்டாளிகளைச் சேர்த்துக் கொண்டு கிருஷ்ணராஜசாகர் அணைக்கட்டு வரைக்கும் செல்வது ஐந்தாறு மாதத்துக்கு ஒரு முறையாவது நடக்கும். ஒருமுறை மகாபலிபுரம் சென்று வந்தோம். கன்யாகுமரி வரைக்கும் செல்வதற்காகப் போட்ட பிரயாணத்திற்குத்தான் கூட்டாளிகள் ஒத்துழைக்கவில்லை. ஆனால் என் தாகம் அடங்காத தாகம். என்னைத் தடுத்த குரல்களை அலட்சியப்படுத்திவிட்டுத் தன்னந்தனியே புறப்பட்டுவிட்டேன்.

ஹாசன் வழியாக மங்களூர் செல்ல வேண்டும் என்பது என் நீண்ட கால ஆசை. வழிநெடுக காடு. மலை. அவற்றின் தோள்களில் என் சைக்கிளை உருட்டிச் செல்ல ஆர்வம் கொண்டிருந்தேன். வழக்கம் போலத் தடைகள். கிண்டல்கள். விமர்சனங்கள். குத்தல் பேச்சுகள். "அடிக்கடி எதுக்குய்யா லீவ் எடுக்கற? சேத்து வச்சா நாள பின்னால் கல்யாணத்துக்கு ஒதவுமில்ல" என்று புத்தி சொன்னார் போஸ்ட் மாஸ்டர். "தாலி கட்ட ஒரு மணி நேரம் பர்மிஷன் போதும் சார்" என்றேன். என் உதடுகளில் சிரிப்பு தேங்கி இருந்ததைக் கண்டு அவர் முகம் இறுகியது. "பர்ஸ்ட் வீக். மொத்தம் நாலாயிரம் ஆர்.டி. வந்து மொச்சானுங்கன்னா எவன் பாக்கறது?" என்று குரலைக் கடுமையாக்கினார் அவர். "நீங்க அப்படியே பெண்டிங் வைங்க சார். க்ளார்க் லீவு. அப்புறமா வந்து வாங்கிக்குங்கன்னு சொல்லிடுங்க. நானே வந்து போடறன்" என்று வழிவகுத்துக் கொடுத்தேன். அவர் மனப்பாரம் உடனே விலகி விட்டது. "சரி. சரி. காபி சொல்லு. கையெழுத்து போட்டுடறன்" என்று சலிப்புற்ற மாதிரி நடித்தார். "மழ நாளாச்சே. எங்கனா போய் அவஸ்தைப்படப் போறியேன்னுதான் சொன்னன். போய்த்தான் ஆவணுமின்னா மகராஜனா போய்வா" என்று அனுமதித்துவிட்டார்.

அதிகாலையிலேயே கிளம்பினேன். எல்லாவற்றையும் விட்டு விடுதலையாகி வந்திருப்பதில் மனம் உற்சாகமுற்றிருந்தது. தார் மின்னும் தரையில் கூட கானல் நீரைப் பார்க்க முடியும் என்பதை

அன்றுதான் தெரிந்துகொண்டேன். நல்ல வெயில். தொலைவில் மரத்தின் நிழல் கருந்தாரில் ஒரு குளம் போலத் தெரிந்தது. நீர்ப்பரப்பு போலவே அதில் ஒரு மின்னல். பளீர் என்ற நெளிவு. நீர் அசைவதுபோல ஒரு தோற்றம். என் உடல் சிலிர்த்துவிட்டது. இரண்டு நாட்களில் ஹாசன் போய்ச் சேர்ந்துவிட்டேன்.

பகல் வெப்பத்தை ஈடுகட்டுகிற மாதிரி இரவில் கடும் மழை. விடியும் போது குளிரத் தொடங்கிவிட்டது. ஒரே இரவில் சொல்லி வைத்த மாதிரி பருவம் மாறிப்போனது. மழை நின்ற பிறகு மறுநாள் பயணத்தைத் தொடங்கினேன். சக்லேஷ்புர் வரைக்கும் சிறுசிறு தூறல். முகத்தில் பன்னீர் தெளித்த மாதிரி இருந்த தூறலில் நனைவது கூட சந்தோஷமாக இருந்தது. நிற்காமலேயே சென்றுகொண்டிருந்தேன். பெரிய இறக்கத்தில் இறங்கும்போது சைக்கிள் பஞ்சராகிவிட்டது. இந்தச் சங்கடத்தை நான் எதிர்பார்க்கவில்லை. பழுது பார்க்கிற கருவிகளும் காற்றடிக்கும் பம்ப்பும் எப்போதும் கைவசம் இருப்பதுதான் வழக்கம். இந்த முறை தன் வேலைக்காகக் கடன் வாங்கி எடுத்துச் சென்ற உறவுக்காரப் பையன் திருப்பித் தரவில்லை. தேடிப் போன போது வீடு பூட்டிக் கிடந்தது. சரி, பார்த்துக்கொள்ளலாம் என்கிற தைரியத்தில் கிளம்பிவிட்டேன்.

சைக்கிளைத் தள்ளிக்கொண்டு நடந்தேன். சுற்றிலும் மரங்கள். எட்டுகிற உயரத்தில் பெரிய பெரிய பலாப்பழங்களின் தொங்கலாட்டம். அதற்குப் பின் தேக்கு மரங்கள். தாவும் குரங்குகள். ஒரு மரம் வேரோடு சாய்ந்து கிடந்தது. அடிவேரைச் சுற்றி ரத்தக் குட்டை போல சேற்றின் தேக்கம். ஆள் சந்தடி எதுவும் கண்களில் படவில்லை. ஒரு விசித்திர உலகத்தின் ரகசிய பாதையில் நான் மட்டும் தனியே நடப்பதுபோல உணர்ந்தேன்.

ஒரே கணத்தில் வானம் இருண்டு மழை தொடங்கிவிட்டது. முற்றிலும் எதிர்பாராத மழை. முதலில் சற்றே கலவரப்பட்டு விட்டேன். குளிர்ந்த மழை முத்துகள் உடலில் விழும்போது கூச்சமாக இருந்தது. மறுநிமிடம் அதுவே சுகமாக மாறியது. உடல் முழுக்க குளிர் பரவியது.

எவ்வளவு தூரம் நடந்திருப்பேனோ, எனக்குத் தெரியாது. மழையின் வேகத்தையும் மீறி எழுந்த குரல் என்னைத் தடுத்து நிறுத்திய போது பாதையோரம் ஒரு குடிசை தெரிந்தது. அதன் கதவுக்கருகிலிருந்தான் அந்தச் சிறுவன் குரல் கொடுத்தான். நான் “என்னையா?” என்பது போல நின்று அவனையே பார்த்தேன். அவன் மறுபடியும் என்னைக் கன்னடத்தில் கூப்பிட்டான். நான் குடிசையை நோக்கிச் சென்றேன். சைக்கிளை நிறுத்திவிட்டு

உள்ளே வரச் சொன்னான். மழை படாத வண்ணம் ஒதுங்கி இரு கைகளாலும் உடலில் வழியும் தண்ணீரை வழித்து உதறினேன்.

'ரொம்ப நேரமா நனைஞ்சிட்டிங்க போல. எங்கனா நின்னிருக்கலாம்.'

அவன் என்னைப் பார்த்துச் சிரித்தான். உள்ளே போய் ஒரு துண்டு எடுத்து வந்து தந்தான். சைக்கிள் கேரியரில் இருந்த என் தோல் பையை எடுத்தான். அதன் மீது இருந்த நீரை அவனே வழித்து உதறி ஓரமாக வைத்தான். இதற்குள் உள்ளே இருந்து ஒரு நடுவயசுப் பெண் கதவருகே வந்து நின்றாள். "அம்மா, பாவம்மா இவரு" என்று என்னைக் காட்டி அவளிடம் சொன்னான் அச்சிறுவன். நான் திண்ணையில் ஓரமாக நின்று லுங்கி கட்டிக் கொண்டு பேண்ட்டை உருவி முறுக்கிப் பிழிந்து உதறினேன்.

பேசக் காத்திருந்த மாதிரி அச்சிறுவன் உற்சாகமாய் கேள்விகளைத் தொடுக்க ஆரம்பித்தான்.

"பஞ்சர் வண்டின்னு தெரியாம எடுத்தாந்துட்டிங்களா?"

"இல்ல. வழியில்தான் பஞ்சராய்டுச்சி."

வழியில் இருந்த நீண்ட இறக்கத்தைப் பற்றிச் சொன்னேன்.

"அந்த எடமே சுத்த மோசம்தான். நெறய கல்லு. பாத்து வரணும்."

பெரிய அனுபவஸ்தன் போலச் சொன்னான்.

"எந்த ஊர்லேர்ந்து வரீங்க?"

"பெங்களூர்."

"சைக்கிள்லேயவா . . ?"

"ம்."

அவனால் நம்ப முடியவில்லை. நம்பாமல் இருக்கவும் முடியவில்லை. மீண்டும் மீண்டும் கேட்டான். அவன் கண்களில் புதுவித வெளிச்சம். மழையில் நனைந்துகொண்டிருந்த சைக்கிளை எட்டித் தொட்டான்.

"எவ்ளோ தூரம் இருக்கும் பெங்களூரு?"

"எரநூறு மைலு."

"எரநூறு மைலுமா மெதிச்சிகிட்டு வரீங்க."

அவன் புருவம் உயர்ந்தது. ஏதோ ஒரு அதிசயத்தைக் கண்டது போல அவன் மனமும் குரலும் குழையத் தொடங்கின.

அந்தப் பெண் மீண்டும் வந்து உள்ளே வரச் சொல்லிக் கூப்பிட்டாள். நானும் அச்சிறுவனும் உள்ளே சென்றோம். அவசரமாய் அவள் பழம் பாய் ஒன்றை விரித்தாள்.

“சைக்கிள்ல அவ்ளோ தூரம் போவலாமா?”

“போவலாமே. அதுல என்ன தப்பு. நான் கன்யாகுமரிக்கே சைக்கிள்ல போயிருக்கேன்.”

அவன் ஆச்சரியம் ததும்ப என்னைப் பார்த்தான்.

“நெஜமாவா?”

“ம்.”

“டில்லிக்குப் போவ முடியுமா?”

“ம்.”

“இமயமலைக்கு . . ?”

“ம்.”

“பம்பாய்க்கு . . ?”

“ம்.”

“பாகிஸ்தானுக்கு . . ?”

“ம்.”

“முடியுமா?”

“ஏன் முடியாது? மனுஷனால முடியாதது எது இருக்குது? மனசு வச்சா எங்க வேணும்னாலும் போய் வரலாம்.”

வாய் பிளந்து நின்றவன் முகம் திடுமெனச் சுண்டியது. கரகரத்த குரலில் சொல்லத் தொடங்கினான்.

“எனக்கும் சைக்கிள்னா ரொம்ப ஆசை. ஆனா அம்மா வாங்கித்தர மாட்டறாங்க” என்றான் அம்மாவின் பக்கம் கையைக் காட்டியபடி.

“ஏம்பா, வாய வச்சிக்னு சும்மா இருக்க முடியலயா?” என்றாள் அவள். சிறுவன் குனிந்து கொண்டான். எனக்கு நொடியில் நிலைமை புரிந்தது. “இல்லப்பா, நீ ரொம்ப சின்னப் பையன் இல்லயா. ஓட்டறது கஷ்டமா இருக்கும். பெரியவனாய்ட்டா அம்மா வாங்கித் தருவாங்க. எங்க அம்மா கூட பெரியவனாய்ட்ட

பிறகுதான் வாங்கித் தந்தாங்க” என்றேன். அந்தப் பதில் அவனுக்கு மன நிறைவாக இருந்தது. “அப்படியாம்மா?” என்று தன் அம்மாவைப் பார்த்தான் அச்சிறுவன். அவள் “ம்” என்று சொல்லிவிட்டு உள்ளே சென்றாள்.

“உனக்கு ஓட்டத் தெரியுமா?”

“குரங்குப் பெடல் போட்டுத்தான் ஓட்டுவன்.”

“மழை நிக்கட்டும். நா கத்துக் குடுக்கறேன்.”

அவன் சந்தோஷமாய் தலையை அசைத்துக்கொண்டான். உடனே அவன் தனக்குத் தெரிந்த சைக்கிள் பயிற்சியைப் பற்றி சொல்லத் தொடங்கினான்.

“அரசிக்கெரேல மாமா வீடு இருக்குது. அங்கதான் சைக்கிள் கத்துகிட்டேன். ஆனா மாமா ரொம்ப கண்டிப்பு. அவர் இல்லாத நேரத்தில்தான் சைக்கிளத் தொட முடியும் . . .”

அவனுக்கு இந்த உலகமே மறந்துவிட்டது. சைக்கிள் ஹேண்ட்பார்கள் சுழன்றன. அவற்றைப் பிடித்துக்கொண்டு தோளை அசைத்து அசைத்து ஓரம்பார்த்து ஓட்டினான். வாயாலேயே சைக்கிள் ஓடும் சத்தத்தைக் கொடுத்தான். கண்ணுக்குப் புலப்படாமல் எதிரே வந்துகொண்டிருந்த ஒரு பஸ்சுக்கு வழிவிட்டு மீண்டும் பாதையில் இறக்கிவிட்டு ஓட்டத் தொடங்கினான். மிதிக்கிற மாதிரி காற்றில் கால்கள் அலைபாய கண்கள் சாலையில் பதிந்திருந்தன. நான் உடனே விளையாட்டாக “ப்ரேக் ப்ரேக்” என்று கத்தினேன். அவன் சிரித்துவிட்டான். பல வருஷகாலம் ஒன்றாய்ப் பழகியதுபோல என்னிடம் நெருக்கமாகிவிட்டான்.

அச்சிறுவனின் தாய் இரண்டு கோப்பைகளில் வெறும் டிகாஷன் டீ போட்டு வந்து தந்தாள். நான் அவளை நன்றியோடு பார்த்தேன். அவளோடு பேச்சைத் தொடங்கலாமா, வேண்டாமா என்று தெரியாமல் விழித்தேன். எது நாகரிகமாக இருக்கும் என்று அக்கணத்தில் உடனடியாக முடிவெடுக்க இயலவில்லை.

டிகாஷன் குடித்து முடித்த பின்பு தரையைப் பார்த்தபடி நான் என்னைப் பற்றிச் சொன்னேன். முதலில் என் பிரயாண ஆசையை விவரித்தேன். அவள் வியப்போடு என்னைப் பார்த்தாள்.

“அவன மாதிரியே இருக்கறீங்க. அவனுக்கும் இப்படித்தான். எப்ப பாத்தாலும் ஊரச் சுத்திட்டே இருக்கணும். சுத்தி சுத்தி என்னத்த சாதிக்கப் போறானோ?”

“ஒரு அனுபவம்தான்.”

அவள் சட்டென என் பக்கம் திரும்பினாள்.

“அப்ப சோத்துக்கு? எல்லாம் கொட்டி வச்சிருந்தா சுத்தலாம்.”

ஒரு கணம் மௌனம். என் முகம் சுண்டி தடுமாற்றம் கொண்டதைக் கண்டு அவள் வருத்தமுற்றாள். பிறகு மெல்லிய குரலில் தாம் இருவர் மட்டுமே மலை அடிவாரத்தில் ஓர் இடத்தில் விவசாயம் செய்து சாப்பிடுவதாகச் சொன்னாள். புருஷன் இறந்து மூன்று வருஷம் ஓடிவிட்டது என்றும் சொன்னாள்.

மழை சிறிதுநேரம் கூட விடாமல் தொடர்ந்து பொழிந்தது. இப்படியொரு இருபத்தி நாலு மணி நேர மழையை நான் எப்போதும் பார்த்ததே இல்லை. நான் அங்கே தங்குவது தவிர்க்க முடியாததாகிவிட்டது. சிறுவன் தன் மனசிலிருந்த பெங்களூர்ச் சித்திரங்களை என்னிடம் சொல்லி சரியா என்று கேட்டான். லால்பாக், கப்பன் பார்க், நேஷனல் பார்க் பற்றிய அவன் கனவுகள் எனக்கு ஆச்சரியமாக இருந்தன. எம்.ஜி. ரோடு கட்டடங்களின் பிரமாண்டம் பற்றியும் அல்சூர் ஏரி பற்றியும் அதில் ஓடும் படகுகள் பற்றியும் அவன் சொல்லிக்கொண்டே இருந்தான்.

“என்னைக்காவது ஒரு நாளு பாப்பன் சார்” என்று சபதம் எடுப்பது போல என்னிடம் சொன்னான். “நிச்சயமா பாக்கலாம்” என்று நானும் தாளமிட்டேன். அந்த நிமிஷமே அவனை என்னோடு பெங்களூருக்கு அழைத்துச் சென்றுவிட்டால் என்ன என்று தோன்றியது. சிறிது நேரத்திற்குப் பிறகு “உங்கள மாதிரியே சைக்கிள்ல போவன் சார்” என்றான். அவன் கண்களில் ஒளி வீசியது. இரவு வேளைக்கு அவன் அம்மா வந்து சாப்பிடக் கூப்பிட்டாள். கருவாட்டுக் குழம்பு. கேழ்வரகுக் களியை உருட்டி வைத்திருந்தாள். ருசியான சமையல். “என்னால ரொம்ப தொந்தரவு ஒங்களுக்கு” என்றேன் நான். “அதெல்லாம் ஒண்ணுமில்லே” என்று சிரித்தாள் அவள்.

அச்சிறுவன் என்னோடு சுவரோரம் படுத்துக்கொண்டான். என்னிடம் கதை கேட்கத் தொடங்கினான். நான் சுற்றிய ஊர்களைப் பற்றியும் பார்த்த மனிதர்களைப் பற்றியும் கேட்டான். நான் என் சிறுவயசுக் காலத்தை எண்ணியபடி எல்லாவற்றையும் சொன்னேன். என் சின்ன வயதின் பிம்பமாக அவன் இருப்பது எனக்கு ஆனந்தமாக இருந்தது. காலம்காலமாக நீண்டு வரும் ஒரு பித்துச் சரடு என்னைக் கோர்த்துக்கொண்டு அவன் வழியாக நீள்வது போல இருந்தது.

விடிந்தபோது மழை விட்டிருந்தது. சிறுவன் எனக்கு முன்னால் எழுந்து சைக்கிள் அருகில் நின்றிருந்தான். காற்று இறங்கிப் போன சக்கரத்தைக் கையால் சுற்றிக்கொண்டிருந்தான். என்னைப் பார்த்ததும் சிரித்தான். சக்கரக் கம்பியில் சிவப்பான துண்டுத் துணி ஒன்றைக் கட்டிவிட்டு அது மேலும் கீழும் மாறி வருவதை ஓட்டிக் காட்டினான். நான் சிரித்தேன்.

"மொதல்ல பஞ்ச்சர் ஒட்டணும் இதுக்கு" என்றேன்.

"பக்கத்தூர்ல சந்திரே கௌடா சைக்கிள் ஸ்டோர் வச்சிருக்காரு. அவர் கிட்ட போவலாம்."

சைக்கிளைத் தள்ளிவர அவனே முன்வந்தான். அவன் கைகள் பழகிய ஒரு நாய்க்குட்டியின் கால்களைப் பற்றுவது போல சைக்கிள் ஹேண்ட் பார்களைப் பற்றின. சைக்கிள் பழுதற்றிருக்கும் பட்சத்தில் ஏறிப் பறந்துவிடுவான் போலத் தோன்றியது. மணியை அழுத்தி சத்தமெழுப்பிக்கொண்டே வந்தான்.

வாசலில் உட்கார்ந்து டீ பருகிக்கொண்டிருந்தார் சந்திரே கௌடா. சிறுவன் அவர்முன் சைக்கிளை நிறுத்தினான். சேற்றின் செந்நிறம் சக்கரம் முழுக்க அப்பி இருந்தது. யாரும் சொல்லாமலேயே சிறுவன் ஒரு வாளித் தண்ணீரை எடுத்து வந்து நன்றாகக் கழுவினான். கொஞ்சம் தள்ளி நின்று பார்த்து தனக்குத் தானே திருப்தியுற்றான்.

என்னைப் பற்றி விசாரித்தபடியே பஞ்சர் பார்த்து ஒட்டினார் சந்திரேகௌடா. இரண்டு இடங்களில் கல் பொத்திருந்தது. டியூபைப் பொருத்தி நன்கு காற்றடைத்துத் தந்தார். நான் கொடுத்த பணத்தை நன்றியுடன் வாங்கிக்கொண்டார்.

வரும்போது அவனை சைக்கிளில் ஏறி ஓட்டி வரும்படி சொன்னேன். அவன் ஆனந்தத்துக்கு அளவே இல்லை. குரங்குப் பெடலில் தெத்தித் தெத்தி ஓட்டினான். அவனைப் பிடித்து நிறுத்தி ஸீட்டில் உட்கார வைத்து முதுகை வளைக்காமல் இருக்கும்படி சொன்னேன். கால்கள் ஓரளவு எட்டியும் எட்டாமலும் இருந்தன. தடுமாறினான். கால் எட்டாமல் போகும்போது இடுப்பை அதிகமாக வளைத்து விழுந்தான்.

ஏறத்தாழ இரண்டு மணி நேரம் ஓட்டிக்கொண்டிருந்து விட்டு திரும்பினோம். அவள் சூடாக அவல் வறுத்துத் தந்தாள். சாப்பிட்டுக்கொண்டிருக்கும்போதே மழை பிடித்துவிட்டது. சிறுவன் மழையைச் சபித்தான். வருத்தம் குரலிலும் முகத்திலும் வழிந்தது.

"படிக்க வய்க்கலயா இவன?"

நான் அவளிடம் கேட்டேன்.

"அவரு உயிரோடு இருக்கும்போது போனான். அஞ்சாவது வரிக்கும் படிச்சான். இப்ப நானும் அவனும்தான் வயலப் பாத்துக்கறோம்."

சற்று நேரம் மௌனமாய்க் கழிந்தது.

"சொந்த ஊரே பெங்களூரா?"

"அப்பாவும் தாத்தாவும் அந்தக் காலத்துல மைசூர் டேம் கட்ட வந்தவங்க. அப்புறம் பெங்களூர்லயே இருந்துட்டம்."

"மெட்ராஸ்ல எம்.ஜி.ஆர். ஏழைக்கெல்லாம் வாரி வாரிக் கொடுக்கறாராமே. கன்னடக்காரங்க எங்களுக்குத் தருவாரா?"

எனக்கு பதில் சொல்லத் தடுமாற்றமாய் இருந்தது. எங்கிருந்து பேச்சு எங்கே மாறிவிட்டது என்று தோன்றியது. நான் ஒரு வித இயலாமையோடு அவளைப் பார்த்தேன்.

"அந்த அளவுக்கு எனக்கு யாரயும் தெரியாது?"

"சரி . . . சரி . . . நீங்க அதுக்காக சங்கடப்படாதீங்க."

மழை நின்றதும் நான் கிளம்பிவிட நினைத்தேன். ஆனால் சிறுவன் 'எனக்கு நல்லா ஓட்ட கத்துத்தரன்னுதான சொன்னீங்க. எல்லாம் பொய்தானா?' என்று மடக்கினான்.

மழை நின்ற பிறகு அவனை அழைத்துக்கொண்டு வெளியே போனேன். சைக்கிளை ஓட்டிக்கொண்டே இருக்கவேண்டும் என்று அவன் ஆசைப்பட்டான். கால் எட்டுகிறதா இல்லையா என்று அடிக்கடி தலை குனிந்து பார்த்தான். அதுதான் ஒரே குறை. மற்றபடி இடுப்பு படிந்துவிட்டது.

"சைக்கிள் ஓட்டற மாதிரியே இல்ல. ஏதோ றெக்கை கட்டிப் பறக்கற மாதிரி இருக்குது. ஒரு உலகத்திலேர்ந்து இன்னொரு உலகத்துக்குள்ள போவற மாதிரி இருக்குது" என்றான். அவன் கண்களைப் பார்க்க எனக்கு சந்தோஷமாக இருந்தது.

நண்பகலில் மீண்டும் மழை தொடங்கியது. சாயங்காலம்தான் நின்றது. நான் "கிளம்பட்டுமா" என்றேன். அச்சிறுவன் முகம் போன போக்கு சரியில்லை. "வழியில மறுபடியும் பேஞ்சா என்ன செய்வீங்க?" என்றான். "எல்லாம் சமாளிச்சிருவேன்" என்றேன். அவனும் அவன் அம்மாவும் தடுத்தார்கள். இரவு முழுக்க சிறுவனிடம் சைக்கிள் பிரயாண அனுபவங்களைப் பகிர்ந்துகொண்டேன்.

"விடிஞ்சதும் நானும் உங்களோடு வரட்டுமா?"

"ம்" என்று உற்சாகமூட்டினேன்.

"அரசிக்கெரேயில என்ன விட்டுடுங்க. மாமா வீட்டுல ரெண்டு நாள் இருந்துட்டு திரும்பிடுவேன்."

விடிந்தபோது மழை விட்டிருந்தது. நான் எழுந்து பல் துலக்கிவிட்டு குளித்து உடை மாற்றினேன். அறைக்குள்ளே உலர்த்திய ஈரத்துண்டை மடித்து பைக்குள் வைத்துக்கொண்டேன். அவளுக்குக் கொஞ்சம் பணம் தரலாமா என்று தோன்றிய எண்ணத்தை உடனடியாய் விலக்கினேன். எதுவும் தராமலிருப்பதுவும் சங்கடமாக இருந்தது. விடைபெற்றுக்கொள்ளும்போது மனசில் ஊமைவலி எழுந்தது. சிறுவன் மிகவும் வாதாடி என்னுடன் வருவதற்கு அவளிடம் அனுமதி பெற்றுவிட்டான். அவள் மீண்டும் "பத்தரம் பத்தரம்" என்று திரும்பத்திரும்பச் சொன்னாள். அவள் அக்கறையையும் கவலையையும் என்னால் புரிந்துகொள்ள முடிந்தது. சிறுவன் ஐந்து நிமிஷத்தில் ஒரு பழைய பையில் தன் மாற்றுடைகளை வைத்துக்கொண்டு சைக்கிள் அருகே நின்றான். அவனே ஓட்டப் போவதுபோலவும் எனக்காகக் காத்திருப்பதுபோலவும் இருந்தது அவன் தோற்றம்.

நாங்கள் புறப்பட்டோம். அவன் பின்னால் கேரியரில் உட்கார்ந்துகொண்டான். அந்தச் சூழல் மிகவும் மகிழ்ச்சியூட்டுவதாக இருந்தது. பெரிய பெரிய மரங்கள். குன்றுகள். எங்கோ நழுவிச் செல்லும் ஓடைகள். கண்முன்னே நீண்டு விரிந்த பாதை. சிறுவன் பேசியபடி வந்தான். மிகவும் தயங்கி "நா கொஞ்சம் ஓட்டட்டுமா?" என்றான். நான் இறங்கி சிறிது நேரம் அவனிடம் தந்தேன். கொஞ்ச தூரம் போய்விட்டு மீண்டும் வருமாறு சொல்லிவிட்டு ஒரு மரத்தடியில் உட்கார்ந்தேன். ரொம்பவும் பழகியவன்போல சைக்கிளில் ஏறி மிதித்தான் அவன். கூவும் பறவைகளின் குரல்களைப் பிரித்தறிய முயற்சித்துத் தோற்றுக்கொண்டிருந்தேன் நான்.

அவன் திரும்பி வந்ததும் எங்கள் பயணம் தொடர்ந்தது. பத்துப் பதினைந்து மைலுக்கப்புறம் மீண்டும் அவன் ஓட்டினான். வழியில் ஓட்டல் ஒன்றில் சாப்பிட்டோம். அங்கு கோயில் ஒன்றிருந்தது. அதைச் சுற்றிப் பார்த்துவிட்டு மீண்டும் புறப்பட்டோம். இடையில் சிறுசிறு தூரம் அவனும் ஓட்டினான்.

அரசிக்கெரே நெருங்கியதும் வீடுகள் தென்பட்டன. வாகனங்களும் மனித நடமாட்டமும் தெரிந்தன. மூன்று நாட்களுக்கப்புறம் மனிதர்கள் நடமாட்டத்தைப் பார்த்தபோது மனம் கிளர்ச்சியுற்றது.

பிரயாணம்

“இன்னும் கொஞ்ச தூரம்தான் எங்க மாமா வீடு. எங்க மாமா வீடுவரிக்கும் நானே சைக்கிள்ல போய் வரட்டா? கொஞ்ச நேரம் அவுங்க சைக்கிளத் தொட்டுட்டா என்னா கத்து கத்துவாங்க தெரிமா? இப்ப அவங்க முன்னால நான் போய் எறங்கனதுமே அதிசயப்படுவாங்க. போய் வரட்டா?”

அவன் உற்சாகத்தைக் குலைக்க விருப்பமில்லை. “சரி” என்றேன். “பாத்து, பாத்து” என்று எச்சரிப்பதற்குள் அவன் பாய்ந்துவிட்டான். நான் ஒரு டீக்கடையில் டீக்குடிக்கச் சென்றேன். குடித்துவிட்டு வெளியே வந்து அவனுக்காகக் காத்திருந்தேன்.

சாலை மிகவும் பரபரப்பாக இருந்தது. வேகவேகமாகச் செல்லும் வாகனங்கள். சைக்கிள் ரிக்ஷாக்கள். மஞ்சள் துணி போர்த்திய ஆட்டோக்கள். லாரிகள். சிக்னல் கம்பங்களில் மாறி மாறி விளக்கு எரிந்துகொண்டிருந்தது. இருபுறமும் ஜனநடமாட்டம். நான் சட்டென அச்சிறுவனைப் பற்றி யோசித்தேன். அவன் குடும்பம், அவன் ஆசை, அவன் வேகம் எல்லாமே மனசில் அலைமோதின. சட்டென ஒரு முடிவெடுத்தேன். அவசரமாய் தெரு மூலை வரைக்கும் பார்த்தேன். அவன் முகம் தெரிவதுபோல இருந்தது. என்னைப் பார்த்துப் பெருமிதமாய் அவன் சிரிப்பது போலவும் இருந்தது. எதிர்பாராத விதமாக முன்னால் வந்து நின்ற ஹாசன் பஸ்ஸில் சட்டென்று ஏறி உட்கார்ந்துவிட்டேன். வண்டியும் உடனே கிளம்பிவிட்டது.

(*இந்தியா டுடே*–1996)

பூனைக்குட்டி

மருத்துவமனைச் சீருடையைக் களைந்துவிட்டு வீட்டிலிருந்து அம்மா கொண்டுவந்திருந்த வெளிர்நீல நிறப்பின்னணியில் மஞ்சள் பூப்போட்ட கவுனை அணிந்துகொண்டாள் வைதேகி. முன்பெல்லாம் உடலை இறுக்கிப் பிடித்தபடி இருக்கும் கவுன் இப்போது தொளதொளவென்றிருந்தது. நிமிர்ந்ததும் அவள் பார்வையை சட்டெனத் தவிர்த்து சன்னல் பக்கமாக வேப்ப மரங்களைப் பார்ப்பதுபோல யாருக்கும் தெரியாதபடி விழியோரம் தேங்கத் தொடங்கிய கண்ணீர்த்துளிகளை விரல்களால் துடைத்துக்கொண்டாள் அம்மா. வைதேகியின் அருகில் நெருங்கிச் சென்ற அப்பா முதுகுப்பக்கமிருந்த கொக்கிகளைப் பொருத்தினார். பிறகு அவரே தலைமுடியை சீப்பால் வாரி க்ளிப் போட்டுவிட்டார். அப்பாவும் அம்மாவும் ஆளுக்கொரு பக்கமாக நின்று தயார்ப்படுத்தி பள்ளிக்கு அவசரம் அவசரமாக அனுப்பிய நாட்களை நினைத்துக்கொண்டாள் வைதேகி.

"வைதேகி செல்லம் என்ன படம் போட்டிருக் காங்க இன்னிக்கு?" என்று புன்னகையோடு கேட்டுக் கொண்டே அறைக்குள் வந்தார் பெரிய டாக்டர். "குட்மார்னிங் டாக்டர்" என்று தெத்துப்பல் தெரிய சிரித்தபடி கட்டிலோரமாக வந்து அமர்ந்தாள் வைதேகி. அம்மா, அப்பா, தாத்தா எல்லாரும் ஒரு கணம் புன்னகையோடு நிமிர்ந்து ஒதுங்கி நின்றார்கள். திறந்து வைக்கப்பட்ட ஜன்னல் கதவின் வழியே வேப்பம்பூ மணம் மிதந்துவந்தது. தலையணைக்கு அருகில் வைத்திருந்த ஓவியச்

சுவடியை எடுத்து டாக்டரிடம் நீட்டினாள் வைதேகி. சுவடியை நிதானமாகப் புரட்டி அவள் நேற்று வரைந்த படத்தை ஆவலோடு பார்த்தார் டாக்டர். மூன்று கருப்புப்பூனைகள் உட்கார்ந்திருக்கும் ஒரு கட்டிலின் படம். நீலா, மாலா, கலா என்று ஒவ்வொரு பூனைக்குக் கீழும் பெயர் எழுதப்பட்டிருந்தது. "வெரி நைஸ்" என்றபடி வெவ்வேறு கோணங்களில் அந்தப் படத்தைத் திருப்பி மீண்டும் மீண்டும் பார்த்தார் டாக்டர். "ரொம்ப அழகா இருக்குது வைதேகி. மீசையும் கண்ணயும் பார்த்தா முன்னாலயே உட்கார்ந்திருக்கறதாட்டம் இருக்குது. ஓவியத்துல போட்டின்னு ஒன்னு வச்சா உனக்குத்தான் முதல்பரிசு தரணும்" என்றபடி தட்டிக்கொடுத்தார். பிறகு, "மூணு பூனைங்கள்ள எந்தப் பூனையை வைதேகிக்குப் புடிக்கும்?" என்று புன்னகைத்தபடி கேட்டார். "எனக்கு மூணும் புடிக்கும்" என்றாள் வைதேகி. அப்படிச் சொன்னபோது அவள் கண்கள் சுடருடன் அழகாக விரிந்தன.

நெருங்கி உட்கார்ந்து நாக்கை நீட்டச் சொல்லியும் இமைகளை கீழே அழுத்தி விழிகளை அகலமாக்கியும் மாறிமாறிப் பார்த்துவிட்டு தலையசைத்தபடி "செல்லத்துக்கு ஒரு கொறச்சலும் கெடையாது. தாராளமா வீட்டுக்குக் கௌம்பலாம் . . ." என்றார். பிறகு அப்பா பக்கமாகத் திரும்பி "பிரமாதமான முன்னேற்றம் சார். எட்டு வயசுல இவ்வளவு மனஉறுதியான்னு ஆச்சரியமா இருக்குது. மருந்துங்கள கண்டாவே ஓடற புள்ளைங்கள பாத்திருக்கேன். இவ்வளவு பொறுமையா மருந்து குடிச்ச குழந்தைங்க ரொம்ப கொறவு. வைதேகி ஈஸ் எ க்ரேட் சைல்ட் . . ." என்றபடி தோளைத் தட்டிக்கொடுத்தார். அம்மா மட்டும் ஏதோ தயங்கித்தயங்கி இழுத்தாள். "ஒரு பிரச்சனயும் இனிமேல வராதும்மா. தைரியமா போய்வாங்க. ஒருவேள தப்பித்தவறி ரொம்ப நெருக்கடியான கட்டம்னு ஒன்னு வந்தா நான் சொன்ன மாதிரி செய்ங்க போதும் . . ." என்று அமைதிப்படுத்தினார். மீண்டும் வைதேகியின் பக்கம் திரும்பி "வைதேகி செல்லம் படிச்சி பெரியவளாகி என்ன ஆகணும்னு நெனைக்கறாங்க?" என்று ஆசையாகக் கேட்டார். அவர் விரல்கள் அவளுடைய மழமழப்பான கன்னத்தைத் தட்டின. "டாக்டராவேன் டாக்டர்" என்று சிரித்துக்கொண்டே சொன்னாள் வைதேகி. "சபாஷ் வைதேகி, ஐ அப்ரிசியேட் யுவர் ஸ்பிரிட். எங்க க்ளினிக்ல எனக்கே ஜூனியரா வந்துடு சரியா?" என்றபடி சிரித்தார். சிரித்தபோது அவர் கண்களில் நீர் கோர்த்துக்கொண்டது. கண்ணாடியைக் கழற்றித் துடைத்தபடி சென்றார்.

மருத்துவமனைக் கட்டணத்தை செலுத்துவதற்காக அப்பா வெளியேறியதும் அறையில் வைத்திருந்த பொருட்களையெல்லாம் எடுத்து பெட்டிக்குள் அடுக்கி வைத்தாள் அம்மா. அருகில்

உட்கார்ந்த தாத்தாவிடம் ஓவியங்களைக் காட்டி ஒவ்வொன்றைப் பற்றியும் உற்சாகத்துடன் விளக்கத் தொடங்கினாள் வைதேகி. எல்லா ஓவியங்களிலும் ஏதோ ஒரு மூலையில் ஒரு பூனை இடம்பெற்றிருந்தது. எட்டிப் பார்க்கிற பூனை. கதவோரமாக வந்து நிற்கும் பூனை. கட்டிலுக்குக் கீழே தூங்கும் பூனை. மரக்கிளையில் தொங்கும் பூனை. கிணற்றங்கரையில் வாளிக்கருகே தரையில் தேங்கிய தண்ணீரை நக்கும் பூனை.

தன் பூனைப்பொம்மைகளைப்பற்றி தாத்தாவிடம் உடனடியாகக் கேட்கலாமா என்று யோசித்தாள் வைதேகி. மாறிமாறி மருத்துவமனைகளில் இருந்த காலக்கணக்கு குழப்பமாக இருந்தது. அவை இப்போது எங்கே இருக்கின்றன. அவற்றின் அருகே யாராவது இப்போது படுத்துக் கொள்கிறார்களா, மங்கத் தொடங்கிய அவற்றின் நிறம் சரியாகிவிட்டதா, பூனைகளைப்பற்றி கேட்பதற்கு அவள் நெஞ்சில் அப்படி ஓராயிரம் கேள்விகள் முட்டின. மறுகணமே எவருடைய பதில்களும் தனக்கு நிறைவைத் தராது என்று நினைத்து மனத்திரையில் அவை உட்கார்ந்திருக்கும் கோலத்தின் கற்பனையில் மூழ்கினாள். மனஉலகில் அவளுடைய தீண்டலுக்காவும் வருடலுக்காகவும் அவை உடல்மடங்கி முகம் பார்த்துக் கிடந்தன.

விளையாடும் பருவத்தில் எல்லாக் குழந்தைகளாலும் கவனமாக ஒதுக்கப்பட்ட குழந்தையாகவே வளர்ந்தவள் வைதேகி. உறவுக்காரக் குழந்தைகள்கூட உதடு பிதுக்கி கண்களில் அருவருப்பு தென்பட நகர்ந்துவிடுவார்கள். ஒரு சில கணங்கள் செயற்கையான புன்னகையோடு பக்கத்தில் நிற்க நேரும் பெரியவர்கள்கூட தொட்டும் தொடாமலும் சிரித்தும் சிரிக்காமலும் புறக்கணித்துச் செல்வதே வாடிக்கையாக இருந்த நாட்கள் அவை. கன்னங்களிலும் காதோரங்களிலும் கைகளிலும் கால்களிலும் கரிக்கோடு இழுத்ததுபோல புசுபுசுவென்று அடர்ந்து வளர்ந்த முடிச்சுருள் எல்லாக் குழந்தைகளிலிருந்தும் அவளைத் தனிமைப்படுத்திப் பார்க்கவைத்தது. மூன்று வயதுவரை எல்லாக் குழந்தைகளைப்போல மாநிறமான உடலோடும் ஆரோக்கியமான தோற்றத்தோடும் நடமாடிய குழந்தையின் உடலில் ஏற்பட்ட மாற்றத்துக்கான காரணம் மருத்துவ அறிவுக்கு அப்பாற்பட்டதாக இருந்தது. ஆறே மாதங்களில் அது உடல் முழுதும் முளைத்து படரத் தொடங்கியது. புதுச்சேரியில் பார்க்காத டாக்டர்களே கிடையாது. அவர்கள் தந்த ஆலோசனைகளுக்கும் மாதக்கணக்கில் சாப்பிட்ட பலவிதமான மருந்துகளுக்கும் ஒரு பலனும் கிட்டவில்லை. மனவருத்தத்தை முன்வைத்தபோது சென்னையில் உள்ள சிறப்பு மருத்துவரைப் பார்த்து கலந்தாலோசிக்கும்படி சீட்டு தந்தார்கள். சில மாதங்களுக்குப் பிறகு, அவர்கள் திறமையையும்

பிரயாணம்

தாண்டியதாக அது இருப்பதாக அறிவித்து பெங்களூருக்குப் போகும்படி சொன்னார்கள். சேமிப்புப்பணத்தையெல்லாம் மருந்துகளுக்கும் விதவிதமான ஆலோசனைகளுக்கும் கணக்குப் பார்க்காமல் செலவழித்தார் அப்பா. "பூவாட்டம் இருந்த என் பொண்ணு இப்படி பொதராட்டம் நிக்கறாளே, யாரு கண்ணு பட்டுச்சோ தெரியலையே, முருகா, என் பொண்ண கொணமாக்குப்பா, வர ஆடி மாசமே உன் சந்நிதிக்கு நான் பூ காவடி எடுத்து வரேன் தாயே" என்று தெய்வத்தின் கால்களை சரணடைந்தாள் அம்மா.

தெருமுனையிலேயே இருந்த பள்ளி நிர்வாகம் அவளைச் சேர்த்துக்கொள்ள மறுத்தபோது அப்பா அதிர்ச்சியில் மூழ்கினார். அக்கம்பக்கம் உள்ள எல்லாப் பள்ளிகளும் அவளைப் பார்த்த கணத்திலேயே அனுமதிக்க தயக்கம் காட்டின. சோர்வில்லாமல் முயற்சி செய்த அப்பா இறுதியில் பழக்கமான ஒரு பாதிரியாரின் பரிந்துரையோடு நகரத்தில் ஒரு பள்ளியில் சேர்த்துவிட்டார். பள்ளியின் வளர்ச்சிநிதிக்காக அவர் சில ஆயிரங்களைத் தர வேண்டியிருந்தது. பள்ளியில் சிறுமிகள் யாரும் அவளோடு பேச்சு வார்த்தை வைத்துக்கொண்டதில்லை. ஆட்டத்திலும் அனுமதிப்பதில்லை. புறக்கணிப்புகள் முதலில் அவளைத் திகைப்புக்குள் ஆழ்த்தின. மனபாரத்தில் ஒடிந்துபோனாள். அப்போதுதான் தனக்குக் கிட்டிய தனிமையையே ஒரு விளையாட்டுத் தோழியாக மாற்றிவிடும் நுட்பத்தை அவள் மனம் வெகுவிரைவில் கண்டடைந்தது.

அப்பா வாங்கித் தந்த நோட்டுகளில் அவள் விதவிதமான வண்ணங்களில் கோடிழுத்து, வட்டம் போட்டு, குறுக்கும் நெடுக்குமாக கட்டங்களைப் போட்டு மனம்போன போக்கில் இழுத்துஇழுத்து படம் வரையத் தொடங்கினாள். கொம்பில்லாத விலங்குகளுக்குக் கொம்பு போட்டும் கொம்புள்ள விலங்குகளை கொம்பில்லாமலும் வரைந்து வைத்தாள். அவள் ஓவியச் சுவடியில் கோழிகள் வானத்தில் மேகத்தைத் கிழித்துக்கொண்டு பறந்தன. பறவைகள் தத்தித்தத்தி நடந்தன. ஆடுமாடுகள் கார்களில் காணப்பட்டன. மனிதர்களுக்கு வால் முளைத்து நான்கு கால்களால் நடந்தார்கள். அம்மாவால் அப்படங்களைத் தாங்கிக் கொள்ளவே முடியவில்லை. திகைத்து கண்கலங்கி நின்றாள். மனத்தைத் திசைதிருப்ப குவிக்க முனையும் குழந்தையின் விருப்பத்தைத் திருப்தியாக உணர்ந்தபடி தலையசைத்துவிட்டு பேசாமல் போய்விடுவார் அப்பா.

அப்பாவும் அம்மாவும் கலந்துகொண்ட பள்ளி ஆண்டு விழாவில் அவள் முதல்முறையாக ஆறு கோப்பைகள் வாங்கினாள்.

முதல் மதிப்பெண். நூறு சதவீத வருகை. பாட்டுப்போட்டி. ஓவியப்போட்டி, தவளைப்பாய்ச்சல் ஓட்டம், சாக்குப்பந்தயம், எல்லாவற்றிலும் அவளே முதலாவதாக வந்திருந்தாள். கைத் தட்டல்களால் அரங்கம் அதிர்ந்தபோது அப்பா கலங்கிய கண்களோடு வைதேகியின் கைகளை வாங்கி அழுத்தமாகப் பற்றிக்கொண்டாள்.

அந்த வார ஞாயிறு மாலையில் கடற்கரையிலிருந்து திரும்பிய வேளையில் கடைத்தெருவின் முன்னால் நிறுத்தி "உனக்கு என்ன வேணும் கேள் வைதேகி, உன் முதல் பரிசுக் கோப்பைகளுக்காக உனக்கொரு பரிசு தரப்போறோம் . . ." என்றார் அப்பா. அந்த இன்பத் திகைப்பை அவளால் தாங்கிக்கொள்ளவே இயலவில்லை. நம்ப முடியாமல் இருவருடைய கண்களையும் மாறிமாறிப் பார்த்தாள். கண்கள் விரிய ஒரு பொம்மைக்கடைக்குள் புகுந்து ஒவ்வொன்றாகத் தொட்டுத்தொட்டு நடந்தாள். தலையாட்டிப் பொம்மை. மின்கலப் புகைவண்டி. குதிரைவீரன். குட்டி யானை. உற்றுப் பார்த்தபடி ஒரு கணம் நின்றாலே "இதுவா? இதுவா?" என்று ஆர்வத்தோடு கேட்டார் அப்பா. ஒரு மூலையில் மேசைமீது உட்காரவைக்கப்பட்ட ஒரு பூனைக்குட்டிப் பொம்மையின் அருகில் நின்று அதைச் சுட்டிக்காட்டினாள் வைதேகி. உடல்முழுக்க புசுபுசுவென்று தொங்கும் முடிச்சுருள். சின்னச்சின்ன உருண்டையான கண்கள். ஒரு புல்கொத்து போன்ற மீசை. விரல்களால் வருடியபோது வழவழப்பாக இருந்தது. மடிந்து விரைத்த காதுமடல்கள். முன்பக்கமாக வளைந்து உட்கார்ந்த கோலம். எடுத்து மடியில் வைத்து கொஞ்ச லாம்போல இருந்தது. பக்கத்தில் நின்று ஒவ்வொரு உறுப்பாக தொட்டுத்தொட்டுப் பார்த்து ஆச்சரியத்தில் திளைத்தாள். "அப்படியே உயிருள்ள பூனைக்குட்டியாட்டம் இருக்கதுப்பா . . ." என்று சிரித்தாள். காரணமே இல்லாமல் அம்மாவின் முகம் சட்டென்று கூம்பியது. தேவையான பணம் கொடுத்து அதையே அவளுக்கு வாங்கித் தந்தார் அப்பா.

அன்று இரவு தன் பக்கத்திலேயே பொம்மைப்பூனையை படுக்கவைத்துக்கொண்டு தூங்கினாள் வைதேகி. நெடுநேரம் கண்விழித்து அதற்கொரு பெயர் சூட்டுவதற்காக பல பெயர்களை மனசுக்குள் எழுதி எழுதிக் கலைத்தாள். ஒரு பெயரும் தட்டுப்படாமல் அறை ஜன்னலுக்கு வெளியே இருளை வேடிக்கை பார்த்தபடி படுத்திருந்தாள். தற்செயலாக சன்னல் திரையின் நீல நிறத்தைப் பார்த்து நீலா என்ற பெயர் நெஞ்சில் உதித்தது. அக்கணமே அந்தப் பூனை நீலா என பெயர் பெற்றது. "இந்த நிமிடம் முதல் நீதான் என் பெஸ்ட் ப்ரண்ட் நீலா" என அதன் காதருகே முணுமுணுத்தாள். அதன் நெற்றியிலும்

காதுமடலிலும் மெதுவாக முத்தமிட்டாள். அதன் முடி மூக்கில் பட்டபோது குறுகுறுப்பாக இருந்தது. அதன் காலை நீவியபடி "நீ நாலுகால் பூனை, நான் ரெண்டுகால் பூனை இல்லையா?" என்று சிரித்தாள். மறுநாள் முதல் மனப்பாடப் பாடல்களை நீலாவிடம் ஒப்பித்தாள் வைதேகி. அதன் கால் விரல்களைத் தட்டியபடி வாய்ப்பாடுகளைச் சொன்னாள். முழிக்கிற முழியப் பாரு" என்று வைதேகி தந்த செல்லக்குத்துகளை புன்சிரிப்போடு ஏற்றுக்கொண்டது குட்டிப்பூனை. தோட்டத்தில் உதிர்ந்திருந்த மகிழம்பூக்களால் கோர்க்கப்பட்ட மாலையை அதன் கழுத்தில் சூட்டி மகிழ்ந்தாள். மாலைநேரங்களில் பள்ளியிலிருந்து திரும்பியதும் நீலாவுக்கு விதவிதமான கதைகளைச் சொன்னாள் வைதேகி. அப்போது அவள் விரல்கள் நீலாவின் கழுத்தை வருடியபடி இருக்கும். பதிலுக்கு வைதேகியின் காதோடு காதாக நீலாவும் கதைகளைச் சொல்லும். பதுங்கிப்பதுங்கித் திரிந்த கதைகள், பானையை உருட்டி பாலருந்திய கதைகள். எலியை விரட்டிப் பிடித்த கதைகள். இரவு முழுக்க அந்தக் கதைகளின் கதகதப்பான அணைப்பில் அமைதியாக உறங்கினாள் வைதேகி.

அவளுடைய நடவடிக்கைகளைக் கண்டு அம்மா மனம் கலங்கிக் குமைந்தாள். "இருக்கட்டும் விடு . . ." என்ற அப்பா ஒற்றை வார்த்தையால் அவளை அடக்கிவிட்டாள். வைதேகி தன்னைச் சுற்றி பின்னிவைத்திருக்கும் தனிமைத்திரையை விலக்கி ஊடுருவிச் சென்று அவளை வாரியெடுக்க முயன்று தோல்வியடைந்து ஒவ்வொரு நாளும் ஆதங்கத்தோடு நின்றாள்.

அடுத்த ஆண்டும் அவள் ஆறு கோப்பைகள் பெற்றாள். அப்பா இன்னொரு பரிசை வாங்குவதற்கு கடைக்கு அழைத்துச் சென்றார். வைதேகி மறுபடியும் இன்னொரு குட்டிப்பூனை வாங்கிக்கொண்டாள். அதற்கு மாலா என்று பெயர் சூட்டினாள். அதைத் தொடர்ந்த ஆண்டிலும் அவளே முன்னிலை வகித்தாள். அவளுக்கு ஏழு கோப்பைகள் அறிவிக்கப்பட்டன. தொடர்ந்து மூன்று முறைகள் விருது வாங்கியதால் அளிக்கப்பட்ட சிறப்புக் கோப்பையே அந்த ஏழாவது கோப்பை. அந்த முறையும் பரிசு வாங்கச் சென்றபோது இன்னொரு பூனைக்குட்டிப் பொம்மை வேண்டும் என்று கேட்டு வாங்கிப் பெற்றுக்கொண்டாள் வைதேகி. அதற்குச் சூட்டுவதற்காக அப்போதே அவள் ஒரு பெயரை முடிவு செய்துவைத்திருந்தாள். கலா. தன் கட்டிலில் பாதி இடத்தை பூனைப் பொம்மைகளுக்கு ஒதுக்கி வைத்தாள் அவள். கடலூரிலிருந்து ஏதோ ஒரு விசேஷத்துக்கு வந்திருந்த அத்தை பொம்மைகளுக்கு நடுவே அவள் படுத்திருந்த கோலத்தைப் பார்த்துவிட்டு "இப்பிடியே போற போக்க பாத்தா, எது பூன எது வைதேகின்னு வித்தியாசமே தெரியாம போயிடும் போல . . ."

என்று சொல்லிவிட்டு சிரித்தாள். சொல்லப்பட்ட சொற்களின் கூர்மையை அவர் உணரும் முன்பே, அவை வைதேகியின் நெஞ்சில் கத்திகளைச் செருகிவிட்டன. நெஞ்சே வெடித்துவிடுவது போல குமுறிக்குமுறி அழுதாள். ஒருபோதும் அதிர்ந்து பேசாத அப்பா அன்று அத்தையைத் தனியாக அழைத்துச் சென்று கடுமையாகக் கடிந்துகொண்டார்.

நடந்ததெல்லாம் ஏதோ நேற்று நடந்ததுபோல தன் மனம் அசைபோடுவதை நினைத்து ஆச்சரியத்தில் மூழ்கினாள் வைதேகி. அவிழ்ந்த பொட்டலத்திலிருந்து உருண்டோடும் முத்துகள்போல ஞாபகங்கள் உருண்டன.

“கிளம்பலாமா?” என்றபடி அப்பா வந்து வைதேகியின் தோளைப் பற்றினார். வைதேகி அணிந்திருந்த கவுனைப் பார்த்ததுமே, “ஐதராபாத்லேருந்து பொறந்த நாளுக்கு வாங்கியாந்த கவுன்தான இது..?” என்றபடி அம்மாவை ஒருகணம் பார்த்தார். மெதுவாக “ரெண்டு வருஷம் ஓடிப் போச்சில்ல...” என்று பெருமூச்சுவிட்டார். ஆளுக்கு இரண்டு பைகளை எடுத்துக்கொண்டு அறைக்குள் ஒருமுறை பார்வையைச் சுழலவிட்டு வெளியே வந்தார்கள். வைதேகி ஓடிச் சென்று பக்கத்து அறையில் இருந்த ஒரு தாத்தாவிடமும் சிறுவனிடமும் விடைபெற்றுக்கொண்டு வந்தாள்.

காரின் முன்னிருக்கையில் அப்பாவுக்கு அருகில் தாத்தா உட்கார்ந்திருந்ததால் அம்மாவும் வைதேகியும் பின்னிருக்கையில் உட்கார்ந்தனர். நிறுத்தத்திலிருந்து அப்பா காரை ரிவர்ஸ் இடுத்து நேராக்கினார். வண்டி குலுங்கி நின்று முன்னோக்கி எம்பிய போது வயிறு கலங்கியது. வாசலைவிட்டு வெளியேறி சாலையில் ஓடத்தொடங்கிய பிறகுதான் இயல்புநிலைக்கு மனமும் உடலும் திரும்பின.

சிறிதுதூரம் கடந்த பிறகுதான் சன்னல்வழியே வேடிக்கை பார்த்தாள் வைதேகி. ஈரமண்ணில் செருகப்பட்ட விதவிதமான குச்சிகளைப்போல கட்டடங்கள் உறைந்திருந்தன. தெருவோரங் களில் மரங்கள் வானோக்கி விரிந்திருந்தன. நிழலடியில் பல தள்ளுவண்டிக்கடைகள் தெரிந்தன. சுவர்களில் ஒட்டப்பட்டிருக்கும் திரைப்படச் சுவரொட்டிகளை ஒவ்வொன்றாகப் பார்த்து, அவற்றின் பெயர்களை மனதுக்குள் படித்தபடி வந்தாள். அவள் நெஞ்சில் உறைந்திருக்கும் பல திரைப்படங்களின் பெயர்கள் முதலில் கலங்கி பிறகு நினைவில் வந்து மோதின. திடீரென்று அப்பாவை அழைத்து “சிவாஜி படம் வந்தா பாக்கலாம்னு சொன்னிங்களேப்பா, வந்திருச்சப்பா?” என்று கேட்டாள். அதைக் கேட்டதும் அப்பாவுக்கு ஒரு கணம் தொண்டை அடைத்து

கண்கள் தளும்பின. திரும்பாமலேயே "வந்திருச்சிம்மா. அடுத்த வாரம் சிடி வாங்கி பாக்கலாமா?" என்றார்.

பாதை காட்டும் கண்ணாடியில் தன் முகம் தெரிவதைப் பார்த்தாள் வைதேகி. இடுங்கிய கண்களுடன் கன்னம் ஒடுங்கி எலும்புகள் தெரிந்தன. காற்று தீண்டும்போதெல்லாம் முடிச்சுருள் பட்டு உடலில் உருவாகும் குறுகுறுப்பு எதுவுமே இல்லாமல் கன்னமும் கழுத்தும் கைகளும் மழமழப்பாக மாறியிருப்பதை உணர்ந்தாள். எல்லோரையும்போல தன் உடல் மாறிவிட்டதை உணர்ந்தாலும் கரிந்த விறகுபோல தன் நிறம் இருப்பதை எண்ணி சங்கடம் கொண்டாள். தோள்களில் பெரிய பள்ளம் விழுந்திருந்தது. கைகள் குச்சிகளைப்போல காணப்பட்டன. அந்த வருத்தம் மனத்தில் ஒரு கவலையாக ஊடுருவியது. மறுகணமே டாக்டரின் ஆலோசனைச் சொற்களை ஒருமுறை அசைபோட்டாள். அவள் குரலை நெஞ்சில் ஒலிக்கவைத்தாள். "நடந்ததை ஒருபோதும் நினைக்கக்கூடாது வைதேகி. நேற்று என்பதே இனி இல்லை. இனிமேல் எல்லாமே நாளைதான்" இரண்டு மூன்று முறை வேறு யாருக்கோ சொல்வதுபோல சொல்லச்சொல்ல மனம் உற்சாக நிலைக்குத் திரும்பியது.

ஓர் ஓவியப்போட்டியில் விருதளித்துப் பேசுவதற்கு சிறப்பு விருந்தினராக ஒரு டாக்டர் வந்து கலந்துகொண்டதும் வைதேகியின் அம்மாவையும் அப்பாவையும் மறுநாளே பள்ளிக்கு வரவழைத்துப் பேசியதும் தற்செயலாக நடந்த விஷயங்கள். "லேசர் ட்ரிட்மெண்ட்டால இத நல்லபடி கண்டிப்பா குணப்படுத்த முடியும். ஏழெட்டு மாசத்துல நிச்சயமா சரியாக்கிடலாம்" என்று அவர் சொன்ன வார்த்தைகள் அம்மாவுக்கும் அப்பாவுக்கும் நம்பிக்கை ஊட்டின. "படிப்பு போனாலும் கூட ஒரு வருஷம் கழிச்சி படிச்சிக்கலாம். இந்த கோலத்தோட ஒரு பொம்பள புள்ளய எவ்வளவு காலம் வச்சிக்கமுடியும் சொல்லுங்க. எவ்வளவு செலவானாலும் பரவாயில்ல, சரி பண்ணிடலாம்" என்று அப்பாவிடம் கெஞ்சினாள் அம்மா. பள்ளியின் அனுமதியோடு விடுப்பும் கிடைத்துவிட்டது. அடுத்த வாரமே அப்பா அலுவலகத்திலிருந்து ஒரு பெரிய தொகையைக் கடனாக வாங்கியதும் மருத்துவம் தொடங்கியது. தொடர்ச்சியாக ஆறுமாத மருத்துவத்தில் அவளுடைய கோலம் ஆச்சரியப்படும் விதத்தில் முற்றிலும் மாறிவிட்டது. ஒரு சின்ன முடி கூட இல்லாமல் எல்லாம் உதிர்ந்துபோயின. ஆனால் அவள் உடலின் கருமை நிறம் நம்பமுடியாதபடி அடர்த்தியானது. கருத்த தோள்கள். கருத்த கைகள். கரிய கழுத்து. கரிய கன்னங்கள். மருத்துவமனையிலிருந்து திரும்பிய இரவில் தூங்காமல் அருகில் பூனைகளை அணைத்துக் கொண்டு சத்தம் வராமல் அழுதாள். அறைமுழுதும்

102 பாவண்ணன்

அடர்ந்திருந்தது இருளின் கருமை. சன்னல் வழியே உலகெங்கும் நிறைந்திருந்த கருமை ஒரு மகா சமுத்திரமெனப் பொங்கி அறைக்குள் நுழைந்து தளும்பிய கணத்தில் "நாம் அனைவருமே கருமை நிறம் கொண்டவர்கள் அல்லவா?" என்று சொல்லி அமைதிப்படுத்தின குட்டிப்பூனைகள். குட்டிகளின் கைகள் ஆதரவாக நீண்டு அவள் முதுகைத் தீண்டி தட்டிக்கொடுத்தன. பூனையின் கண்கள் அவளை உறங்க வைப்பதற்காக கதைகளைக் கட்டிச் சொல்லத் தொடங்கின. அவற்றின் வளைந்த உடல்கள் நிமிர்ந்து, சின்னச்சின்ன பின்னல்களோடு அவை சிறுமிகளாக உருமாறி வந்த கோலம் அவளுக்கு அளவில்லாத ஆனந்தத்தைத் தந்தது. சிறுமிகள் மெதுவாக நகர்ந்து வந்து அவள் அருகில் உட்கார்ந்தார்கள். அவளை எழுப்பி இருண்ட தோட்டத்துக்கு அழைத்துச் சென்றார்கள். வைக்கோல் போரில் சாய்ந்து கதைபேசியபடி கருத்த வானத்தில் மின்னிய நட்சத்திரங்களை எண்ணி விளையாடினார்கள். கைகோர்த்து ஆடினார்கள். பம்பரமாகச் சுழன்றார்கள். பின்னல் பறக்க ஓடினார்கள். அவளை ஓர் இளவரசிபோல ஒப்பனை செய்து மலர்பறித்து மாலைகட்டி அவள் கழுத்தில் சூடி ஒரு பல்லக்கில் உட்காரவைத்து சுமந்து சென்றார்கள். பல்லக்குப் பயணத்தில் அவர்கள் பாடிய பழைய பாடல்கள், தாலாட்டாக ஒலித்தன. ஒரு கணத்தில் பல்லக்கிலிருந்து இறக்கி ஊஞ்சலில் உட்காரவைத்து முன்னும்பின்னுமாக அசைத்தார்கள். வானத்தில் ஒரு பறவையைப் போல வட்டமடித்து நீந்தி அசையும் அனுபவத்தில் மனமொன்றித் திளைக்கவைத்தார்கள். பிறகு, ஊஞ்சலிலிருந்து இறக்கி ஒரு பறக்கும் கம்பளத்தில் உட்கார்ந்து மேகங்களை நோக்கிச் சென்றார்கள். அவள் ஒருபோதும் உணர்ந்திராத மென்மையான குளிர்மேகங்கள். அவற்றை ஓர் அம்புபோல துளைத்துக்கொண்டு மறுபுறம் சென்ற விசித்திரத்தை அவளால் மறக்கவே முடியவில்லை. தன் மனம் முழுதும் அப்பிக்கிடந்த துக்கமும் வேதனையும் அவர்களுடைய உல்லாசத்துணையால் கரைந்துபோயின. ஆனந்தக் களைப்பில் எப்போது உறங்கத் தொடங்கினோம் என்றே தெரியாமல் உறக்கத்தில் மூழ்கினாள் வைதேகி.

எப்போதும் இல்லாதவகையில் பூனைக்குட்டிகள் மீது அவளுடைய பிரியம் அன்றுமுதல் பலமடங்காக அதிகரித்தது. பகல் முழுதும் இரவின் அனுபவங்களை அசைபோட்டவாறு கண்மூடி கனவுகளில் திளைத்திருந்தாள். மறுநாளும் இரவு கவிந்து எல்லாரும் உறங்கியபிறகு கட்டிலின் மூலையிலிருந்து சிறுமிகள் புரண்டு வந்தார்கள். நெருங்கிவந்து அவள் கைகளை எடுத்து பற்றிக்கொண்டார்கள். கன்னத்தைத் தொட்டுக் கிள்ளினார்கள்.

மாறிமாறி கதைகளையும் பாடல்களையும் சொன்னார்கள். சிரித்தார்கள். துள்ளிக் குதித்தார்கள். முத்தமிட்டார்கள். அடங்கிய குரலில் முணுமுணுப்புகள் எல்லா நேரங்களிலும் அவளைச் சுற்றி ஒலித்தபடி இருந்தன.

ஒருநாள் "அல்லும் பகலும் என்னாடி பெனாத்தல் இது?" என்று அவளுக்கருகே இருந்த பூனைப்பொம்மைகளை எடுக்க அம்மா குனிந்தபோது அதன்மீது தாவிப் படுத்துக்கொண்டு தரமறுத்தாள் வைதேகி. மீறிப் பிடுங்கமுனைந்த போது கண்ணீர் விட்டு அழுதாள். "எப்படியாவது போ, ஒன்ன திருத்த என்னால முடியாது. வாங்கியாந்து தராரே அவரே வந்து பாத்துக்கட்டும்" என்று சலித்து ஒதுங்கினாள் அம்மா. அழுகை ஓய்ந்ததும் பூனைகளின் காதுமடல்களைத் திருகியும் புல்மீசையைத் திருகிவிட்டும் உடலை வருடிக்கொடுத்தும் வாலை முறுக்கியும் விளையாடினாள் வைதேகி. கசப்புகளையும் சோர்வையும் அகற்றும் ஆனந்த உலகத்தில் இறகு விரித்துப் பறந்தாள். அவள் விரலைப் பற்றி வாவா என்று வான வீதியில் திசையறிந்து தாவிப் பறந்தார்கள் சிறுமிகள். அந்தப் பயணம் அவளுக்கு மிகவும் பிடித்திருந்தது. இருள்போர்த்திய மரங்கள். கருத்த புதர்கள். மலைச்சிகரங்கள். கார்மேகங்கள்.

அடுத்த கல்வியாண்டில்தான் மீண்டும் பள்ளியில் சேரமுடியும் என்பதால் வைதேகி வீட்டிலேயே அடைந்து கிடந்தாள். மகளுக்கு ஊட்டமான உணவு தரவேண்டும். பேச்சில் கலகலப்பு பெருகவேண்டும் என்ற எண்ணத்தில் அம்மா அவள்மீது அளவுக்கதிகமாக பிரியத்தைக் காட்டினாள். அவளுக்கு மிகவும்பிடித்த அதிரசம், பொரிவிளங்காய் உண்டைகள், முறுக்கு என விதவிதமாக செய்து கொடுத்தாள். பக்கத்தில் உட்கார வைத்து புதுப்புது விதமாக தலைவாரி பின்னிவிட்டாள். கூச்சம் தவிர்ப்பதற்காக கோயிலுக்கும் கடைத்தெருவுக்கும் துணையாக அழைத்துச் சென்றாள். பொழுதுகளை பயனுள்ள வழியில் கழிப்பதற்காக யாரிடமிருந்தோ கேட்டு வாங்கிவந்த பழைய பாட நோட்டுகளை கொடுத்து படிக்கச் சொன்னார் அப்பா. ஓவியம் வரைவதற்காக சுவடிகளையும் வண்ணப்பெட்டிகளையும் வாங்கிக் கொடுத்தார். தினந்தோறும் அவள் வரையும் படங்களைப் பார்த்து ஊக்க வார்த்தைகளைச் சொன்னார்.

யாரிடமும் நெருங்கிக் கழிக்க முடியாத பொழுதுகள் பூனைகளோடு கழிந்தன. எந்நேரமும் அவற்றை மடியில் கிடத்தி, மார்போடு அணைத்து, செல்லம் கொஞ்சியபடி இருப்பதற்கே பிரியப்பட்டாள் வைதேகி. கால நேரத்தைப்பற்றிய கணக்கே இல்லாமல் அவள் நினைத்தபோதெல்லாம் பூனைகளிலிருந்து

சிறுமிகள் வெளிப்பட்டு வந்தார்கள். அவள் அருகே தோள்மீது முகவாயை வைத்து காதருகே கிசுகிசுத்தார்கள். அவர்கள் சொன்ன கதைகளும் பாடல்களும் அவளைச் சிரிக்கவைத்தன. கைதட்டிச் சிரித்தாள். சிரித்துச்சிரித்து கண்களில் நீர்கோர்த்தது அவளுக்கு. புரையேறி இருமத் தொடங்கினாள். இருமல் சத்தம் கேட்டு அறைக்குள் வந்த அம்மா அவளுடைய சிரிப்புக் கோலத்தைப் பார்த்து துணுக்குற்று நின்றுவிட்டாள். அவளுடைய வருகையால் எல்லாம் அறுபட்டு வெறுமை கவிந்தது. “என்னடி இது என்னடி இது” என்று அவளை அம்மா உலுக்கினாள். பதில்சொல்லத் தெரியாமல் கண்களை உருட்டி விழித்தாள் வைதேகி. அதைச் சாதாரணமாக எடுத்துக்கொள்ள இயலாதபடி அந்தக் காட்சிகள் தினந்தோறும் நடந்தேறின. அம்மா கலவரமுற்று கண்ணீர் வடித்தாள். என்ன செய்வது என்று புரியாமல் அப்பாவும் குழப்பத்தில் மூழ்கித் தவித்தார்.

அவசரமாக மருத்துவர்களைக் கலந்து பேச வேண்டும் என்று வற்புறுத்தினாள் அம்மா. மீண்டும் இன்னொரு மருத்துவமனையா என்று வேதனையில் நொறுங்கினார் அப்பா. இருட்டில் ஆழ்ந்து உறங்கும் வைதேகியின் அருகில் அவள் தலையை வருடிக்கொடுத்தபடி நெடுநேரம் நின்றார். மூச்சு ஏறி இறங்கும்போதெல்லாம் சின்னதாக திறந்து மூடும் அவள் உதடுகள் மீன்குஞ்சுகளை நினைவூட்டின. பளபளப்பான கன்னங்களில் குழந்தைமை மின்னியது. குழந்தையை எப்படியாவது சரிப்படுத்த வேண்டும் என்று அவர் மனம் உந்தியது. ஆளற்ற அறையில் இடைவிடாமல் அடங்கிய தொனியில் ஒலிக்கும் அவள் குரலைக் கேட்கும்போதெல்லாம் அந்த வேகம் பெருகியது.

நிலா பார்க்கலாமா என்று ஆசைகாட்டி அழைத்த சிறுமிகளின் அழைப்புக்கு வைதேகி ஒரு இரவில் கட்டுப்பட்டாள். மெதுவாக எழுந்து சத்தம் காட்டாமல் போர்வையை உதறிவிட்டு கட்டிலிலிருந்து இறங்கினாள். அடிமேல் அடிவைத்து நடந்து, துணிஅலமாரியில் இடித்து, திரும்பி வேறு பக்கமாக நடந்து, துணிக்கொடியில் மோதி, சமாளித்து திசையறிந்து நகர்ந்து கதவைத் திறந்து தோட்டத்தை அடைந்தபோது இருளின் குளுமை வாரித் தழுவியது. பூச்சிகளின் சத்தம் இதுவரை கேட்டிராத விசித்திர ஓசையுடன் திசையெங்கும் அதிர்ந்தது. போட மறந்த கோலத்தில் வைக்கப்பட்ட புள்ளிகளென வானெங்கும் நட்சத்திர வரிசையின் வசீகரத்தால் அவள் திகைத்து நின்றாள். நடுவானில் ஒரு வட்டமான தட்டுபோல மிதக்கும் நிலாவைச் சுட்டிக் காட்டினார்கள் சிறுமிகள். சுடரும் அதன் அழகில் கண்பதித்து நின்றாள் வைதேகி. பனியின் ஈரம். பாலெனப் பொழிந்து பரவிய வெளிச்சம். புதரில் பூத்துக் குலுங்கும் அஞ்சு மல்லிகையின்

மணம். நெஞ்சில் மோதிப் புரளும் குளிர்ந்த காற்று. புதிய பாடல்வரிகளைக் கட்டி பாடிக்கொண்டே ஆடினார்கள் சிறுமிகள். அவர்களோடு கைகோர்த்து வைதேகியும் ஆடினாள். கட்டுடைந்த ஆனந்தத்தில் அவளும் குரலெடுத்துப் பாடினாள். வட்டப் பாதையில் ஆடிக்கொண்டே வந்தபோது ஏதோ ஒரு கல் இடற தரையில் சரிந்தாள். கிணற்றோரமாக இருந்த துவைகல்லில் தலைமோத மயக்கத்தில் ஆழ்ந்தாள். விடிந்த வேளையில் தண்ணீர் எடுக்க வந்த அம்மா பார்த்துப் பதறி ஓடிவந்து வாரி எடுத்தாள். "வைதேகி வைதேகி" என்று அவளை உலுக்கினாள். பேச்சுமூச்சில்லாமல் ஒரு சிலைபோலக் கிடந்தாள் அவள். சத்தம் கேட்டு வந்த அப்பா அவளைத் தூக்கிவந்து கூடத்தில் சோபாவில் கிடத்தி முகத்தில் தண்ணீரைத் தெளித்தார். அரைப் பிரக்ஞை நிலையில் கண்விழித்த வைதேகி யாரையும் அடையாளம் தெரியாமல் நிலாப்பாடலை முணுமுணுத்தாள். அவள் கைகள் யாரையோ பற்றியிருப்பதைப்போல தாமாகவே உயர்ந்து அலைந்தன. அவள் உதடுகளில் புன்னகை நெளிந்தது. அவள் கண்களில் படர்ந்திருந்த ஆனந்தத்தின் வசீகரத்தையும் தனிமையின் வீரியத்தையும் ஒருசேரக் கண்டு திகைத்து நின்றார்கள் அப்பாவும் அம்மாவும்.

மருத்துவமனைப் பயணங்கள் மறுபடியும் தொடர்ந்தன. ஒருவர் சரியில்லை என இன்னொருவர். அவரும் சரியில்லை என மற்றொருவர். மூன்றாவதாக சந்தித்தவர் தாய்மையோடு கவனித்துக்கொண்டார். தன் சொந்தக் குழந்தையைப்போல பார்த்துப்பார்த்து செய்தார். அவர் மருத்துவமனையையே ஒரு விளையாட்டுக்கூடமாக மாற்றிவைத்திருந்தார். குழந்தைகளும் பெரியவர்களும் சுதந்திரமாக அங்கே விளையாடினார்கள். மருத்துவரின் கனிவும் அக்கறையும் எல்லாருக்கும் ஆறுதலாக இருந்தன. கடுமையான மன அழுத்தத்தில் புதைந்துபோன வைதேகியை ஆறு மாதமாகப் படாத பாடுபட்டு மெல்ல மெல்ல விரல்பற்றி மீட்டெடுத்தார் அவர். "அப்பா நான் மறுபடியும் பள்ளிக்கூடத்துக்குப் போகமுடியுமா அப்பா, எனக்கு மீண்டும் கோப்பைகள் கிடைக்குமா அப்பா?" என்று தினந்தோறும் கேட்டாள் வைதேகி. "கெடைக்கும் செல்லம். ஒனக்கு கெடைக்காம யாருக்கு கெடைக்க போவுதும்மா?" கலங்கிய கண்களோடு வைதேகியை நெஞ்சோடு அணைத்துக்கொண்டார் அப்பா.

வீட்டை அடைந்ததும் காரின் கதவைத் திறந்து இறங்கிய தாத்தா பின்னிருக்கையின் கதவைத் திறந்துவிட்டார். "மெதுவா எறங்கி வாம்மா வைதேகி" என்று அழைத்தபடி அவளை கைப்பிடித்து இறக்கினார். வாசல் ஜன்னலோரமாக சாத்திவைக்கப்பட்டிருந்த புத்தம்புது சைக்கிளைப் பார்த்து "ஐ

சைக்கிள்” என்று கண்மலர்ந்து சிரித்தாள் வைதேகி. “ஆமான்டி கண்ணு. ஒனக்காகத்தான் தாத்தா வாங்கியாந்தேன். இனிமேல இதுலயே நீ ஓட்டிப் பழகலாம்.” என்று தாத்தா ஆதரவோடு அவள் தலையை வருடித் தந்தார்.

கதவைத்திறந்து உள்ளே சென்றதும் அப்பா அவளுக்காக வாங்கி வைத்திருந்த வீடியோ விளையாட்டுப் பெட்டியைக் காட்டினார். இருபது முப்பது குறுந்தகடுகள். தொலைக்காட்சிப் பெட்டியோடு இணைத்து அதை ஆடும் முறையை சொல்லித் தந்தார். பாய்ந்துவரும் துப்பாக்கிக் குண்டுகளிடமிருந்து தப்பித்துச் செல்லும் மோட்டார் சைக்கிள் வீரன் ஆட்டத்தைக் கண்டு அவள் மிகுந்த உற்சாகமடைந்தாள். பத்தாவது நிமிஷமே அவள் கைகள் தாமாகவே இயக்கும் அளவுக்குத் தேர்ச்சியடைந்தன. எல்லாருமே அவளிடம் எதையாவது பேசிக்கொண்டே இருந்தார்கள். அதையும் மீறி ஏதோ ஒரு மௌனம் அந்தச் சூழலுக்கு நடுவே நாற்காலி போட்டு உட்கார்ந்திருப்பதுபோல வீற்றிருந்தது.

சிலமணி நேரங்களுக்குப் பிறகு தன் அறைக்குள் சென்றாள் வைதேகி. சுத்தப்படுத்தப்பட்ட எல்லாப் பொருட்களும் ஆடைகளும் அதனதன் இடத்தில் ஒழுங்காக வைக்கப்பட்டிருந்தன. வைதேகி ஒவ்வொன்றாக மாறிமாறிப் பார்த்தாள். மேசை. நாற்காலிகள். தொலைக்காட்சிப்பெட்டி. விளையாட்டுப் பொம்மைகள். கோப்பைகள். பதக்கங்கள். துணி அலமாரி. புத்தக அடுக்குகள். கட்டில். கட்டிலைக் கண்டதுமே அவள் கண்கள் தன்னிச்சையாக பூனைப் பொம்மைகளைத் தேடின. இடம் மாற்றிவைத்துவிட்டார்களோ என்று பதற்றத்தோடு எல்லா இடங்களிலும் வேகவேகமாகப் பார்வையைப் படரவிட்டாள். பரண்மீது பார்த்தாள். கட்டிலுக்கடியில் மூட்டைகட்டிப் போட்டுவைத்திருக்கக் கூடுமோ என்று சந்தேகப்பட்டு குனிந்து பார்த்தாள். காணவில்லை. அவள் மார்பு விம்மியது. உடலில் கட்டுப்பாடின்றி வேர்வை ஊறிப் பொங்கியது. கன்னத்தில் நீர் கோர்த்துக்கொள்ள உதடுகளை அழுத்தமாகக் கடித்தாள். விசும்பியபடி வெளியேற முனைந்தபோது துணி அலமாரிக்குக் கீழே அவை தள்ளப்பட்டிருப்பதைப் பார்த்தாள். ஆவலோடு குனிந்து அவற்றை இழுத்தாள். உற்சாகத்தோடு அதன் கைகளைப் பற்றினாள். பூனைகள் அவள் பக்கம் திரும்பவே இல்லை. அவள் பார்வையைத் தவிர்த்து வேறு பக்கமாகப் பார்த்தபடி இருந்தன. வைதேகியின் விரல் தீண்டலை ஒன்றுகூட உணரவில்லை. அவற்றிலிருந்து திரண்டு உருப்பெற்று வரும் சிறுமிகளின் சுவடே இல்லை. அவர்களை இனிமேல் ஒருபோதும் பார்க்கவே முடியாதோ என்ற எண்ணம் ஆழமாக அவள்

மனத்தைத் தாக்கியது. கண்களை உருட்டி உருட்டி விழித்த பூனைப் பொம்மைகளை நழுவவிட்டு தேம்பித் தேம்பி அழுதாள்.

அழுகையின் சத்தம் கேட்டு அம்மாவும் அப்பாவும் பதற்றத்தோடு உள்ளே ஓடிவந்தார்கள். "என்னடி என்னடி?" என்ற அம்மாவின் கேள்விகள் அவள் மனத்தில் இறங்கவே இல்லை. இடைவிடாத அழுகையில் அவள் மார்பு வேகவேகமாகத் துடித்தது. உடல் நடுங்கியது. கண்களில் வெள்ளம்போல பொங்கி வழிந்தது கண்ணீர். திடீரென்று அவள் கொண்ட பதற்றத்துக்கும் நடுக்கத்துக்கும் காரணம் புரியாமலேயே தவித்த அம்மா ஓடிச் சென்று நெருக்கடித் தருணங்களுக்காக டாக்டர் கொடுத்த மாத்திரைப்புட்டியை வேகமாகத் திறந்து ஒரு பச்சை மாத்திரையை எடுத்தாள். வைதேகியை நெஞ்சோடு சாய்த்து "அழாதடி செல்லம், அழாதடி, என் கண்ணு இல்லயா நீ? கொஞ்சம் வாய தெறம்மா…" என்று கொஞ்சிக்கொஞ்சி சமாதானப்படுத்தி ஒரு மாத்திரையை விழுங்க வைத்தாள். நெற்றியில் அழுத்தமாக முத்தமிட்ட அம்மா அவளுக்கு சிரிப்புக் காட்டி ஒரு கதை சொல்லத் தொடங்கினாள். ஏழெட்டு நிமிடங்களுக்குள்ளேயே அவள் குரலால் எட்டிப்பிடிக்க முடியாத உறக்கவெளியில் அவள் அமிழ்ந்துபோனாள். கவலை படர்ந்த முகத்தோடு அம்மாவும் அப்பாவும் வைதேகியின் முகத்தையே செயலற்று பார்த்துக்கொண்டிருந்தார்கள்.

(அகநாழிகை – 2009)

அடைக்கலம்

பொதுக்பொதுக்கென்று அழுந்தும் ஈரத் தரையில் கவனமாக அடியெடுத்து வைத்துக் கரையேறினான் சொக்கலிங்கம். அலைவேகத்துக்குத் தகுந்த மாதிரி தாவிக் குதித்தும் விழுந்தும் புரண்டும் கடலில் அரைமணி நேரமாக தொடர்ந்து குளித்ததில் இன்னும்கூட நிதானத்துக்கு வரமுடியாமல் மிதப்பது போலவே இருந்தது உடல். காதுக்கு வெகு அருகில் யாரோ உறுமுவது போன்ற ஓசை கேட்டது. வேகமாகப் பொங்கிவந்த அலையொன்று அவன் நடந்துவந்த காலடித்தடங்களை அழித்துவிட்டுச் சென்றது. உச்சிவெயிலில் கண்கள் கூசின.

கரையில் வைத்திருந்த துண்டை எடுத்து தலையைத் துவட்டியபடி, கடலை விட்டுவர விருப்பமில்லாமல் இன்னும் குளித்துக்கொண்டிருந்த மல்லிகாவையும் மகள்களையும் பார்த்து "போதும் போதும் . . . சீக்கிரமா வாங்க . . ." என்று சத்தம் கொடுத்தான். அலைச்சத்தத்தில் அவர்கள் சொன்ன பதில் கேட்கவில்லை. கூந்தல் தலையோடு ஒட்டிக் கிடக்க அவர்கள் சிரிப்பதைமட்டும் அவனால் பார்க்கமுடிந்தது. உடைமாற்றிக்கொண்டு குமுறும் கடல்மீது பார்வையைப் படரவிட்டான். அமைதியில்லாமல் உறுமியபடி புரண்டுகொண்டே இருக்கிற விலங்குபோல அதன் சத்தம் காதை அடைத்தது. வெள்ளை நுரை ஒரு மாலைச்சரமென சுருண்டு சுருண்டு வந்து கரையில் மோதிக் கரைந்தது. வெகுதூரத்துக்கு தாவி வந்த அலையொன்று ஒரு கந்தல் துணியை ஒதுக்கிவிட்டுப் பின்வாங்கியது. வெண்மையும் நீலமும் படிந்த கிளிஞ்சலொன்று ஒரு கணம் வெயிலில் மின்னி பிறகு மண்ணில் புதைந்தது.

"எழுந்து வாங்கம்மா, நேரமாவலையா?" என்று அவர்களைப் பார்த்து மறுபடியும்

அழைத்துவிட்டு, துணிமணிகளையெல்லாம் அள்ளி இன்னும் கொஞ்சம் தள்ளி மேடான இடத்தில் வைத்துவிட்டு நிமிர்ந்தான். மஞ்சுளாவுக்கும் சரளாவுக்கும் இருக்கிற உற்சாகத்தைப் பார்த்து இவர்களுடைய உற்சாகம் பல மடங்காகப் பெருகிவிட்டது. துண்டை விரித்து வேகமாக உதறிய பிறகு, உலரும்வகையில் முதுகோடு போர்த்தியபடி தொலைவில் தெரிந்த சிதைந்துபோன பழங்காலத்துக் கோட்டைச்சுவர்களைப் பார்ப்பதற்காக நடந்தான். தனிமையான கடலோரத்தில் இடிந்த கோட்டையின் தோற்றம் அச்சமூட்டுவதாகவும் வசீகரமாகவும் இருந்தது. காமிராவை வாகனத்திலேயே வைத்துவிட்டு வந்ததை நினைத்து நாக்கைக் கடித்துக் கொண்டான்.

'லோன்லி ப்ளேனெட்' புத்தகத்தில் இடிந்த கோட்டையைப் பற்றிப் படித்த குறிப்பு நினைவுக்கு வந்தது. யாரோ ஒரு நாயக்கர். அந்தக் காலத்து மனிதர். அரச குடும்பத்தைப்போல கோட்டை கட்டி வாழ்ந்திருக்கிறார். அவன் குடும்பத்துக்கு நூற்றுக்கணக்கான காணிகள் சொந்தம். ஒரு பக்கம் நெல். இன்னொரு பக்கத்தில் கரும்பு, வாழை, அக்கம்பக்கம் பதினாறு கிராமங்கள் அவர் நிலத்தை அண்டி வாழ்ந்திருக்கின்றன. அவர்களுக்கெல்லாம் அடைக்கலம் அந்தக் கோட்டை. பண்ணை மாடுகளுக்கும் வண்டிக்காளைகளுக்கும் கோட்டைக்குள் நூறு தடுப்புகள் கொண்ட தொழுவம் கட்டப்பட்டிருந்தது. பண்ணை ஆட்களுக்கு மூன்று வேளைகளுக்கும் தேவையான சோறும் குழம்பும் கொதிக்கும் அணையா அடுப்புகள் கொண்ட சமையல்கூடம் இன்னொரு பக்கம் இருந்தது. ஒருநாள், துரத்தி வந்த பிரிட்டிஷ் படையினரிடமிருந்து தப்பித்து ஓடிவந்து தஞ்சம் கேட்ட பிரெஞ்சுப் படையினருக்கு கோட்டைக்குள் அடைக்கலம் கொடுத்தார் நாயக்கர். குதிரைக் குளம்புகளின் தடத்தைப் பார்த்து பின்தொடர்ந்து வந்த பிரிட்டிஷ் படை கோட்டையைப் பார்த்து ஒருகணம் மிரண்டு பின்வாங்கியது. பிரெஞ்சு அரசுக்குச் சொந்தமான கோட்டை என்கிற தப்புக்கணக்கில் மறுகணமே ஆத்திரத்தோடு அவர்களுடைய பீரங்கிகளிலிருந்து குண்டுகள் புறப்பட்டு கோட்டையைத் தரைமட்டமாக்கின. நெருப்புப் பற்றியெரிந்த வீடுகளும் வயல்களும் மரங்களும் சோலைகளும் பத்து நாட்களுக்கும் மேல் இடைவிடாமல் எரிந்து சாம்பலாகிச் சரிந்தன. தவறாக தாக்குதல் நடத்திய பிரிட்டிஷ் படைத்தலைவன் பதவியிறக்கம் செய்யப்பட்டு இங்கிலாந்துக்குத் திருப்பியனுப்பப்பட்டான். அரைவட்டக் கோடுபோல பூமியில் பதிந்திருந்த கோட்டை அஸ்திவாரங்களும் அரைகுறைச் சுவர்களும் தொழுவச் சிதைவுகளும் நிகழ்ந்துபோன வரலாற்றுச் சாட்சிகளாக எஞ்சிவிட்டன. பிரிட்டிஷ் நிர்வாகத்தின் கரும்புள்ளியாகிவிட்ட அச்சம்பவத்தை மானுடத்தின்

ஆழ்மனத்தில் பதியவைக்க நினைத்த பிரெஞ்சுத் தந்திரத்தின் விளைவாக அப்புறப்படுத்தப்படாத அந்த சிதிலங்கள் அப்படியே நின்றன.

காலருகில் கிடந்த செங்கல்லைக் குனிந்து எடுத்தான் சொக்கலிங்கம். பாறையைப்போன்ற அதன் உறுதி ஆச்சரியமாக இருந்தது. இருநூறு ஆண்டுகளுக்கும் மேற்பட்ட பழைமை அதில் உறைந்திருந்தது. எவ்வளவு வெயில். எவ்வளவு மழை. உருக்குப் போல குலையாதிருந்தது செங்கல். கண்ணில் பட்ட இடங்களிலெல்லாம் எருக்கு முளைத்திருந்தது. சின்னச்சின்ன முட்செடிகள் அடர்ந்து புதராகக் கிடந்தன. காலடிச்சத்தம் கேட்டு புதரிலிருந்து வெளியே ஒரு பன்றி உர்ரென அவனைப் பார்த்து உறுமிவிட்டு வேறோரு திசையில் ஓடியது. இடதுபக்கம் நாலடி அகலத்துக்கு சுற்றுமதிலின் ஒரு துண்டு தெரிந்தது. உற்சாகமாக அதைநோக்கி நடந்தான். இரண்டு ஆள் உயரம். மெதுவாக விளிம்பைப்பற்றி ஏறி அதன்மீது நின்றான். வானம் கண்ணைக் கூசியது. எதிரில் நீலப் பட்டாடைபோல விரிந்திருக்கும் கடலைப் பார்த்தான். அவன் மனம் விம்மியது. தொலைவில் குளிக்கும் மல்லிகாவையும் மகள்களையும் பார்த்து ஓவென்று சத்தமெழுப்பியபடி இரண்டு கைகளையும் தூக்கி அசைத்தான். அவன் ஓசை எட்டாத தொலைவில் இருந்தார்கள் அவர்கள். நெஞ்சில் மோதிச் செல்லும் காற்றை அனுபவித்தபடி சில நிமிடங்கள் அப்படியே நின்றான். பிறகு மெதுவாக இறங்கி நடந்தான். மதிலையொட்டி ஆறேழு அடி தொலைவில் வட்டமாக கல்லறைப்பூக்கள் பூத்திருந்தன. ஒரு ஓணான் தலைநீட்டிப் பார்த்துவிட்டு சரசரவென்று அடர்ந்த இலைப்பரப்பில் நகர்ந்து மறைந்தது. சுமைதாங்கிக்கல்போல நின்றிருக்கும் குட்டிச்சுவரில் ஒரு செம்பதக்கக்குருவி தலையை அசைத்துச் சத்தமிட்டது. சத்தமிடும்போது அதிரும் அதன் தொண்டைக் குழியும் மார்பில் படர்ந்த பதக்கம்போல காணப்பட்ட சிவப்புநிறத் திட்டும் பார்க்கப்பார்க்க ஆசையாக இருந்தது.

திரும்பிவிடலாம் என்று யோசித்தபடியே மேலும் கொஞ்ச தொலைவு நடந்தான். பார்த்த இடங்களிலெல்லாம் சிதிலங்களால் நிறைந்திருந்தன. தோற்றத்தை வைத்து அவையே நாயக்கர் எழுப்பிய நூறு அறைத் தொழுவமாக இருக்கலாம் என்று நினைத்தான். ஏராளமான எருக்கஞ்செடிகளிடையே அதன் உருவம் அமுங்கித் தெரிந்தது. வண்டிவண்டியாக கற்களை ஏற்றி வந்து ஒழுங்கில்லாமல் கொட்டிக் குவித்ததுபோன்ற தோற்றம். முன்புறம் முற்றிலுமாகச் சிதைந்திருந்தது. பக்கவாட்டுச் சுவர்களும் கொஞ்சம் கூரையும் மட்டுமே நின்றிருந்தன. இடிபாடுகளின் நடுவிலிருந்து ஒற்றைக்கரமொன்று நீட்டியதுபோல முளைத்த

ஒரு செடி காற்றில் அசைந்தது. வேறு எதையும் பார்க்காமல் அச்செடியின் தனிமையைமட்டுமே உற்று நோக்கியபோது ஒருகணம் உள்ளூர கலவரமுற்றது மனம்.

"ஸ் . . ." என்று காக்கையை விரட்டும் ஒரு குரலை அருகில் கேட்டு அதிர்ச்சியடைந்தான். பலவீனமாக மனிதக்குரல். ஆனால் உருவம் மட்டும் தெரியவில்லை. காக்கை விலகிப் பறந்து வானைச் சுற்றி வட்டமடித்துவிட்டு மறுபடியும் பழைய பாதையில் சுவருக்குப் பின்னால் போனது. மீண்டும் "ஸ் . . ." குரல். மறுகணமே காக்கை வெளியே பறந்து வந்தது. நிச்சயம் மனிதக் குரல்தான். பதற்றமும் ஆர்வமும் அவனை அந்தத் திசையில் செலுத்தின. உதட்டை ஈரமாக்கியபடி மெதுவாக முட்செடிகளை விலக்கிக்கொண்டே முன்னோக்கி நடந்தான். கல் குவியல்களுக்கிடையே சரிவாக விழுந்திருக்கும் நிழலில் உடல்குறுக்கி ஒதுங்கியிருந்தது ஓர் உருவம். உடைந்துபோன மரச்சட்டங்களின் குவியல்போல. கன்னங்கரேலென அழுக்குத் துணியொன்றை அந்த வெயிலிலும் அது போர்த்தியிருந்தது. இரண்டு அடிகள் நடந்து அதன் முன்னால் நின்றான். சோர்வும் பசியும் அச்சமும் வேதனையும் படிந்த அதன் கண்கள் ஒளிகுன்றிய கண்ணாடித் துண்டுகள்போல காணப்பட்டன. அவன் கால்கள் நடுங்கினாலும் அசைய மறுத்தன. கன்னங்கரிய அதன் துணி காற்றில் விலகிய போது அதன் முகம் முழுக்கத் தெரிந்தது. தலைநிறையப் புண்கள். சிவந்து கன்றிய சதை. நரைத்த புருவங்கள். தாடை எலும்பு துருத்திக்கொண்டிருந்தது. ஒரு கன்றுக்குட்டிபோல அந்த உருவம் வாயைத் திறந்துதிறந்து மூடியது. அச்சம் காரணமாக முதலில் எதுவும் புரியவில்லை. இடைவிடாத அந்த அசைவு மூளையைத் தாக்கிய கணத்தில் அதன் பொருளை உணர்ந்தான். பசி. அனிச்சையாக கால் சட்டைப்பைக்குள் நுழைந்து தேடின அவன் விரல்கள். நோட்டுகளோ சில்லறைகளோ எதுவுமே இல்லை. எல்லாமே வாகனத்தில் இருந்தன. கடவுளே என்று நொந்தபடி நிமிர்ந்தன அவன் கண்கள். திறந்து மூடும் அந்தக் கருத்த உதடுகள். தடுமாறியபடி திரும்பியபோதுதான் சுவரோரமாக வைக்கப்பட்டிருந்த அலுமினியத் தட்டைப் பார்த்தான். தட்டுக்கு அருகில் உலர்ந்து விறைத்த சோற்றுப் பருக்கைகளை ஒட்டி எறும்புகள் ஊர்ந்து சென்றன. அக்கணமே அந்த இடத்தை விட்டு ஓடிவிட வேண்டும் என அச்சத்திலும் அருவருப்பிலும் அவன் உடல் பதறியது. தன்னிச்சையாக மீண்டும் அந்த உருவத்தின் கண்கள்மீது பார்வையைப் படரவிட்ட கணத்தில் எல்லாம் விலகிவிட இரக்கம் மட்டுமே எஞ்சியது. அவன் நெஞ்சம் இரக்கத்தால் நிரம்பத் தொடங்கியது.

வேகமாக வீசிய காற்றில் அந்தத் துணி பறந்து விலகிவிட அதன் உடலைப் பார்த்தான். தோல்மட்டுமே படிந்த எலும்புக்கூடு.

மக்கிப்போன முளைக்குச்சிபோன்ற கால்கள். உடைந்த பானைஓடு என ஒட்டிக் குழிந்த வயிறு. கிழிந்த கந்தல் முறம்போல எலும்பு வரியோடிய மார்பு. உலர்ந்த வாழை மட்டையென இருபுறமும் தொங்கும் கைகள். குருவிக்கூட்டிலிருந்து சிதறிய சுள்ளிகள் போல விரல்கள். பஞ்சத்தை விவரிக்கும் ஆப்பிரிக்கப் புகைப்படங்களில் மட்டுமே இத்தகு மனிதர்களை அவன் கண்டிருந்தான். அப்படிப்பட்ட காட்சிகள் அவனை ஒரே கணத்தில் நிலைகுலைய வைத்துவிடும். பசியற்ற உலகமென்னும் மாபெரும் கனவை நெஞ்சின் ஆழத்தில் அவன் எப்போதுமே சுமந்திருப்பவன். பசிநெருப்பில் வெந்துகொண்டிருக்கும் ஒருவரை நேருக்குநேர் பார்த்ததும் யாரோ அவனை அறைவதுபோல வேதனையாக இருந்தது.

இந்தக் கிழவர் எதற்காக இந்த இடத்தில் என்று யோசித்துக் குழம்பியபடி தொடர்ந்து நடந்தான். ஏராளமான முட்புதர்கள். அவற்றைக் கடக்கமுனைந்தபோது தற்செயலாக அவன் பார்வை அடுத்த அறையில் படிந்தது. அங்கும் ஒரு குவியல். பிளந்து வீசிய விறகுபோல ஒரு உருவம் மூலையில் ஒடுங்கியிருந்தது. அதன் அருகில் ஒரு தட்டு. அதிர்ச்சியிலிருந்து மீளமுடியாதவனாக அடுத்த அறைநோக்கி நடந்தான். உடலைக் குறுக்கி கைகளை தொடையிடுக்கில் கொடுத்து தூங்கிக்கொண்டிருந்தது ஓர் உருவம். நரைத்து நீண்டு தொங்கும் அதன் கூந்தலை வைத்து அந்த உருவம் பெண்ணாக இருக்கக்கூடும் என்று தோன்றியது. அதன் அருகில் நாலு செம்பதக்கக் குருவிகள் கீச்கீச்சென்று சத்தமிட்டபடி விளையாடின. மிகவும் சுதந்திரமாக உறங்கும் அந்த மூதாட்டியின் முதுகில் ஏறி நடந்தன. பக்கத்து அறையில் சுவரையொட்டிச் சாய்ந்தபடி உட்கார்ந்திருந்த உருவம் எதையும் கவனிக்காததைப்போல கண்கூசும் வானத்தையே வெறித்துப் பார்த்துக்கொண்டிருந்தது.

பெருமூச்சோடு அடுத்த அறையின் பக்கமாக திரும்ப முனைந்தபோது பக்கத்தில் நெருங்கமுடியாதபடி துர்நாற்றம் விரட்டியடித்தது. சுற்றியும் மலக்குவியல். மூத்திர வாடை. உருண்டையான கருவண்டுகள் மலத்தைப் பிளந்து நாலா புறங்களிலும் ஊர்ந்துகொண்டிருந்தன.

தொடர்ந்து பார்ப்பதற்குத் தேவையான தைரியம் அவனிடம் இல்லை. தலைக்குள் ஒரு பெரிய கோபுரம் தரைமட்டமாகி சரிந்து விழுந்ததுபோல ஒரே தடுமாற்றமாக இருந்தது. எலும்பும் தோலுமாகக் கண்ட அவர்களுடைய அரைநிர்வாணக்கோலம் அவன் எண்ணங்களின் மையப்புள்ளியில் ஆணியடித்ததுபோல உறைந்துவிட்டது. காரணமே இல்லாமல் அவன் பெற்றோரின் முகங்கள் ஒருகணம் மனத்திரையில் சுடர்விட்டன. ஆசிரியர்

வேலையிலிருந்து இருவருமே ஓய்வடைந்துவிட்டார்கள். முப்பது ஆண்டுகள் வாழ்ந்த பழைய வீட்டை இடித்துவிட்டு இன்னும் கூடுதலான அறைகளோடு புதுவீடு கட்டிக்கொண்டு வாழ்ந்தார்கள். விடுமுறைக் காலத்தில் வீட்டுக்கு வந்து பேரப்பிள்ளைகளோடு விளையாடும்போது, அவர்களும் குழந்தை களாகி விடுவதைக் கண்டு ஆச்சரியப்படாத நாளே இல்லை.

எதிர்த்திசையிலிருந்து ஓர் இளைஞன் வேகவேகமாக வருவது தெரிந்தது. வாளிகள்போல இரண்டு கைகளிலும் பாத்திரங்கள் தென்பட்டன. கோட்டையைப் பார்க்க தன்னைப் போல வந்தவனாக இருக்கக்கூடும் என்று நினைத்தான். புறப்பட்டு விடலாம் என்று திரும்பிய நேரத்தில் "கொஞ்சம் நில்லுங்க சார் . . ." என்றான். சந்தேகமாக முகம் திருப்பிப் பார்த்தான். "ஒங்களத்தான், ஒரே ஒரு நிமிஷம் நில்லுங்க . . ." என்றான்.

பறப்பதுபோல நடந்துவந்த அவன் நடைவேகம் ஆச்சரியமாக இருந்தது. மூத்திரவாடையைக் கொஞ்சம்கூட பொருட்படுத்தாதவனாக தாண்டி வந்து அறையின் முன்னால் வாளிகளை வைத்தான். நின்ற கோலத்தில் இருந்த பெரியவருடைய தோளைத் தொட்டுத் திருப்பினான். "எந்தக் கப்பல் வரப்போவுதுன்னு இப்பிடி இந்த வேவாத வெயில்ல உத்து உத்துப் பாக்கறியோ. வா வா வந்து ஒக்காரு . . ." என்றபடி அவரை கைத்தாங்கலாகப் பிடித்து நடக்கவைத்து மதில்சுவரின் நிழலோரமாக உட்காரவைத்தான். பக்கத்தில் இருந்த தட்டை எடுத்துக் கழுவிவிட்டு, வாளியிலிருந்து கஞ்சியை எடுத்து ஊற்றி நீட்டினான். அப்போதும் அவர் கடலையே வெறித்துப் பார்த்தபடி இருந்தார். அவருடைய விரல்களை இழுத்து கஞ்சித்தட்டுக்குள் வைத்ததும், முடுக்கிவிடப்பட்ட இயந்திரத்தைப்போல அவர் இயங்கத் தொடங்கினார். கஞ்சியை ஒரு கை அள்ளி வாய்க்குள் வைத்தார்.

சொக்கலிங்கத்தின் பக்கமாகப் பார்த்து புன்னகைத்தபடியே அடுத்த அறைக்குள் நுழைந்தான் இளைஞன். "இன்னா பெரிம்மா, இன்னா சொல்லுது ஒன் குருவி? நாலாம் பேருக்குத் தெரியாம இருட்டுல கொண்டாந்து உட்டுட்டு போன புள்ளகாரன் வந்துருவான்னு ஏதாச்சிம் குறி சொல்லுதா? இல்ல, போனவன் போனான்டின்னு பாடுதா?" என்று பேச்சுக் கொடுத்தான். தட்டைக் கழுவி கஞ்சியை ஊற்றிவிட்டு குருவிகளின் பக்கமும் ஒரு கல்மீது ஒரு கை அள்ளி வைத்துவிட்டுப் போனான். அந்தக் குருவிகள் அவன் வைத்த சோற்றின் பக்கம் பார்க்கவே இல்லை. மாறாக, மூதாட்டியையே பார்த்தபடி நின்றன. அவள் தன் தட்டிலிருந்து கொஞ்சம் சோற்றுப்பருக்கைகளை எடுத்து அவற்றின் முன் பரப்பினாள். உடனே அவை ஆவலோடு நெருங்கிவந்து

கொத்தியெடுத்தன. "ஓகோ, நான் வச்சத எடுத்தா உள்ள எறங்காதா குருவிங்களா? அம்மா வச்சத எடுத்தாதான் வழவழன்னு போவுதா? இருக்கட்டும் இருக்கட்டும் நாளைக்கி வச்சிக்கறேன் . . ." காலகாலமாக பழகுகிறவர்களிடம் பேசுவதுபோல இருந்தது அவனுடைய பேச்சு. அவர்களிடம் அவனுக்கு ஆழ்ந்த பரிவு இருக்கவேண்டும். ஒவ்வொருவரிடமும் நெருக்கம் பாராட்டிப் பேசினான். அருகில் அமர்ந்தால் மணிக்கணக்கில் நேரம் போவதே தெரியாமல் பேசுவான்போலத் தெரிந்தது.

தாமதிப்பதை உணர்ந்ததால் சங்கடத்தோடு, "ஒரு மணிக்கே தரவேண்டிய கஞ்சி சார். இன்னிக்கு மணி மூணுக்கும் மேல ஆயிடுச்சி. பாண்டிச்சேரிவரிக்கும் ஒரு வேலயா போய்வந்ததுல எல்லாமே முன்னபின்ன மாறிபோச்சி. சரியா பஸ்ங்க கெடைக்காம லேட்டா வந்து, லேட்டா சோறாக்கி, லேட்டா எடுத்தாந்துன்னு எல்லாத்திலயும் லேட்டு. வயசான உயிருங்க. எவ்வளவோ நேரம்தான் பசிய தாங்குமோ சொல்லுங்க . . ?" என்றான்.

"நீங்க எல்லா வேலயயும் முடிச்சிட்டே வாங்க. ஒரு பிரச்னையும் இல்ல. நான் இங்கயே நிக்கறேன் . . ." என்றான் சொக்கலிங்கம். பிறகு மெதுவான குரலில் "யாரு இவுங்கள்ளாம்? இங்க எதுக்கு இருக்காங்க?" என்று கேட்டான்.

"எல்லாம் நம்ம தலைமுறைங்களுடைய கைங்கரியம்தான் சார்" என்று சோகமாகச் சிரித்தான். "நமக்கும் ஒரு காலத்துல தள்ளாம வரும், நோய்நொடி வரும்ன்னு இந்த காலத்து புள்ளைங்களுக்குத் தெரியமாட்டுது சார். கடல பாக்கவர மாதிரி வந்து இப்பிடி அனாதயா உட்டுட்டு போயிடறாங்க சார். எப்படியாவது கையும் களவுமா புடிக்கணும்ன்னுதான் பாக்கறன். இன்னிய தேதிவரிக்கும் ஒன்னும் மாட்டமாட்டுதுங்க. எல்லாமே நமக்குமேல வில்லனுங்களா இருக்குதுங்க . . ."

"பெத்தவங்களயா?" நம்பமுடியாமல் பதற்றத்தோடு கேட்டான். "பெத்தவங்களோ, மத்தவங்களோ? யாருக்குத் தெரியும்? கூடவச்சி பாத்துக்க மனசில்லாம, கொண்டாந்து தள்ளிட்டு போயிடறாங்க? குப்பய கொட்டறமாதிரி."

சொக்கலிங்கம் திரும்பி அந்த உருவங்களை மறுபடியும் பார்த்தான். கொஞ்சம் பருக்கைகள் வயிற்றுக்குள் இறங்கியதும் அவர்கள் கண்களில் சற்றே உயிர்க்களை திரும்பியதுபோல இருந்தது. வானத்தையே வெறித்துக்கொண்டிருந்தவர் கண்கள் இப்போது அருகில் எருக்கஞ்செடிமீது உட்கார்ந்திருந்த வெட்டுக் கிளியை வெறித்துப் பார்த்தன.

"ரெண்டு வருஷத்துக்கு முன்னா இப்பிடி யாரோ ஆரம்பிச்சி வச்சிட்டாங்க சார். ஒவ்வொரு அறயிலயும் ஒவ்வொன்னும்

படற அவஸ்தய கண்ணாலியே பாக்கமுடியாது சார். மழகாலம் குளுருகாலம்னு வந்தா இன்னும் கொடும. என்னால முடிஞ்சத கொண்டாந்து நா குடுப்பன். இங்க வர டூரிஸ்டுகாரங்க யாராச்சிம் குடுத்துட்டு போவாங்க. எவ்வளோ காலம்தான் சார் அப்படி வச்சிருக்கமுடியும்? பாண்டிச்சேரியில இப்பிடிப் பட்டவங்களுக்கு ஒரு ஆசிரமம் இருக்குதுன்னு கேள்விப்பட்டு நேருலயே போயி அவுங்கவிட்ட சொல்லிட்டு வந்தன். தோ தோன்னு சொன்னாங்களே தவுர, அவ்வளவு சீக்கிரத்துல அவுங்க வரலை. என்னமோ அவுங்களுக்கு என் மேல சுத்தமா நம்பிக்கையே வரல. படிக்காதவன்னு ரொம்ப அலட்சியமா நடந்துகிட்டாங்க. நானும் உடாம தெனமும் போனதால ஒருநாளு கௌம்பி வந்தாங்க. அதுக்கப்புறம்தான் நம்பிக்க வந்திச்சிபோல அவுங்களுக்கு. அப்பறம் வேன் வச்சி ஆறாறு பேரா கூட்டிகினு போனாங்க . . .”

“அப்பறம் இவுங்க எப்பிடி . . ?”

“ஒரு செட்டு கிளம்பி போயிடுச்சின்னா, கொஞ்ச நாள்லயே இன்னொரு செட்டு வந்துருது சார். இதோட ஆறு செட்டு அனுப்பிவச்சிட்டேன். இப்ப இருக்கறது ஏழாவது செட்டு. இதும் விஷயமாத்தான் காலயிலகூட டவுனுக்கு போயிட்டு வந்தன்.”

சொக்கலிங்கத்துக்கு தொடக்கத்தில் உருவான அச்சமும் அருவருப்பும் முற்றிலும் கரைந்து போய்விட்டன. அனுதாபம் மட்டுமே எஞ்சியிருந்தது. “இவுங்கள கேட்டா யாரு, என்னன்னு விவரம் சொல்லமாட்டாங்களா?” ஆர்வத்தோடு அவனைக் கேட்டான்.

“பெரும்பாலும் புத்தி சுவாதீனம் இல்லாதவங்க சார். சுவாதீனத்தோடு இருக்கறவங்க ரொம்ப அழுத்தக்காரங்களா இருப்பாங்க. ஏதோ ஒரு அவமானம், கசப்பு. கடசிவரைக்கும் வாயே தெறக்கமாட்டாங்க. இவ்வளவு காலம் கூட இருந்தவங்களே நம்மள இப்பிடி பண்ணிட்டு போயிட்டாங்களேன்னு நெனச்சிக்குவாங்களோ என்னமோ, அப்படியே உள்ளுக்குள்ளயே ஒடுங்கி போயிடுவாங்க. பேசி பேசிதான் விஷயத்த தெரிஞ்சிக்குவன். ஒன்னு ரெண்டு பேரு சாப்பாட்டக்கூட தொடமாட்டாங்க. பட்டினியாவே இருந்து உயிர உட்டுடுவாங்க. நானே இந்த கையால மூணு பேருக்கு இங்க கொள்ளி வச்சிருக்கேன்.”

“கொண்டாந்து உடறவங்க யாருமே அப்பறமா தேடி வரமாட்டாங்களா?” ஆற்றாமையோடு கேட்டான் சொக்கலிங்கம். “இதுவரிக்கும் நான் அப்பிடி யாரயும் பாத்ததில்ல சார் . . .” என்றபடி தண்ணீர் வாளியிலிருந்து எல்லாருக்கும் தண்ணீர் கொடுத்துவிட்டு, பாத்திரங்களோடு சொக்கலிங்கத்துக்கு அருகில் வந்தான் அவன்.

இரண்டு பேரும் சிறிது தொலைவு நடந்து எருக்கம் புதர்களைக் கடந்து மணற்பரப்புக்கு வந்து உட்கார்ந்தார்கள்.

"இந்த மொதல் அறயில இருக்கறாரே, அவரு பெரிய விவசாயியாம் சார். சொந்தமா ஊடு, ரெண்டு காணி நிலம் எல்லாம் வச்சிருந்தாராம். மூணு ஆம்பள புள்ளைங்க. நாலு பொம்பள புள்ளைங்க. ஒன்னா வேலசெஞ்சி, ஒன்னா பொங்கி சாப்புட்ட குடும்பம் கல்யாணத்தக்கு அப்பறம் சுக்குநூறா ஒடஞ்சி போச்சி. சொத்த பிரிச்சி தான்னு ஒரே சண்ட. பஞ்சாயத்துவரிக்கும் போயிருச்சி. ஆளுக்கு கொஞ்சம் பிரிச்சி வாங்கனவனுங்க யாருமே விவசாயம் பாக்கலை. பணத்த எடுத்துகினு டவுனுபக்கமா போயிட்டானுங்க. வயசானதுங்க ரெண்டுமட்டும் சொந்த ஊருலயே கூலிவேல செஞ்சி பொழச்சிருக்குதுங்க. நாலே நாளு காயலாவுல பொண்டாட்டிகாரி போயி சேந்துட்டா. ஆதரவுக்கு யாருமில்லாம பொண்ணு ஊட்டுக்கு வந்துருக்காரு கெழவரு. சொத்தயெல்லாம் புள்ளகாரனுங்களுக்கு குடுத்துட்டு சோத்துக்கு மட்டும் இங்க வந்துட்டியான்னு தெனம் மூஞ்சடி மொறத்தடி அடிச்சி சோறு போட்டிச்சாம் அந்த பொண்ணு. ஒருநாளு மருமவன்காரன் புள்ள ஊட்டுக்கு போவலாம் வான்னு பஸ்ல ஏத்தி இட்டாந்து இந்தப் பக்கமா உட்டுட்டு போயிட்டானாம் ..."

ஒரு நாயொன்று ஓடிவந்து அவன் அருகில் நின்றது. "வாடி வா வா. ஒன்னத்தான் காணமேன்னு பாத்தினுருந்தன் . . ." என்றபடி அகலமான ஒரு கல்லின்மீது வாளியில் மிச்சமிருந்த சோற்றை அள்ளிவைத்தான். ஆவலோடு அது நக்கிநக்கித் தின்றது. "வயசான காலத்துல பெத்தவங்க என்ன சார் எதிர்பாக்கறாங்க? பசிக்கற நேரத்துக்கு ஒரு நாலு வாய் சோறு. நாம தின்றதுலயே நாலு வாய் அள்ளிவச்சாலும் போதும். அதுகூட ஒரு புள்ளயால முடியலைன்னா, இந்த ஒலகத்தபத்தி என்ன சார் சொல்ல முடியும்?"

சில கணங்கள் மௌனம். இருவரும் தொலைவிலிருக்கும் கடலையே பார்த்துக் கொண்டிருந்தார்கள். பிறகு "நீங்க என்ன செய்றிங்க?" என்று கேட்டான் சொக்கலிங்கம். "இந்த கோட்டய கட்டன நாய்க்கரு அஞ்சாறு தலமொறைக்கு முன்னால எனக்கு தாத்தா மொற. ஆனா இன்னிக்கு எதுவும் பெரிசா என்கிட்ட இல்ல. சின்னதா ஒரே ஒரு தோட்டம் மட்டும் இருக்குது. கொஞ்சம் மல்லாட்ட, கொஞ்சம் மொளகா, தக்காளின்னு போட்டிருக்கன். நான் ஒத்த ஆளுதான். அஞ்சாங்கிளாஸ் படிச்ச சமயத்துல அப்பா பாம்பு கடிச்சி செத்துட்டாரு. அதோட படிப்ப ஏறக் கட்டியாச்சி. ரெண்டுமூணு வருஷத்துக்கு அப்பறமா, தண்ணியெடுக்க போன எடத்துல தடுமாறி அம்மாவும் கெணத்துல உழுந்து செத்துடுச்சி. நானே பொங்கி, நானே

சாப்புட்டு . . . அப்படியே காலம் ஓடுது சார்" சொக்கலிங்கம் அவன் முகத்தையே பார்த்தான். அதில் தெரிந்த அமைதியைப் பார்த்து அவனுக்கு ஆச்சரியமாக இருந்தது.

"கல்யாணம் பண்ணிக்கலையா?" அவனுடைய உரையாடல சொக்கலிங்கத்துக்கு மிகவும் பிடித்திருந்தது.

"யாராவது நல்ல பொண்ணா கெடச்சா கட்டிக்கலாம்னு எனக்கும் ஆசதான் சார். ஆனா எதுவும் சரியா கூடி வரல. பத்து பன்னெண்டு இடம் பாத்துட்டு வந்தன். அனாதயா கெடக்கறான், பெரிசா தொழில்னு ஒன்னுமே இல்ல, சொல்லிக்கறாப்புல பணப்பொழக்கம்னு எதுவும் கெடையாதுன்னு என்னென்னமோ காரணம் சொல்லி யாருமே பொண்ணு தரல. சரி நமக்கு விதிச்சது இப்பிடித்தான்போலன்னு நானும் பெரிசா கவலப்படல . . ." அவன் சிரிப்பு மாறாமல்தான் சொன்னான். ஆனாலும் கேட்கிறபோது வருத்தமாக இருந்தது. இந்தப் பிள்ளைக்கா இப்படி என்று தோன்றியது. பேச்சை உடனடியாக வேறு திசையில் மாற்றவேண்டும் என்று நினைத்தான் சொக்கலிங்கம்.

"அந்த தாத்தாவபத்தி மட்டும்தான் சொன்னிங்க. மத்தவங்க?"

"மத்தவங்களபத்தி எதுவும் தெரியல சார். நானும் எப்படி எப்படியோ பேச வச்சிரணும்னு ரொம்ப முயற்சி செஞ்சி பாத்துட்டேன். ஒன்னும் பலிக்கலை. ஆணா இருந்தா என்னா, பொண்ணா இருந்தா என்ன சார், ஒருதரம் மனச பூட்டிகிட்டாங்கன்னா, அப்பறம் தெறக்கவே தெறக்காது. என் அனுபவத்துல அத நல்லாவே புரிஞ்சிகிட்டேன் . . ."

அவன் பேசப்பேச கேட்டுக்கொண்டே இருக்கவேண்டும் போல இருந்தது. "மனுசன் கைவிட்டா என்ன சார், மேல இருக்கற கடவுள் என்னைக்கும் யாரயும் கைஉடமாட்டாரு சார். எல்லாருக்கும் என்னென்ன எங்கெங்க குடுக்கணும்னு அவருக்கு நல்லா தெரியும் சார். அந்த அம்மா நெலமயயே எடுத்துக்குங்க. கரச்சிக் குடிக்கறதுக்கு கஞ்சியோ கூழோ இருந்தா போதும்னு நெனைக்கறவங்க அவுங்க. மாட்டுக்கொட்டாய்ல ஒடுங்கி நிக்கற நெலமயிலகூட நாலு குருவிங்களுக்கு தன்கூட இருக்க எடம் குடுத்து சோத்த பங்குபோட்டு சாப்படற அம்மாவ இன்னானு சொல்லமுடியும்?"

"அது சரி" சொக்கலிங்கம் கரைந்து நின்றான்.

"லச்ச ரூபா கோடி ரூபான்னு வச்சிருந்தாமட்டும் நல்லா வாழ்ந்துடமுடியாது சார். மனசுல கொஞ்சமாச்சிம் ஈரம் இருக்கணும். ஈரத் தரயில போட்ட வெததான் மொளைக்கும் சார். கட்டாந்தரையில போட்டா காஞ்சி மக்கித்தான் போவும் ..."

சொக்கலிங்கம் அவன் முகத்தையே சில கணங்கள் பார்த்தான். ஆழ்மனம் அவன் சொன்னதையெல்லாம் இன்னொரு முறை

சொல்லிப் பார்த்துத் தொகுத்துக்கொண்டிருந்தது. அவன் சொன்ன ஈரம் அவனுடைய முகத்தில் மலர்ச்சியாகவும் உதடுகளில் புன்னகையாகவும் சுடர்விடுவதைப் பார்த்தான். கருணையின் தோற்றமாகவே அவன் தோன்றினான்.

"அப்பா . . ." சரளாவும் மஞ்சுளாவும் கரையிலிருந்து அழைப்பதைப் பார்த்தான் சொக்கலிங்கம். குரல் கேட்கவில்லை. கொடியசைப்பதுபோல கைகளை அசைப்பதுமட்டும் தெரிந்தது. எழுந்து பின்புறத்தில் ஒட்டியிருந்த மணலை உதறினான். அவர்களை நோக்கி "இதோ வந்துட்டேன்" என்பதுபோல கைகளை அசைத்தான். "ரெண்டும் என் பொண்ணுங்க. காலேஜ்ல தமிழ்நாட்டுக் கடற்கரைகள்னு ஒரு ப்ராஜெக்ட் குடுத்திருக்காங்க. லீவுல செய்றதுக்காக. பத்து நாளா தொணதொணன்னு ஒரே அரிப்பு. எங்க ஆபிஸ்ல எனக்கு இப்பதான் லீவு கெடச்சிது. அதான் ரெண்டு நாளா வண்டியிலயே ஒவ்வொரு கடற்கரயா பாத்துட்டே வரோம். இது ஏழாவது எடம்."

இளைஞன் சொக்கலிங்கத்தைப் பார்த்துப் புன்னகைத்தான். "சரி சார். நீங்க கௌம்புங்க. அவுங்கள்ளாம் ஒங்களுக்காக நிக்கறாங்க பாருங்க. நானும் ராத்திரி பொழுதுக்கு இதுங்களுக்கு ஏதாச்சிம் ஏற்பாடு செய்யணுமே . . ." என்றபடி வாளிகளை எடுக்கத் திரும்பினான்.

"பொழுதோட போனிங்கன்னா உப்பளம், வீராம் பட்டணம்லாம் பாக்கலாம். அந்த ஊரு கரைங்கள்ளாம் ரொம்ப விசேஷம். இப்படி கடல்முன்னாலயே நின்னு பக்கறது ரொம்ப நல்ல விஷயம் சார். பச்சபுள்ளைங்க மனசுல இந்த அனுபவம்லாம் அப்படியே ஆணியடிச்சாப்புல காலத்துக்கும் நின்னுடும். புஸ்தகத்துல பாக்கும்போது கடல்ங்கறது ஏதோ உப்புத்தண்ணி ஊறி நிக்கற இடம்னுதான் தோணும். ஒலகத்துல நாலுல மூணு பாகத்த வீணா அடச்சிகினு கெடக்குதுன்னு எரிச்சல்கூட வரும். ஆனா நேரா பாக்கும்போதுதான் கடல்ங்கறது தண்ணிமட்டும் கெடயாதுன்னு மொதல்மொதலா புரிய ஆரம்பிக்கும். கடல் கடவுளூடைய மனசு மாதிரி சார். அதும் கருணதான் இப்பிடி அலயா பொங்கி வழியுது. அதனுடைய அரவணைப்புல எத்தனயோ கோடிக்கணக்கான உயிர்ங்க வாழுது. கடல பாக்கற மனுசன் அந்த ஒன்ன தெரிஞ்சிகிட்டாவே போதும் சார். பெரிய ஞானம் அது . . ." புன்னகையோடு சொல்லிக்கொண்டிருந்தவனை ஆச்சரியமாகப் பார்த்து நின்றான் சொக்கலிங்கம்.

(**அகநாழிகை – 2010**)

பிரயாணம்

பெஞ்சமின் முசே முனகும் சத்தம் கேட்டது. ஆனால் கண்களைத் திறக்கவில்லை. கிட்டத்தட்ட சிலைபோல படுத்திருந்தார். வைத்தியர் வந்து மருந்து கொடுத்துவிட்டுச் சென்று மூன்றுமணி நேரத்துக்கும் மேல் கடந்துவிட்டது. விரைவாகவே எழுந்துவிடுவார் என்றும் பசிக்கு ஏதாவது கேட்டால் சூடான கஞ்சித் தண்ணீர் மட்டும் தந்தால் போதும் என்றும் வைத்தியர் சொல்லியிருந்தார். சில கணங்களுக்குப் பிறகு 'வீர்ப்பா வீர்ப்பா' என அவருடைய குரல் மட்டும் எழுந்தது. தரையில் உட்கார்ந்து அவருடைய பாதங்களைத் தேய்த்து சூடு உண்டாக்கியபடி இருந்த வீரப்பன் சட்டென்று துள்ளியெழுந்து முசேயின் முகத்தைப் பார்த்தான். அக்கணமே அவர் அசைவற்ற ஆழத்துக்குப் போய்விட்டார். காதில் விழுந்த அவருடைய குரல் கனவா அல்லது நனவா என்று தடுமாறியது அவன் மனம். மெதுவாக "முசே முசே" என்று இரண்டு மூன்று முறை அழைத்தான். அவர் படுத்திருந்த கோலத்தில் துளிகூட மாற்றமில்லை.

பாலேடு நிறத்தைக் கொண்ட அவர் உடல் நலிவின் காரணமாக மேலும் வெளுத்துப் போயிருந்தது. மூன்று நாட்களாக மழிக்கப்படாத முடி கன்னமெங்கும் படர்ந்திருந்தது. அடிப்பகுதி பருத்து செதுக்கப்பட்டதுபோல காணப்பட்ட முசேயின் மூக்கையே வெகுநேரம் பார்த்துக்கொண்டு நின்றான் வீரப்பன். மூச்சு சீரான அளவில் தன்னிச்சையாக உட்செல்வதும் வெளியேறுவதுமாக இருந்தது. அறையின் திரைச்சீலையைத் தள்ளிக்கொண்டு

உள்ளே நுழைந்தபடி மதாம் மரியா "கண் தெறந்தாரா வீர்ப்பா?" என்று கேட்டாள். "இல்ல மதாம்" என்றபடி முசேயின் காலடியில் உட்கார்ந்து பாதத்தை அழுத்தித் தேய்க்கத் தொடங்கினான்.

மதாம் நிற்கவே சிரமப்பட்டதுபோல ஒரு நாற்காலியை இழுத்து முசேயின் கட்டிலருகில் போட்டு உட்கார்ந்தாள். களைப்பாலும் துக்கத்தாலும் அவள் முகத்தில் சோர்வு அடர்ந்திருந்தது. ஜென்னியும் எலிசாவும் அடுத்தடுத்து அறையிலிருந்து வந்து அவளருகே நின்றார்கள். திட்டமிட்டபடியே காரியங்கள் நடந்திருந்தால் கடந்த மாதத்திலேயே பிரான்ஸ்க்குக் கிளம்பிய கப்பலில் அவர்களுடைய பிரயாணம் தொடங்கியிருக்கும். பிரான்ஸ்க்குப் போனபிறகுதான் பெண்களுக்குத் திருமண ஏற்பாடுகள் செய்யவேண்டும் என்று சொல்லிக்கொண்டிருந்தார் முசே. ஏறத்தாழ முப்பது ஆண்டுகளுக்குப் பிறகு பிறந்த மண்ணைப் பார்க்கச் செல்லும் ஆசையில் அவர் மனம் தத்தளித்தபடி இருந்தது.

வேலை பார்த்தது போதும் என்று எழுதிக் கொடுத்துவிட்டு முசே பிரான்ஸ்க்குக் கிளம்புகிறார் என்ற தகவல் பரவியதும் தினமும் ஊர்க்காரர்கள் அவரைப் பார்க்க வந்தபடி இருந்தார்கள். எல்லோரோடும் முசே நேரத்தைச் செலவழிக்கவேண்டியிருந்தது. அவர்களுடைய வற்புறுத்தலுக்குக் கட்டுப்பட்டு விருந்துகளுக்குச் செல்வதையும் தவிர்க்க இயலவில்லை. செல்வந்தர்கள், உயர் அதிகாரிகள், அலுவலக ஊழியர்கள், நண்பர்கள், வியாபாரிகள் என எல்லோருக்கும் நேரமும் காலமும் ஒதுக்கித் தரவேண்டியிருந்தது. மூன்று முறைகள் கப்பலுக்கு பயணச்சீட்டுகளைப் பதிவு செய்துவிட்டு இறுதி நேரத்தில் ரத்து செய்யும்படி நேர்ந்தது. இந்த முறை உறுதி என்ற எண்ணத்தில் பொருள்களையெல்லாம் மூட்டையாகக் கட்டி வைக்கத் தொடங்கிய நேரத்தில் தேவாலயப் பாதிரியார் தனிப்பட்ட வகையில் அவருக்கு ஒரு விருந்தளிக்க விரும்புவதாகச் சொன்னார். முசேயால் அந்தக் கோரிக்கையைத் தட்டவே முடியவில்லை. அந்தத் தேவாலயத்தின் முகப்பில் தொங்கும் மிகப்பெரிய கடிகாரம், இரண்டு ஆள் உயரத்துக்கும் கூடுதலான மரக்கதவுகள், அழகான வேலைப்பாடுகள் மிக்க கண்ணாடிக் கதவுகள் எல்லாமே முசேயின் ஏற்பாட்டால் வெளிநாட்டிலிருந்து தருவிக்கப்பட்டவை. முசே தேவாலயத்துக்குச் சென்றிருந்த நேரத்தில் அவருக்காகச் சிறப்பு வழிபாடு நடந்தது. மண்டியிட்டு பிரார்த்தனை செய்த பலருடைய கண்களில் நீர் வழிந்தது. விம்மும் குரலில் அவர்கள் முசேயை நெருங்கி கைகூப்பி வணங்கி விடை கொடுத்தார்கள். பாதிரியார் அனைவரையும் அமைதிப்படுத்தி அனுப்பிவிட்டு விருந்தறைக்கு முசேயையும் முசேயின் குடும்பத்தாரையும் அழைத்துச் சென்றார்.

விருந்து முடிந்த மூன்றாவது நாள் புறப்படுகிற கப்பலில் கிளம்பிவிடுவதுதான் முசேயின் திட்டம். அவசியமான ஒருசில பொருட்களையும் இந்த ஊரின் நினைவுகளுக்கு அடையாளமாக சில பொருட்களையும் தவிர எதையும் எடுக்கவேண்டாம் என்று முசே மதாமிடம் கண்டிப்பாகச் சொல்லிவிட்டார். அவற்றைமட்டும் மதாம் பார்த்துப்பார்த்து எடுத்துக்கொடுத்தாள். வீரப்பனும் குதிரை வண்டிக்காரன் பன்னீரும் பெட்டிக்குள் வைத்து அடுக்கினார்கள். சாயங்காலம் வீட்டுக்குத் திரும்பும் முசே அந்தக் குவியலிலிருந்து பெரும்பாலானவற்றை விலக்கிவைத்தார். இப்படியே ஒவ்வொரு நாளும் தொடர்ந்தது.

எல்லப்பிள்ளைச்சாவடி, வில்லியனூர், மூலக்குளம் பகுதிகளிலிருந்து ஒவ்வொரு நாளும் மக்கள் கூட்டம்கூட்டமாக வந்தார்கள். பலரும் கோவணமும் அரைவேட்டியும் மட்டுமே அணிந்தவர்கள். விவசாயிகள். கூலிக்காரர்கள். ஏழைகள் அதிகாலையிலேயே வந்து முசேயைச் சந்திப்பதற்காக வந்து வீட்டின் எதிரில் காத்திருந்தார்கள். தோள்களிலும் இடுப்பிலும் கூடைகூடையாக மாம்பழங்கள். பலாப்பழங்கள், வாழைத்தார்கள் என சுமந்து வந்திருந்தார்கள். முசே வெளியே வந்து எல்லாருக்கும் நன்றி சொன்னார். வீணாக்காமல் எல்லாவற்றையும் திருப்பி எடுத்துச் செல்லும்படி எல்லோரிடமும் மன்றாடிக் கேட்டுக் கொண்டார். அவர்களில் பலரும் சட்டென்று அவருடைய காலில் விழுந்து வணங்கினார்கள். "ஐயா, எங்க சாமி, ஒங்கள மாதிரி யாரு இருப்பா இனிமே எங்களுக்கு?" என சொல்லும்போதே அவர்கள் கண்களில் கண்ணீர் தேங்கியது. பலரும் குவித்த கைகளை எடுக்கவே இல்லை. நிலங்களெல்லாம் மழை பொய்த்துப்போய் தரிசாகக் கிடந்த இரண்டாண்டுகளும் ஓயாத மழையால் வெள்ளத்தில் விளைநிலங்கள் மூழ்கிக்கிடந்த இரண்டு ஆண்டுகளும் வரிவிலக்கு அளிக்கவேண்டும் என பிரான்ஸ்க்கு எழுதி அனுமதி பெற்றுத் தந்த முசேயை யாராலும் மறக்க முடியாது. வறட்சிக் காலத்தில் வேலை வாய்ப்பாக ஊருக்கொரு குளமோ, கிணறோ, ஏரியோ வெட்டுவதற்கான உத்தரவையும் நிதி ஆதாரத்தையும் வாங்கித் தந்தவர் முசே.

முசே அவர்களை நெருங்கி தோளைத் தொட்டு, "புதுசா வந்திருப்பவரும் உங்கள நல்லபடியா பாத்துக்குவாங்க . . . கவலப்படாதிங்க" என்று சொன்னார். தொட்டுப் பேசாமலும் சிரிக்காமலும் முசே ஒருநாளும் பேச்சைத் தொடங்குவதே இல்லை. புதுச்சேரிக்கு வந்த அதிகாரிகளில் யாரும் அப்படி இதற்கு முன்பு இருந்ததில்லை. அவர்கள் பார்வையில் படாதபடிதான் எச்சரிக்கையாக நடக்கவேண்டும். தப்பித்தவறி பட்டுவிட்டால் இழுத்துவந்து அடிப்பார்கள். இவ்வளவுதான் வரி

என்ற கணக்கெல்லாம் இல்லை. ஏட்டில் எழுதுவது ஒன்று. வாங்கி வண்டியில் ஏற்றுவது ஒன்று. ஏற்றிச் சென்று சந்தையில் கொடுத்து பணமாக்கி அதிகாரியின் வீட்டில் சேர்த்துவிடுவார் தலையாரி. கணக்குப்பிள்ளை, தலையாரி, அதிகாரி மூன்று பேர்களும் சேர்ந்து ஊர்மக்களை ஆடுமாடுகள்போல நடத்தினார்கள். தினமும் சாயங்காலம் ஏதாவது ஒரு மரத்தடிப் பஞ்சாயத்தில் யாராவது நாலு பேருக்கு சாட்டையடி விழும். யாராவது இரண்டு பேர்களுக்கு சாணிப்பால் கொடுக்கப்படும். இன்னும் இரண்டு பேரை ஊர்நடுவில் செக்கு இழுக்க வைப்பார்கள். வெளிக்காட்ட முடியாத கோபத்தை இரவு நேரத்தில் கள்ளுக் குடித்துவிட்டு வந்து பெண்களிடமும் குழந்தைகளிடமும் காட்டுவார்கள் ஆண்கள். போதை வெறியில் நிதானமில்லாமல் தன் குடிசைக்குத் தானே நெருப்பு வைத்து அழித்த ஆட்களும் இருந்தார்கள். முசேயின் வருகைக்குப் பிறகுதான் எல்லாமே மாறியது.

முப்பது ஆண்டுகளுக்கு முன்பு தேவாலயத்துக்கு வந்திருந்த குதிரைவண்டி நகரத்துக்குத் திரும்பிச் செல்லாமல் மூலக்குளத்தின் பக்கமாகத் திரும்பி வருவதைப் பார்த்து அதிர்ச்சியில் உறைந்தான் வீரப்பன். அப்போது வயதில் அவன் சிறுவன். குதிரையின் கழுத்துமணியும் வண்டிச் சக்கரங்களில் கட்டப்பட்டிருந்த மணிகளும் சேர்ந்து எழுப்பிய ஓசை நெருங்க நெருங்க அவன் உடலில் ரத்த ஓட்டத்தின் வேகம் பெருகியது. ஓட்டமாக ஓடி வயல்வெளிகளிலும் தோட்டத்திலும் வேலை செய்து கொண்டிருந்தவர்களுக்குத் தகவல் கொடுத்தான். பெரியவர்களும் பெண்களும் குழந்தைகளும் அச்சம் படிந்த முகத்தோடு தென்னந்தோப்பின் வாசலில் கும்பலாய்ச் சேர்ந்து தரையில் மண்டியிட்டார்கள். என்ன நடக்குமோ என்று அவர்கள் உள்ளம் நடுங்கியது. விதியை எண்ணி அவர்கள் கண்களில் கண்ணீர் தானாக வழிந்தது. கால் உடைந்து மண்டியிட முடியாத ஒருவன் தரையில் உட்கார்ந்து ஓவென்று அழுதான். காணிக்கையைக் கொடுப்பதற்கு இளநீர்க்குலையோடு வீரப்பன் கண்பார்வை இல்லாத தன் தந்தைக்கு அருகில் மண்டியிட்டிருந்தான். கும்பலுக்கு அருகில் வந்து நின்ற வண்டியிலிருந்து இறங்கிய முசே எல்லோரையும் பார்த்து “என்ன, எல்லாரும் ப்ரேயர் பண்றிங்களா?” என்று பிரெஞ்சு மொழியில் திருப்பித்திருப்பிக் கேட்டார். யாரும் பதில் சொல்லாமல் பீதியில் விழித்தபடி முசேயை வைத்த கண் வாங்காமல் பார்த்தார்கள். ஏதோ விபரீதம் என்று மட்டும் முசேக்குப் புரிந்தது. என்ன என்பதுமட்டும் தெரியவில்லை. மண்டியிட்டிருந்த பார்வையில்லாதவர் அருகில் சென்று அவரைத் தொட்டுத் தூக்கி நிற்கவைத்து “உங்கள் பெயர் என்ன? யாருக்காக இங்கே காத்திருக்கிறீங்க?” என்று மீண்டும்

பிரெஞ்சில் கேட்டார். உதடுகளுக்கிடையே நாக்கை மடித்து காற்றை வீசியதுபோல வழவழவென வந்து விழுந்த பிரெஞ்சு வார்த்தைகள் எதுவுமே அவர்களுக்குப் புரியவில்லை. கேட்ட கேள்வியையே மீண்டும் கேட்டார் முசே. திடீரென அச்சம் கவிந்தவராக ஓவென்று கதறியபடி முசேயின் காலைத் தொட்டு வணங்கினார் அவர். விஷயம் புரியாமலேயே வீரப்பனும் தன் அப்பாவோடு சேர்ந்து விழுந்தான். முசே அவசரமாக அவர்களைத் தூக்கி நிறுத்தி கண்களைத் துடைத்தார். அந்தத் தொடுகையால் உறைந்துபோய் நின்றான் வீரப்பன். முசே உடனே சைகை மொழியால் கேள்விகள் கேட்கத் தொடங்கினார். அது நல்ல பலனை அளித்தது. மக்கள் கண்ஜாடையாலும் சைகைகளாலும் விவரங்களைச் சொல்லத் தொடங்கினார்கள். தோள்பட்டைக் காயங்களையும் முதுகில் விழுந்திருக்கும் சாட்டையடித் தழும்புகளையும் திரும்பி நின்று காட்டினார்கள். முசே திகைத்து நின்றார். அவர் கண்கள் கலங்கின. சைகையாலேயே மாறி மாறி இருவரும் பேசிக்கொண்டார்கள். முசே வீரப்பன் தலையை செல்லமாக ஒரு அமுக்கு அமுக்கித் தட்டினார். அவன் கழுத்தில் கட்டப்பட்டிருந்த கருப்புக் கயிற்றையும் தாயத்தையும் தொட்டு "என்ன இது?" என்று கேட்டுவிட்டு அவன் கன்னத்தைத் தட்டினார். யாருக்குமே முசேயின் செய்கை நம்பிக்கை அளிப்பதாக இல்லை. ஏதோ ஆபத்து ஒளிந்திருப்பதாக நினைத்தார்கள். முசே அமைதியாகத் திரும்பி வண்டியை நோக்கி நடந்தார். கூடியிருந்த அனைவரும் கொண்டு வந்து பொருட்களை வண்டியில் ஏற்றுவதற்காக நெருங்கினார்கள். வேகமாகத் திரும்பிப் பார்த்த முசே அவர்களை அவசரமாகத் தடுத்து நிறுத்தி அனுப்பி வைத்தார். அவர் வண்டி திரும்பிச் செல்வதை நம்பமுடியாமல் பார்த்தபடி நின்றிருந்த மக்கள் நிதானமாக மூச்சு வாங்கி ஒருவரையொருவர் பார்த்துப் புன்னகைத்துக் கொண்டார்கள். "நல்லவரு இல்ல?" என்றான் ஒருவன்.

"எந்தப் புத்துல எந்தப் பாம்பு இருக்குமோ, யாருக்குத் தெரியும்?"

"இன்னிக்கு இரை எடுக்காம போயிடுச்சிங்கறதுக்காக பாம்ப எடுத்து மடியில வச்சி கொஞ்ச முடியுமா? பேசாம போங்கப்பா."

"கெட்டிக்காரன் புளுகு எட்டு நாளுக்குத்தான்னு சொல்ற மாதிரி இவரு வேஷம் எத்தன நாளுக்கோ யாருக்குத் தெரியும்?"

ஆளாளுக்கு மாற்றிமாற்றிப் பேசிக்கொண்டார்கள். வண்டியின் மணியோசை மறைந்த பிறகுகூட அது வெகுநேரம்

நீடித்திருந்தது. அன்றைக்கோ அல்லது மறுநாளோ தலையாரியோ அல்லது கணக்குப்பிள்ளையோ வந்து வட்டியும் முதலுமாகப் பிடுங்கிச் செல்லக்கூடும் என்று அச்சத்தோடு எதிர்பார்த்திருந்தார்கள். அவர்கள் அந்தப்பக்கம் எட்டிக்கூடப் பார்க்கவில்லை. அவர்களையெல்லாம் கச்சேரியில் வைத்து முசே கேள்விமேல் கேள்வி கேட்டுத் திணறவைத்தார் என்றும் பதிவேடுகளைப் புரட்டிப்புரட்டி அவர் கேட்ட கேள்விக்கு விடைசொல்ல முடியாமல் காலில் விழுந்து கதறி அழுது கையெடுத்துக் கும்பிட்டார்கள் என்றும் கச்சேரியின் பின்பக்கத்திலிருந்து மலக்கூடை சுமந்து திரும்பும் சிவப்பி வந்து எல்லோரிடமும் குசுகுசுவென்று செய்தி பரப்பினாள்.

அடுத்த நாள் காலையில் தைரியத்தை வரவழைத்துக் கொண்டு தேவாலயத்தின் வாசலில் குதிரை வண்டியின் வருகைக்காகக் காத்திருந்தான் வீரப்பன். பகல்வேளை வரைக்கும் கால்கடுக்க மதிலோரம் இருந்த பூவரச மர நிழலில் நின்றிருந்தான். வரவில்லை. அவர் வரக்கூடும் என்று அவனுடைய ஆழ்மனம் நம்பியது, அது பொய்த்துவிடக் கூடாது என்று அவன் நினைத்தான். ஆனால் அந்த வண்டி வரவில்லை. மறுநாள், மறுநாள் என ஐந்தாறு நாட்கள் தொடர்ந்து வந்து பூவரச மர நிழலில் காத்திருந்து ஏமாந்து திரும்பினான். எட்டாவது நாள் கூட அவன் அங்கே சென்றது சிறிது அவநம்பிக்கையோடுதான். அதனாலேயே வழக்கத்தைவிட தாமதமாகச் சென்றான். வழியில் தென்னந்தோப்பின் மறுபக்கம் கீதாரிகள் புதுசாக கிடைபோட்டிருந்தார்கள். அங்கே வேடிக்கை பார்த்ததில் பொழுது போய்விட்டது. தேவாலயத்தை நெருங்கியபோதுதான் வாசலில் அவன் இத்தனை நாளும் ஆவலோடு எதிர்பார்த்திருந்த குதிரை வண்டி நின்றிருப்பதைப் பார்த்தான். அவன் தெய்வத்தையே பார்த்துவிட்டதுபோல அந்த வண்டியையே மரத்தடியிலிருந்து கும்பிட்டான். அவன் நெஞ்சம் காரணமில்லாமல் தளும்பியது. ஒருமணி நேரத்துக்குப் பிறகு ஆலயத்திலிருந்து வெளிப்பட்டார் முசே. அவருடைய செம்பழுப்பு முடி காற்றில் அலைபாய்ந்தது. தட்டையான முகம். கோட் சூட் போட்டிருந்தார். கூர்மையான மூக்கு விசித்திரமாக இருந்தது. அவர் வண்டியை நோக்கி வரவர தனக்குள் ஒரு வேகம் பொங்கியெழுவதை உணர்ந்தான் வீரப்பன். சட்டென ஓடி அவர் பார்வையில் படும்படி நின்று கைகுவித்தான். தன்னிச்சையாக அவன் உடல் நடுங்கியது. இடுப்புத்துண்டு அவிழ்ந்து காற்றில் பறந்து அசிங்கமாகிவிடுமோ என்று பதறினான். முசே அவனைப் பார்த்துப் புன்னகை புரிந்தார். மெதுவாக உதட்டைப் பிரித்து “போன வாரம் தென்னந்தோப்புல பாத்த பையன்தான நீ?” என்று கேட்டார். பிரெஞ்சு தெரியாமல்

திருதிருவென்று விழித்தான் வீரப்பன். பேச்சு வரவில்லை. வாயை யாரோ அடைத்துவிட்டதுபோல இருந்தது. முசே அவனை நெருங்கி "உன் பெயர் என்ன?" என்று கேட்டார். பதில்சொல்லத் தெரியாமல் தலையைத் தொங்கப் போட்டு தலையை மட்டும் வேகவேகமாக ஆட்டினான் அவன். முசே அவனைப் பார்த்து "என்னோடு வரியா?" என்று சைகையாலேயே கேட்டார். அது அவனுக்குப் புரிந்தது. அடுத்த கணமே ஓடிப் போய் வண்டியோட்டிக்கு அருகில் உட்கார்ந்துகொண்டான். முசே அவன் முதுகில் செல்லமாகத் தட்டினார். அன்று மாலை அவன் அணிந்துகொள்ள நல்ல துணிமணிக்கு ஏற்பாடுகள் செய்தார் முசே.

முப்பது ஆண்டுகளில் முசேயைவிட்டு அவன் நீங்கியதே இல்லை. தொடக்கத்தில் முசே குடியிருந்த இடமே வேறு. உண்மையில் அது ஒரு பெரிய கூடம் மட்டுமே. அவ்வளவுதான். அதையே தடுப்புத் துணிகளால் மறைத்து மறைத்து குளிக்கவும் உணவு உண்ணவும் உறங்கவுமான இடங்கள் உருவாக்கப்பட்டிருந்தன. முசே அதற்குப் பிறகு மூன்று முறை குடியிருப்பை மாற்றிவிட்டார். மதாம் மேரியைத் திருமணம் செய்துகொண்டபோது ஒருமுறை முதல் பெண் ஜென்னி பிறந்தபோது இன்னொருமுறை. இரண்டாவதாக எலிசா பிறந்தபிறகு மற்றொருமுறை. அவர்களோடு பேசிப் பேசி அவன் நாக்கிலும் பிரெஞ்சுச் சொற்கள் புரளத் தொடங்கின.

பார்த்துப்பார்த்து வாங்கியவற்றையெல்லாம் முசே ஒவ்வொன்றாக தனக்கு நெருக்கமானவர்களுக்கு அன்பளிப்பாகக் கொடுக்கத் தொடங்கினார். சிலருக்குப் பாத்திரங்கள், சிலருக்கு அணிகலன்கள். பிறகு ஆடைகள், மரச்சாமான்கள். சமையல் பாத்திரங்கள். மேசை, நாற்காலிகள். பால் தேவைக்காக தோட்டத்தில் இரண்டு பசுக்கள் இருந்தன. பிரான்ஸுக்குப் புறப்பட்டுச் சென்றபிறகு அவற்றை ஓட்டிக்கொண்டு போகும்படி வீரப்பனிடம் சொல்லிவைத்திருந்தார். கறிக்காக வளர்க்கப்பட்ட முயல்களையும் வான்கோழிகளையும் பிரியப்படுகிறவர்களுக்குக் கொடுத்துவிடும்படி சொல்லி வைத்திருந்தார்.

"பன்னீர், உனக்கு என்ன வேணும் கேள்? சட்டை துணி தரட்டுமா?" வாசலில் வண்டியைக் கழுவிக்கொண்டிருந்த பன்னீரிடம் முசே கேட்டார்.

"ஒங்க அன்பே போதும் முசே, வேற ஒன்னும் வேணாம்" திரும்பி கும்பிட்டான் பன்னீர்.

"அது எப்படி பன்னீர்? ஒனக்கும் ஏதாவது தரணும் நான். சொல்லு, என்ன வேணும்?" குதிரைக்காக கொண்டுவரப்பட்டிருந்த

புல்லுக்கட்டிலிருந்து ஒரு பச்சைப்புல்லை உருவி விளையாட்டாகச் சுழற்றினார் முசே. சில கணங்கள் அமைதியாகக் கழிந்தன. சட்டென பன்னீரின் பக்கம் திரும்பிய முசே "பன்னீர், எனக்காக ஒரு புல் மெத்தப்படுக்கை தயார் செஞ்சி கொடுத்தாயே, நினைவிருக்குதா?" என்று கேட்டுவிட்டு அவன் தோளைத் தொட்டு தன்னை நோக்கித் திருப்பினார். இருவருடைய கண்களும் சில கணங்கள் நேருக்கு நேர் பார்த்துக்கொண்டன. "அதெல்லாம் முசேக்கு இன்னமும் ஞாபகமிருக்குதா?" என்று ஆச்சரியத்தோடு கேட்டான் அவன்.

"எப்படி மறக்க முடியும் பன்னீர்? நான் அன்னிக்கு காலையிலதான் எறங்கினேன். எனக்கு ஒரே ஒரு அறைதான் அப்ப ஒதுக்கியிருந்தாங்க. வெறும் அறை. வேற எதுவுமே இல்ல. இந்த இடத்துல எப்படி தூங்கறதுன்னு திகச்சி நின்னுட்டேன். ஒருமணி நேரத்துல அங்க ஓடி இங்க ஓடி பலகை, அது இதுன்னு ஒன்னுமேல ஒன்று போட்டு புல் பரப்பி போர்வையைப் பரப்பி ஒரு மெத்தயயே நீ உண்டாக்கித் தந்ததயெல்லாம் எப்படி மறக்க முடியும்? எல்லாமே நேத்துதான் நடந்தமாதிரி இருக்குது. முப்பது வருஷம் ஓடிப் போச்சில்ல?"

வண்டியைக் கழுவிய தண்ணீரை ஓரமாக செடிகளுக்காக உருவாக்கப்பட்ட வாய்க்காலில் ஊற்றிவிட்டுத் திரும்பினான் பன்னீர்.

"பன்னீர். இந்த வண்டி, இந்தக் குதிரை ரெண்டயும் எடுத்துக்கோ. நீ வேற எந்த வேலயயும் செய்யவேணாம். வண்டியோட்டி பொழச்சிக்கலாம்" நம்ப முடியாமல் சந்தோஷத்தில் திகைத்து நின்றவனின் தோளைத் தட்டி முசே புன்னகைத்தார்.

அசைவில்லாமல் படுத்திருக்கும் முசேயைப் பார்க்கப்பார்க்க அவரைப்பற்றிய நினைவுகள் பொங்கி வருவதை வீரப்பனால் தடுக்கவே முடியவில்லை. "வீர்ப்பா" என்று பெயரில் அழுத்தம் கொடுத்து அழைக்கும் அந்தக் குரல் நெஞ்சில் ஒலித்தபடி இருந்தது. அந்த அழுத்தத்தில் அவருடைய பிரியத்தை உணர்ந்தான் அவன். தொடக்கத்தில் ஒரு சொல்கூட தமிழ் தெரியாமல் பிரெஞ்சுமட்டும் பேசிய முசே கால ஓட்டத்தில் தமிழை ஆசையோடு கற்றுக்கொண்டு பேச ஆரம்பித்ததெல்லாம் அதிசயமான கதை.

இடைவிடாமல் இயேசுவின் பெயரை முணுமுணுத்தபடி முசேயின் முகத்தையே பார்த்துக்கொண்டிருந்த மதாமைப் பார்க்கும்போது பாவமாக இருந்தது. "வாங்க மம்மா" என்றபடி துவண்டு போயிருந்த மதாமின் தோளைத் தொட்டு எழுப்பினார்கள் பெண்கள், "மம்மா ஏன் குழந்தையைப் போல

மாறிட்டிங்க? தைரியமா இருக்கணும்” என்றபடி அவள் தலையைக் கோதிவிட்டாள் ஜென்னி. அவள் தலையைத் தன் தோளோடு சாய்த்துக் கொண்டாள். வீரப்பன் எழுந்து நின்று அவர்களுக்கு வழிவிட்டான். “நீங்க போங்க மதாம். ஐயா கண் முழிச்சதுமே உங்கள கூப்பிடறேன்” என்று சொன்னான். மரியா முசேயின் கட்டிலை நெருங்கி நெற்றியில் தொட்டுப் பார்த்துவிட்டுச் சென்றாள். மறுகணமே முசேயின் அறையின் அமைதி சூழ்ந்தது. திகிலும் பரபரப்புமாக அவன் மனம் தவியாய்த் தவித்தது.

பாதிரியாரின் விருந்துக்குச் சென்று திரும்பிய மறுநாள் முசே வில்லியனூர் தேவாலயத்துக்கும் அல்லிக்குளத்துக்கும் சென்றுவர ஆசைப்பட்டார். காலை உணவுக்குப் பிறகு வீரப்பனை அழைத்து “வண்டி தயாரா?” என்று கேட்டார். வீரப்பன் தோட்டத்தை ஒட்டி சவண்டல் மரங்களும் பூவரசமரங்களும் நின்றிருக்கும் தொழுவத்தைக் கடந்துபோய் குதிரை லாயத்துக்கு அருகே பன்னீரைத் தேடினான். காணவில்லை. சாணக்குவியலை அப்புறப்படுத்திவிட்டு பெருக்கிக்கொண்டிருந்த பெண்ணிடம் விசாரித்தான். காலையிலிருந்தே அவனைப் பார்க்கவில்லை என்று சொன்னாள் அவள். பன்னீரின் குடிசைப் பகுதியிலிருந்து வேலைக்கு வருகிறவர்களைத் தேடிப்போய் விசாரித்தான். ஒருவன் அவனுக்குக் காய்ச்சல் என்றான். “நேத்து ராத்திரி அவன் பக்கத்து ஊட்டுல ரெண்டு மூணு சாவாய்டிச்சி. காலரா வந்து பத்து நாளா மனுசங்கள பாடா படுத்துது. பொட்டு பொட்டுன்னு போயிட்டே இருக்காங்க. இவந்தான் கூடமாட சுடுகாட்டுல ஒத்தாசயா இருந்தான். காலயில பாத்தா வாசல்ல ஒக்காந்து வாந்தி எடுத்துகினிருந்தான். அவனயும் காயலா புடிச்சிகிச்சி” என்றான் இன்னொருவன். “அது என்ன காயலாவோ தெரியல. வெஷ ஊசி போட்டமாதிரி ஒரே நாள்ல ஆள கீழ தள்ளிடுது” என்று சொல்லிவிட்டு நடுங்கினாள் ஒருத்தி.

முசே அதற்குள் வெளியே வந்துவிட்டார். “அவன் இன்னமும் வரலை முசே. காயலான்னு சொல்றாங்க. காலராவாம். ஒன்னும் புரியலை” என்றான் வீரப்பன்.

“நேத்து நல்லாதான இருந்தான்” குழப்பத்தோடு அவனைப் பார்த்தார் முசே.

“அந்தப் பக்கமெல்லாம் காலராவா இருக்குது முசே. தெனமும் நெறயா பேரு செத்துகினே இருக்காங்களாம்.”

“அவன பாக்கணுமே. ஊருக்கு கௌம்பற நேரத்துல ஏன் இப்பிடி ஆவுது? ஒன்னு செய்யலாமா? வில்லியனூரு தேவாலயத்துக்கு போயிட்டு அப்படியே அவனயும் பார்த்துட்டு வரலாமா?”

“சரி முசே, நான் வண்டிய எடுத்துகினு வரேன்” வீரப்பன் குதிரையை அவிழ்க்கச் சென்றான்.

முசே வேகமாக நடந்து வாசலுக்குச் சென்றார். குதிரையை வண்டியில் பூட்டும்போது வீரப்பனை நெருங்கி வந்த வேலைக்காரர்கள் காதோடு அடங்கிய குரலில் எதையோ சொன்னார்கள். வீரப்பன் சரிசரி என்று தலையாட்டினான். வண்டிக்குள் விரிப்பை உதறிப்போட்டு மூலைகளை அழகாக மடித்துவிட்டான்.

வண்டியோடு வாசலுக்கு அருகே வந்தபோது முசே ‘என்ன விஷயம்?’ என்று கேட்டார். வீரப்பன் மெதுவாக “என்ன முசே?” என்று திருப்பிக் கேட்டான். “அவுங்கள்ளாம் என்னமோ கிசுகிசுன்னு சொல்றாங்களே. அதான்” என்றார் முசே. வீரப்பன் அவர் கண்களை நேருக்கு நேர் பார்த்தான். பிறகு மெதுவாக “காலராவா இருக்கற இடம். போவ வேணாங்கிறாங்க முசே” என்றான். முசே ஒன்றும் பேசாமல் அவனையே ஒரு கணம் பார்த்தார்.

“அப்பறமா போயி அவனப் பாத்துக்கலாம்ன்னு சொல்றாங்க”

“எப்போது?”

“நிலமை சரியானதுக்கப்பறமா.”

“அது எப்படி முடியும் வீர்ப்பா? இன்னும் ரெண்டு நாள்ல கப்பல் ஏறணுமே. புதுச்சேரிக்கு இனிமே நான் வரக்கூடிய வாய்ப்பே இல்லையே. பன்னீரப் பாக்காம போனா என் மனசாட்சி என்ன குத்தி எடுத்துடும்.”

“சூழ்நிலை சரியில்லாம இருக்கறதாலதான் . . .”

“எதுவா இருந்தா என்ன வீர்ப்பா? நம்ம பன்னீர நாம பாக்காம வேற யாரு போயி பாப்பாங்க? இந்த வேலைக்கு வந்த முதல் நாள்லேருந்து அவன் எனக்கு பழக்கம். ஒங்கிட்ட சொல்லியிருக்கேன் இல்ல. துறைமுகத்துல நான் எறங்கினப்ப என்னுடைய பெட்டிய அவன்தான் எடுத்து வந்தான். இந்த மண்ணுல நான் பாத்து பேசன முதல் ஆள். அவன் எனக்கு ரொம்ப முக்கியம். என்ன ஆனாலும் சரி வீர்ப்பா. அவன நாம பாத்துட்டு வந்துரலாம்.”

வண்டிக்குள் முசே ஏறி உட்கார்ந்தார். வில்லியனூர்ச் சாலையில் வண்டி பறந்தது. வழிநெடுக பூவரச மரங்களும் புளியமரங்களும் இருபுறங்களிலும் அடர்ந்திருந்தன. பச்சைப் பசேலென வெற்றிலைக் கொடிகள் படர்ந்த தோட்டம். சங்கராபரணி ஆற்றிலிருந்து திருப்பிவிடப்பட்ட தண்ணீர்

நிரம்பி ஓடும் கால்வாய் ஊர்முழுக்க கிளைகளாகப் பிரிந்து ஓடின. காற்று குளுகுளுவென வீசியது. அவை அனைத்தும் தன் முயற்சியால் விளைந்தவை என்று நினைத்தபோது முசேயின் மனம் மகிழ்ச்சியில் விம்மியது.

தேவாலயத்துக்கு வந்து சேர்ந்ததே தெரியவில்லை. பாலகனான ஏசுவை அணைத்த மேரியன்னையின் தோற்றம் நெஞ்சை நெகிழவைத்தது. குழந்தையை அணைக்கும் அன்னையைப்போல இந்த உலகை அணைத்துக்கொள்ளும் உத்வேகத்தை நெஞ்சில் பொங்கவைக்கும் அத்தோற்றத்தால் மனம் விம்முவதை உணர்ந்தார் முசே. அவர் கண்கள் தளும்பின. பிரார்த்தனையில் அரைமணி நேரம் கழிந்ததே தெரியவில்லை. வெளியே வந்து தனக்குப் பிடித்தமான அல்லிக்குளத்தருகே அரைமணி நேரம் வேடிக்கை பார்த்தபடி உலாவினார்.

பன்னீரின் வீடு இருக்கும் திசையில் வண்டி திரும்பியது. வெற்றிலைத் தோட்டத்தின் மூலையில் திரும்பும்போது ஒரு சவ ஊர்வலம் சென்றது. நடுத்தெருவில் மார்பில் அறைந்தபடி சத்தமாக பெண்கள் அழுதார்கள். வண்டி அவர்களைக் கடந்து சென்று பன்னீரின் வீட்டின்முன் நின்றது. வீரப்பன் முதலில் இறங்கி அவன் குடிசைக்குள் ஓடினான். பன்னீரின் தாய் மட்டும் அங்கே இருந்தாள். தரையில் விரிக்கப்பட்டிருந்த சாக்கின் மீது பன்னீர் அசைவில்லாமல் படுத்திருந்தான். "முசே வந்திருக்காரு. முசே வந்திருக்காரு" என்றான் வீரப்பன். அவன் சொல்வதை உள்வாங்கிக்கொள்ள இயலாமல் குழப்பத்தில் அவன் தடுமாறிய கணத்தில் முசே குனிந்து குடிசைக்குள் நுழைந்துவிட்டார். வெளிச்சத்திலிருந்து உள்ளே வந்ததும் சில கணங்கள் இருள் தடுமாறவைத்தது. சிறிது நேரத்துக்குப் பிறகுதான் அச்சூழலுக்குக் கண்கள் பழகின. வெட்டுப்பட்டு விழுந்த ஒரு கிளைபோல அசைவில்லாமல் படுத்திருக்கும் பன்னீரைப் பார்த்து "பன்னீர், பன்னீர்" என்று அழைத்தார். பிறகு தோளைத் தொட்டு அசைத்தார். குனிந்து மண்டியிட்டு அவனருகே பிரார்த்தனையில் மூழ்கினார் முசே. அவர் இதயத்தில் அருள் சுரந்த அன்னையின் முகம் ஒளிர்ந்தது. அன்னையே, உன் அருள் இந்த ஏழைக்கும் கிடைக்கட்டும் என்று மனமுருக இறைஞ்சினார். பிறகு பன்னீரின் நெற்றியில் விரலால் தொட்டுச் சிலுவையிட்டு எழுந்தார். பன்னீரின் தாயார் மூலையில் ஒடுங்கி தேம்பித் தேம்பி அழுதபடி நின்றிருந்தார். குழப்பத்தோடு வெளியே வந்த முசே. எதுவும் பேசாமல் வண்டிக்குள் ஏறி உட்கார்ந்தார். வீடு வந்து சேரும்வரைக்கும் எதுவும் பேசவில்லை.

வீட்டையடைந்ததும் வண்டியை நிழல்பக்கமாக ஒதுக்கி நிறுத்த வீரப்பன் முனைந்தபோது "வேணாம் வீர்ப்பா, வண்டிய

பன்னீரு வீட்டுல குடுத்துட்டு வந்துரு. இனிமே அது அங்கேயே இருக்கட்டும்" என்றார் முசே. திகைப்பில் பேச்சே வராமல் அவர் முகத்தை ஏறிட்டுப் பார்த்தான் வீரப்பன்.

"நான் அவனுக்கு வாக்கு குடுத்திருக்கேன் வீர்ப்பா. போய் குடுத்துட்டு வா"

"நீங்கள் கப்பல் ஏறனதுக்கு பிறகு குடுக்கலாமே முசே. அதுவரைக்கும் இங்கயும் நெறய வேலைங்க இருக்குதே"– பணிவுடன் முசேயைப் பார்த்துச் சொன்னான்.

"இப்பவே குடுத்துரலாம் வீர்ப்பா. ஒரு பொருள தரணும்ன்னு மனசுக்கு தோணும்போதே குடுத்துரணும். காலம் கடத்தக் கூடாது." அவன் தோளைத் தட்டிவிட்டு வீட்டுக்குள் சென்றுவிட்டார் முசே.

மதிய உணவுக்குப் பிறகு சிறிது நேரம் தூங்கினார் முசே. பொழுது சாயும் வேளையில் எதிர்பாராத விதமாக இரண்டுமுறை வாந்தியெடுத்தார். சோர்வில் அவர் உடல் நடுங்கியது. இரவுக்கு உணவே வேண்டாம் என்று மறுத்தார். மதாம் வற்புறுத்தி ஒரு பழத்தைமட்டும் உரித்துத் தந்தார். எப்போதும் இல்லாத வழக்கமாக அன்று இரவு தன் அப்பாவைப் பற்றி வெகுநேரம் பேசிக்கொண்டிருந்தார். அப்பா வேலை பார்த்த துறைமுகம். தன் வீட்டுக்குப் பின்னால் இருந்த பைன் மரக்காடு. முதன் முதலாகச் செய்த படகுப்பயணம், தன் பள்ளித்தோழர்கள் என எல்லாவற்றையும் ஆவலாகப் பகிர்ந்துகொண்டார். "எல்லாரயும் இப்ப பார்க்கப் போறேன்னு நெனைக்கும்போது பறப்பதுபோல இருக்குது. அப்படியே பறந்துபோய் இந்த நிமிஷமே அங்கே போய் விழுந்துவிட மாட்டோமான்னு தோணுது" என்றார். அதற்கப்புறம் முசே பேசவில்லை. இரவில் காய்ச்சலின் வேகம் திடீரென அதிகரித்தது. வைத்தியர் வந்து நாடி பிடித்துப் பார்த்துவிட்டு மருந்தைக் கொடுத்தார். உடல்சூடு தணியாமல் பார்த்துக்கொள்ளும்படி சொல்லிவிட்டுப் புறப்பட்டுச் சென்றார்.

அடுத்தநாள் காலையில்தான் முசே கண்திறந்தார். அவரால் புரண்டுகூட படுக்கமுடியவில்லை. வலியில் முனகினார். அவருக்கு அருகே உட்கார்ந்து விரல்களை ஒவ்வொன்றாக அழுத்திப் பிடித்தார் மதாம். களைப்பின் காரணமாக அவரால் பேசமுடியவில்லை. தொண்டை உலர்ந்தது. தண்ணீர் வாங்கிக் குடித்தார். மறுபடியும் விழிமூடி உறக்கத்தில் ஆழ்ந்தார். பயணச் சீட்டுகளை ரத்து செய்துவிட்டு குடும்பமே அவர் முன்னால் உட்கார்ந்திருந்தது.

மூன்று நாட்களாக முசேயின் உடல்நிலையில் எவ்விதமான முன்னேற்றமும் இல்லை. ஒரு கட்டை போல அசைவில்லாமல்

இருக்கும் அவரைப் பார்க்கப்பார்க்க வீரப்பனின் மனபாரம் அதிகமானது. பொழுது சாயும் நேரத்தில் பாதிரியார் வந்தார். மதாமும் பிள்ளைகளும் அவர் முன் மண்டியிட்டு அழுதார்கள். "முசேக்காக தேவனிடம் பிரார்த்தனை செய்தேன்" என்றார். எல்லாரிடமும் வெகுநேரம் ஆதரவாகப் பேசிக்கொண்டிருந்தார்.

"கலவரப்படவேண்டாம் மதாம். தேவன் தன் பிரியத்துக்குரிய பிள்ளைகளை ஒருபோதும் கைவிட மாட்டான்" என்றபடி பெருமூச்சோடு எழுந்தார் பாதிரியார். அவரோடு சேர்ந்து மதாமும் வெளியேறினார்.

வேலைக்காரப் பெண்ணொருத்தி குடம் நிறைய ஆமணக்கு எண்ணெயை எடுத்து வீட்டில் எல்லா விளக்குகளுக்கும் ஊற்றிவிட்டுச் சென்றாள். இன்னொருத்தி வந்து திரியைத் தூண்டி ஏற்றினாள். சுடர் பிடிக்காமல் திரி புகைந்தபடியே இருந்தது. எண்ணெயைப் பிழிந்துவிட்டு திரியைச் சரியாகச் சுருட்டி கூர்மையாக்கி மீண்டும் ஏற்றினாள். சுடர் பற்றுவது போல ஒரு கணம் நுனி சிவந்து உடனே அணைந்தது. அமைதி குலைந்தவளாக அவள் தன் மடியிலிருந்து புதிய திரியை எடுத்து எண்ணெயில் நனைத்து அந்த விளக்குக்குள் போட்டாள். சுடரவைக்க அவள் முயன்றபோது மீண்டும் நுனிமட்டும் சில கணங்கள் சிவந்திருந்துவிட்டு அணைந்தது. அவள் அச்சத்தாலும் குற்ற உணர்ச்சியாலும் மன வேதனையோடு அக்கம்பக்கம் அவசரமாகப் பார்த்துவிட்டு வேகமாக இன்னொருமுறை முயற்சி செய்து பார்த்தாள். துரதிருஷ்டவசமாக அது இந்த முறையும் பற்றவில்லை. அவளையே பார்த்துக்கொண்டிருந்த வீரப்பன் மனத்திலிருந்த ஏதோ ஒன்று சரிந்து குலைந்ததுபோல இருந்தது. தன் முயற்சியைக் கைவிடாதவளாக அவள் மீண்டும் திரியை உருட்டத் தொடங்கினாள். வீரப்பன் அவளை சட்டென நிறுத்தி போய்விடுமாறு சொன்னான். அவள் அவசரமாக அவனைப் பார்த்தபடியே வெளியேறினாள்.

பாதத்தைத் தேய்ப்பதை நிறுத்திவிட்டு ஒருகணம் முசேயைப் பார்த்தான். சின்ன வயதில் "உன் பெயர் என்ன?" என்று தன்னைக் கேட்ட அவருடைய முகம் நினைவுக்கு வந்தது. அந்த முகம் ஒரு சுடர்போல அவன் நெஞ்சில் ஒளிர்ந்தது. பிறகு அந்த ஒளி பரவி எண்ணங்களையும் இதயத்தையும் நிறைத்தது. அப்புறம் படுத்துக் கிடக்கும் முசேயின் முகத்துடன் அது இணைந்தது. "முசே . . ." அவனை மீறி அவன் உதடுகள் ஒலியெழுப்பின. அங்கே நிற்க இயலாதவனாக வெளியே வந்து இருட்டில் நின்றபடி காற்றிலசையும் தென்னைமரங்களைப் பார்த்தான். தயிரின் நிறத்திலமைந்த மேகங்கள் திட்டுத்திட்டாக வானெங்கும்

உறைந்து கிடந்தன. தேய்ந்த போன நிலவின் ஒரு துண்டு. ஒரு மேகத்தின் ஓரம் ஒடுங்கியிருந்தது. குளிர்ந்த காற்றிலும் தன் கழுத்தடியே வியர்வை படிவதை உணர்ந்தான். காற்றின் வேகத்தில் பழுத்த ஓலையொன்று மரத்திலிருந்து விடுபட்டு ஓசையுடன் விழுந்தது. காரணமில்லாமல் அது ஒரு நடுக்கத்தை அவன் உடலில் பரப்பியது. அப்போது அறையிலிருந்து தன் பெயரைச் சொல்லியழைக்கும் தெளிவான குரலைக் கேட்டான் அவன். முசேயின் குரல். சட்டென்று அவன் வேகம் கொண்டு திரும்பி தூண்களிலும் சுவர்களிலும் கதவுகளிலும் மோதிக்கொண்டு அறைக்குள் பாய்ந்தான். "முசே . . ." என்றபடி கட்டிலில் பார்த்தான். முசே அப்படியே அசைவில்லாமல் கிடந்தார். ஒரு மாற்றமும் இல்லை. குரலைக் கேட்டது உண்மைதானா அல்லது பிரமையா என்று குழப்பமாக இருந்தது. அச்சத்தோடு "முசே" என்று அழைத்தபடி கட்டிலை நெருங்கினான். அதே நேரத்தில் மதாமும் பிள்ளைகளும் "முசே குரல் கேட்டதே, எழுந்துட்டாரா வீரப்பா?" என்று கேட்டபடி அறைக்குள் வந்தார்கள். வீரப்பன் பேசாமல் உறைந்து நின்றான். அவனைக் கடந்து கட்டிலை நெருங்கிய மதாம் அவர் கன்னத்தையும் கையையும் இதயத்தையும் தொட்டுப் பார்த்துவிட்டு கீழே சரிந்தாள்.

(***கணையாழி*** **– 2011)**

வெளியேற்றப்பட்ட குதிரை

பாண்டிச்சேரி கூடைப்பந்து விளையாட்டு வீரர்கள் சங்கத்தின் முக்கிய நிர்வாகிகளில் ஒருவரான தியாகராஜன் சிங்காரம் ஒயின்ஸ் ஷாப் வரைக்கும் தன்னைத் தேடிக்கொண்டு வருவார் என்று ராஜசேகரன் நினைக்கவே இல்லை. "எப்படி இருக்கிங்க ராஜசேகரன்?" என்றபடி தனக்கு அருகில் நாற்காலியை இழுத்துப் போட்டுக்கொண்டு உட்கார்ந்தபோது அவனால் நம்பவே முடியவில்லை. யாரோ தெரிந்த பழைய நண்பர் பேசுகிறார் என்றுதான் அக்கணத்திலும் நினைத்தான். ஆனாலும் முகம் குழம்பியது. சிறிது நேரம் தடுமாறினான். பதிலே பேசாமல் இரண்டு மூன்று தரம் கண்களைச் சிமிட்டியபடி உற்றுஉற்றுப் பார்த்தான். "என்ன ராஜசேகரன்? என்னைத் தெரியலையா? நான்தான் தியாகராஜன்" என்று அவனுடைய மணிக்கட்டைப் பிடித்து அழுத்தினார்.

"ஒங்களத் தெரியாமலா சார்? இருந்தாலும் ஒரு சின்னக் குழப்பம். அதான் . . ."

ராஜசேகரன் சட்டென்று எழுந்து நின்று அவருடைய கைகளை வாங்கிக் குலுக்கினான். அரைமணிநேரம் நரம்புகளை மீட்டிமீட்டி மெல்ல மெல்ல உச்சத்துக்குப் போயிருந்த போதை சட்டென ஒரே கணத்தில் வடிந்தது. உடல் முழுக்க ஒரு விறைப்பு படர்ந்தது. கைவிரல்களால் தலைமுடியைக் கோதி ஒழுங்கு செய்தான். கைக்குட்டையால் முகத்தை அழுத்தித் துடைத்தான். அந்த மேசைக் குரிய சர்வீஸ்மேன் சுவரோரமாக நின்று நம்ப முடியாதவனாக அந்தக் காட்சியைப் பார்த்தபடி

நின்றான். நாலாவது ஸ்மாலுக்காக வாய்குழற சிறிது நேரத்துக்கு முன்னர் கெஞ்சித் கெஞ்சித் தடுமாறிக்கொண்டிருந்தவரா இப்படி பணிவைத் தவிர வேறெதுவும் அறியாத அப்பாவியாக நிற்கிறார் என்று ஆச்சரியத்தில் மூழ்கினான்.

“சொல்லுங்க சார், ஒரு வார்த்த சொல்லி அனுப்பியிருந்தா நானே வந்திருப்பேனே சார். கடைவரைக்கும் நீங்க வரணுமா?”

“இருக்கட்டும் ராஜசேகரன். ஒரு நல்ல செய்தியை நானே நேருல சொல்லணும்னு நெனைச்சேன். வீட்டுக்குத்தான் போனேன். தெரியாதுன்னுதான் மொதல்ல சொன்னாங்க. அப்பறமா அவுங்கதான் இங்க பாக்கச் சொன்னாங்க.” அவர் புன்னகையுடன் அவன் தோளை அழுத்தினார். மேசையைவிட்டு தனியே அழைத்துச் சென்றார். அந்த நெருக்கம் அவனுக்கு அக்கணத்தில் தெம்பளிப்பதாக இருந்தது.

“உங்களுக்காக ஒரு பெனஃபிட் மேட்ச் நடத்தறதுக்கு போர்ட் சம்மதம் கெடைச்சிருச்சி. இந்த மாதத்துக்குள்ளயே நடத்திடலாம்னு தீர்மானம். தேதிய இன்னும் ரெண்டுமூணு நாள்ள முடிவு செஞ்சிடலாம். எப்படியும் ஏழெட்டு லட்சமாவது உங்களுக்குக் கெடைக்கும். நிச்சயமா இது உங்களுக்கு ரொம்ப உதவியா இருக்கும்.”

ராஜசேகரன் கண்களில் ஒரு கணம் வெளிச்சம் பரவி அடங்கியது. இருபதாண்டுக் கால விளையாட்டு வாழ்க்கை அவன் கண்முன்னால் காட்சிகளாக விரிந்தது. மிகச்சிறிய வயதிலேயே புகழின் உச்சத்துக்குச் சென்றவன் அவன். மிகக் குறுகிய காலத்திலேயே பெற்றதையெல்லாம் தொலைத்துவிட்டுத் தடுமாறியவனும் அவன்தான். தியாகராஜனின் சொற்களைக் கேட்டு அவன் கண்கள் நன்றியில் கலங்கின. “உங்க முயற்சி இல்லைன்னா இதுக்கெல்லாம் வாய்ப்பே கெடையாது சார். ரொம்ப நன்றி சார், ரொம்ப நன்றி” என்று அவர் கைகளை உறுதியாகப் பற்றிக் கொண்டான்.

“இருக்கட்டும் ராஜசேகரன். இது என்னுடைய கடமை. ஏதோ உங்க போறாத காலம். எல்லாருமே உங்களுக்கு எதிரா இருக்காங்க. உங்க பேர எடுத்தாலேயே காரணமில்லாம ஒரு வெறுப்பு. கசப்பு. எரிச்சல். எல்லாரயும் சேத்து ஒத்துக்க வைக்கறதுக் குள்ள இப்படி காலம் ஓடிப்போச்சி. இனிமேல நாம அதயெல்லாம் நெனைக்கக்கூடாது. இப்பவாவது சாத்தியமாச்சேன்னுதான் நெனைக்கணும்.”

“நீங்க எனக்கு நண்பர் மட்டுமில்ல சார். கடவுள் சார். வழிகாட்ட வந்த கடவுள்.” வார்த்தைகளுக்காக அவன் தடுமாறினான்.

“அப்படியெல்லாம் பேசாதிங்க ராஜசேகரன். வாங்க போவலாம். நானே வீட்டுல விடறேன்.”

அவர் சொல்வதைக் கேட்பதற்குத் தயாராக இருப்பவனைப் போல் தலையசைத்தான் அவன். பில் பணத்தைச் சேவகனிடம் கொடுத்தனுப்பினார் தியாகராஜன். இருவருமாக கடையைவிட்டு வெளியே வந்தார்கள். காரின் முன்பக்கத்தில் அருகில் அவனை உட்காரச் சொன்னார். பக்கம் பார்த்து முன்னும் பின்னும் நகர்த்தி சாலைக்குக் கொண்டுவந்தார். பிறகு சீரான வேகத்தில் ஓட்டத் தொடங்கினார்.

“அந்தப் பக்கமா போகலாமே சார் . . .”

“அங்க காம்ப்ளெக்ஸ் வாசல்ல ஒரே கும்பல் ராஜசேகரன். அங்க இருந்த மரத்த போக்குவரத்துக்கு இடையூறுன்னு வெட்டிட்டிருக்காங்க. பழைய மரம் வெட்டக்கூடாதுன்னு சிலருக்கு கோபம். வெட்டாதே வெட்டாதேன்னு ஒரே சத்தம். தொந்தரவுன்னு தெரிஞ்ச பிறகும் வெட்டலைன்னா மேலமேல தொல்லைகள் வந்துட்டுதானே இருக்கும்னு சொல்றது யார் காதுலயும் எறங்கலை. தங்க ஊசிங்கறதுக்காக நம்ம கண்ணுல எடுத்து குத்திக்க முடியுமா? வரும்போதுதான் அந்த அவஸ்தையில மாட்டிகிட்டேன் . . .”

மௌனமாக வேடிக்கை பார்த்தபடி வந்தான் ராஜசேகரன். சிறைச்சாலையைக் கடந்து, ரங்கப்பிள்ளைத் தெருவுக்குள் நுழைந்து சென்று வ.உ.சி. பள்ளியைத் தாண்டிச் சென்றது வாகனம். பூவரச மரங்கள் சூழ்ந்த பள்ளி மைதானம் ஜன்னல் வழியாக நன்றாகத் தெரிந்தது. கூடைப் பந்தாட்ட கோல் கம்பங்கள் பார்வையில் பட்டன. பள்ளி மாணவர்கள் விளையாடிக்கொண்டிருந்தார்கள்.

அந்தப் பள்ளியின் பழைய மாணவன் அவன். அந்த மைதானம்தான் அவனுக்கு அந்த ஆட்டத்தைக் கற்பித்தது. அந்த மைதானக்காட்சி பள்ளிப் பயிற்சியாளர் தங்கராஜை நினைவூட்டியது. “ஓடுடா ஓடு. குதிரை மாதிரி ஓடணும். லகான இழுத்ததும் அது சட்டென்று நின்று திசையை மாத்திக்கறமாதிரி எந்த நிமிஷத்திலயும் நின்னு எந்தப் பக்கமா இருந்தாலும் ஓடறதுக்குத் தயாரா நிக்கணும்டா” என்று திருப்பித்திருப்பி அவர் சொன்ன வார்த்தைகள் நெஞ்சினடியில் ஒலிப்பதைப்போல இருந்தன. அவனை முழு வீரனாக்கியதும் வெற்றி வீரனாக்கியதும் அந்த வார்த்தைகள். சக்தி மிகுந்த ஒரு கிரியா ஊக்கியைப்போல் அவ்வார்த்தைகள் அவனை வெகு உயரத்துக்குச் செலுத்தின.

மைதானத்தில் அவனுக்கு பட்டப்பெயர் குதிரை. அவன் பெயருக்குப் பதிலாக அந்தப் பட்டப்பெயரையே பத்திரிகைகள்

எழுதிப் பிரபலப்படுத்தின. 'இந்தக் குதிரையின்முன் எந்தக் குதிரையும் நிற்காது', 'இந்த முறையும் கோப்பையைத் தட்டிவந்தது குதிரை', 'குதிரையின் நாலுகால் பாய்ச்சலின்முன் எதிரணியின் ஆட்டம் எடுபடவில்லை.' விதம்விதமான தலைப்புகள். விதம் விதமான பாராட்டு மழைகள். எல்லாமே பழங்கதைகளாகிவிட்டன இன்று.

"என்ன யோசனை ராஜசேகரன்?" அம்சா கோயில்முன் நிறைந்திருந்த ஏராளமான கூட்டத்துக்கிடையே அவரால் முன்னேற முடியவில்லை.

"எனக்காக நீங்க எடுக்கற முயற்சிகளுக்கு எப்படி நன்றி சொல்றதுன்னே தெரியலை." நெகிழ்ச்சியான குரலில் அவன் வார்த்தைகள் வெளிப்பட்டன.

"ராஜசேகரன், என்ன இது? ஏன் இப்படியெல்லாம் பேசறிங்க? நீங்க என் நண்பன். உயிர் நண்பன். உங்களுக்கு நான் செய்யாம வேற யார் செய்வாங்க? சொல்லுங்க! நீங்க இருக்க வேண்டிய பொறுப்புலதான் இங்க நான் இருக்கேன். ஏதோ கெட்ட நேரத்துல நடந்த சின்னச்சின்ன பிசகுகள் நடக்காம இருந்தா எங்கயோ போயிருப்பீங்க. இப்படியெல்லாம் இருக்கவேண்டிய அவசியமே வந்திருக்காது . . ."

தெளிவான ஆங்கிலத்தில் அவருடைய குரல் ஆதரவாக ஒலித்தது. கையை நீட்டி அவனுடைய தோளை அழுத்தினார்.

'சின்னச்சின்ன பிசகுகள்' என்று முணுமுணுத்தபடி ஜன்னலுக்கு வெளியே நகரும் கூட்டத்தைப் பார்த்தான். அவை இடறச் செய்யும் என அறிந்திருந்தும் அந்தப் பிசகுகளை ஏன் செய்தோம் என்று தன்னையே கேட்டுக்கொண்டான். அந்தப் பிசகுகளிலிருந்து ஊற்றெடுக்கிற தணியாத மோகத்தை அடக்கிக் கொள்ள முடியாத இன்னொரு பகுதி மனத்துக்குள் கொதிப்பேற்றிய சமயத்தில் அப்படித்தானே நடந்திருக்கமுடியும் என்று தோன்றியது.

எந்தப் பிசகையும் அனுமதிக்காத உறுதிமிக்க இளைஞனாக 1986இல் அவன் பங்கேற்ற அணி தென்மண்டல அளவில் முதன் முறையாக கோப்பையைத் தட்டி வந்து பாண்டிச்சேரிக்குப் பெருமை சேர்த்தது. சுதந்திர இந்தியாவில் நடந்த எல்லாப் போட்டிகளிலும் முதல் சுற்று அல்லது இரண்டாவது சுற்றிலேயே தோற்றுச் சுருண்டு ஊரைப் பார்த்து திரும்பி வந்துகொண்டிருந்த அணியை ஆறு சுற்றுவரை முன்னெடுத்துச் சென்று வெற்றிக்கோப்பையைக் கொண்டுவரச் செய்தவன் அவன். "யார் இந்தக் குதிரை?" என்று அவன் படத்தை வெளியிட்டு

ஆங்கிலப் பத்திரிகைகளும் விளையாட்டுப் பத்திரிகைகளும் கட்டுரைகள் எழுதின. ஒரு கம்பத்திலிருந்து இன்னொரு கம்பத்தை நோக்கி அவன் கால்கள் குதிரையைப்போலத் தாவுகின்றன. மைதானத்தின் எந்த மூலையில் இருந்தாலும் அவன் கைகள் கூடையைநோக்கி மிகச்சரியாக பந்தை எறிகின்றன. மைதானத்தைச் சுற்றி அவன் ஒரு மந்திரவாதியைப் போல சுற்றிச்சுற்றி ஓடுகிறான். அவன் கையை அடைந்த பந்து கோல் கணக்காக மாறுவது உறுதி. பாராட்டுகள் எல்லாத் திசையிலிருந்தும் அவனை நோக்கிக் குவிந்தன. முதலமைச்சர் அவனுக்கு நினைவுப் பரிசை வழங்கினார். கவர்னர் தன் மாளிகைக்கு அந்த வெற்றி அணியின் வீரர்களை அழைத்து ஒரு விருந்தளித்தார். அதே மாதத்தில் தேசிய அளவில் நடைபெற்ற போட்டியில் முதன் முறையாக பாண்டிச்சேரி அணி கோப்பையைத் தட்டிவந்தது. வடநாட்டு வெள்ளை முகங்கள் யார் இந்தக் கறுப்பு இளைஞன் என்று புருவம் உயர்த்தின. குருட்டு அதிர்ஷ்டத்தால் அடைந்த வெற்றி என்று தில்லிப் பத்திரிகை குத்திக் காட்டி செய்தி வெளியிட்டது. அது உழைப்பால் பெற்ற வெற்றிதான் என்பதை அடுத்தடுத்த ஆண்டுகளில் நடந்த பந்தயங்களில் வெற்றி வாகை சூடி கோப்பைகளைப் பெற்றுவந்து நிரூபித்தான் அவன். தொடர்ச்சியான மூன்று வெற்றிகளால் வேறு எந்த மாநிலத்துக்கும் கிட்டாத பெருமையை பாண்டிச்சேரி அடைந்து சாதனைப் பட்டியலில் இடம்பிடித்தது. அதற்கடுத்த ஆண்டில் தேசிய அணியில் விளையாட அவன் தேர்ந்தெடுக்கப்பட்டான். அவனுடைய தேர்வு எந்த அளவுக்கு சந்தோஷமான விஷயமோ அதே அளவுக்கு துக்கமான விஷயம் களமிறங்காத பதிலி ஆட்டக்காரனாகவே அவன் ஒதுக்கிவைக்கப்பட்டதாகும். பொறாமைகளும் தந்திரங்களும் நிறைந்த நிர்வாகத் தலைமை அவனுக்கு எவ்விதமான வாய்ப்பையும் வழங்காமல் வேடிக்கை பார்த்தது. எந்தப் பயனும் இல்லாமல் மாதக்கணக்கில் நாடுநாடாகச் சுற்ற நேர்ந்ததில் அவன் மனம் தளர்ந்துபோனான்.

கசப்பும் விரக்தியும் நிறைந்த அன்றைய இரவுதான் முதல் பிசகு நடந்தது. அவனைப்போலவே பதிலி ஆட்டக்காரனாக உலவிய பஞ்சாப்காரன் திலீப்சிங் மனபாரத்தைக் குறைத்துக்கொள்வதற்காக அழைத்தபோது அவனால் மறுக்கமுடியவில்லை. தங்கியிருந்த விடுதியோடு இணைப்புக் கட்டடமாக இயங்கிய பாருக்குள் நுழைந்தார்கள். எங்கும் அரை இருள். குறைந்த நிலவு வெளிச்சத்தில் கரிய நிழல்களுடன் அசைந்தாடிய மரத்தடியைப்போல விரிந்திருந்தது அந்த அறை. குளிரூட்டப்பட்ட அந்த அறையின் காற்று உடலின் இறுக்கத்தை மெல்லமெல்ல லேசாக்கியது. சுவர்களில் தொங்கிய வெளிநாட்டுச் சித்திரங்களின் தோற்றம் அந்த அறைக்கு ஒரு புராதனத் தன்மையை வழங்கியது.

கண்ணாடித் தம்ளர்களும் குவளைகளும் மேசைமீது வைக்கப்படும் ஓசையும் கரண்டிகளும் கோப்பைகளும் உரசிக்கொள்ளும் ஓசையும் அவனைச் சுண்டி இழுத்தன. ஒவ்வொரு மேசைமீதும் கடைந்து நிறுத்திய சிற்பங்களைப்போல பலவித தோற்றங்களுடன் காட்சியளித்த பாட்டில்கள் பளபளப்புடன் மின்னின. அவை திறக்கப்பட்டதும் அருவிபோல மது கோப்பைக்குள் வழிந்து நிரம்பியது. தன் விரக்தியை மறந்து மெல்ல அந்தக் காட்சியில் மனம் பறிகொடுத்தான் ராஜசேகரன்.

விளையாட்டாக ஒரே ஒரு ஸ்மால். எப்போதுமே அதுதான் அவன் கணக்கு. அதை வைத்துக்கொண்டே மணிக்கணக்கில் அரட்டையடிப்பதில் வல்லவன். அன்று அவன் உறுதி குலைந்தது. முதல் மிடறைப் பருகி கோப்பையைக் கீழே வைத்தபோது நெஞ்சுக்குள் தணியாத தாகம் கொண்ட ஒரு யானை பிளிறும் சத்தம் அவன் செவிக்குள் கேட்டது. காட்டையே அதிரவைக்கும் அக்குரலை அவன் மனம் கூர்மையாகக் கவனித்தது. அக்கணம் தன்னையே அவன் யானையாக நினைத்துக்கொண்டான். ஒரு பூனைக்குரிய மரியாதைகூட இல்லாத இடத்தில் யானைக்கு என்ன வேலை என்று சிரிப்பு வந்தது. வாய்விட்டுச் சிரித்தான். புரைக்கேறியது. கண்களில் நீர் தளும்பி இருமல் வந்தது. உடல் குப்பென வியர்த்தது. அக்கணத்தில் சிரிப்பு அடங்கி ஒருவித இயலாமையும் ஆத்திரமும் கவிந்தன. உடல் நரம்புகள் முறுக்குடன் எழுந்து துடிப்படைந்தன. தாகம் அடங்காத யானை நெஞ்சைப் பிளந்துகொண்டு வெளியே குதித்துவிடும்போல இருந்தது. கோப்பையில் மிச்சமிருந்த மிடறுகளையும் வேகமாகக் குடித்துமுடித்தான்.

இறால் வறுவலைக் கொறித்துக்கொண்டிருந்த திலீப்சிங் மென்மையாக புன்னகைத்தான். நட்பும் ஆதரவும் கொண்ட புன்னகை. "இன்னொரு லார்ஜ் சொல்லட்டுமா தோஸ்த்?" என்று கையைத் தொட்டான். வழக்கத்தை மீறி பீறிட்ட ஆர்வத்தை அவன் கட்டுப்படுத்தவேண்டியிருந்தது.

"இன்னைக்கு ஒருநாள்தானே ராஜசேகரன்? ஏன் வேணாம்ன்னு சொல்றிங்க? ரிலாக்ஸ் பண்ணவந்த இடத்துல ஏன் இப்படி கணக்குப் பாக்கறிங்க ராஜசேகரன்?"

திலீப்சிங்கின் வார்த்தைகளைப் பொருட்படுத்தாமலிருக்க அவன் முயன்றாலும் அவனுடைய ஆழ்மனம் அக்கேள்விகள் ஒவ்வொன்றுக்கும் பதில் சொன்னபடி இருந்தது.

"எல்லாரயும்போல நீங்களும் மதுமேல கெட்ட அபிப்பராயம் வச்சிருக்கிங்க ராஜசேகரன். அதெல்லாம் அறியாமைகள். நம் மனசை மீறி என்ன நடந்துவிடும் சொல்லுங்கள் . . ?"

மன்றாடுவதைப்போலவும் புரியவைப்பதைப்போலவும் கனிவோடு பேசினான் அவன். ராஜசேகரன் மனம் நெகிழ்ந்தான். நிமிர்ந்து அவனுடைய கண்களையே பேசாமல் உற்றுப் பார்த்தான்.

“உங்களுக்கு கட்டுப்படுத்திக்கொள்கிற சக்தி ரொம்ப அதிகம் ராஜசேகரன். எதுவும் ஒரு குறிப்பிட்ட அளவுக்குமேல போவக் கூடாதுன்னு நெனைக்கறிங்க. எல்லாமே சரிதான். சும்மா தெரிஞ்சிக்கறதுக்காக நான் ஒரு கேள்வி கேக்கறேன். பதில் சொல்விங்களா? இன்னொரு லார்ஜ் அடிக்கறதனால ஏதாவது நஷ்டம் வருமா? இல்லவே இல்லை. மன இறுக்கம் இன்னும் கொஞ்சம் தளரும். அமைதி கெடைக்கும். அது வேணாமா?”

“இருக்கட்டும் சிங். அதெல்லாம் வேணாம். இன்னும் கொஞ்ச நேரம் பேசியிருந்துட்டு கௌம்பலாம். வேணுமின்னா இன்னும் ஒரு இறால் வறுவல் சொல்லு.”

ராஜசேகரனின் குரல் தளர்ந்திருந்தது.

“ஒரு லார்ஜ். ஒரே ஒரு லார்ஜ். அமைதி வேணாமா ராஜசேகரன்?”

உதடுகளை நாவால் வருடியபடி தடுமாறி முடிவின் இரு விளிம்புகளிடையே ஊசலாடி, பிறகு ஒரு தீர்மானத்துக்கு வந்தவனாக கண்களைச் சிமிட்டினான் ராஜசேகரன். மறுகணமே கோப்பைகள் மீண்டும் பொன்னிறத் திரவத்தால் நிரம்பின. உள்ளம் பரபரக்க தன் கோப்பையை இழுத்து உறிஞ்சினான். பிச்சிப்பூவின் மணம் தாக்கியதைப்போல இருந்தது.

உருகி உருகிப் பேசினார்கள் இருவரும். ஆசியப் பந்தயங்கள். ஒலிம்பிக் பந்தயங்கள். ரஷ்யாவிலும் ஜப்பானிலும் வரும் ஆண்டுகளில் நடைபெற இருக்கிற சிறப்புப் பந்தயங்கள். பேச்சு தாவித்தாவி எங்கோ போனது.

“இன்னும் ஒரு லார்ஜ் சொல்லட்டுமா பாஸ். இந்த இரவு போல இன்னொரு வாய்ப்பு இனிமேல எங்க கிடைக்கப்போவுது பாஸ்? நீங்க ஒரு பக்கமா போயிடுவிங்க. நான் ஒரு பக்கமா போயிடுவேன். இந்தப் பிரிவத் தாங்க முடியலை பாஸ்.”

ஒரு கோரிக்கையைப்போல கெஞ்சிய அந்தக் குரலைக் கேட்டு அவன் மனம் இளகியது. “நீ கெஞ்சும்போது ஒரு குழந்தையைப் போல இருக்கிறதடா உன்முகம்.” ராஜசேகரன் நெருங்கி அவன் கன்னத்தைத் தொட்டுக் கிள்ளினான். “இந்தக் குழந்தையின் சந்தோஷத்துக்காக இன்னொரு லார்ஜ் சொல்லட்டுமா பாஸ்?” அவன் குழைவாகக் கேட்டான். ராஜசேகரன் மகிழ்ச்சியோடு தலையசைத்தான். அவன் மனமும் உடலும் இந்தத் தரைமீதே

140 பாவண்ணன்

இல்லை. தாவித்தாவி ஆகாயத்தைநோக்கி பட்டம்போல எம்பியது.

நிரப்பப்பட்ட கோப்பைகள் வெகுசில நிமிடங்களிலேயே காலியாகின.

“இந்த நாளை என் வாழ்க்கை முழுக்க மறக்கமாட்டேன் பாஸ். ஒரு பறவையின் இறகுபோல நான் லேசா இருக்கேன் தெரியுமா? மனசுக்குள்ள என்னென்னமோ ஆசைகள். பாரங்கள். கோபங்கள். தவிப்புகள். ஏமாற்றங்கள். எல்லாமே தூசு மாதிரி பறந்துபோயிடுச்சி. வெய்ட்லெஸ் பேப்பர் மாதிரி இருக்குது மனசு.”

“அது எப்படி நான் நெனைக்கறதயெல்லாம் நீ சொல்ற?” ராஜசேகரனின் குரல் தழுதழுத்தது.

“அதான் பாஸ் இந்தப் பானத்தோட மகிமை. ஒருத்தவங்க மனசு இன்னொருத்தவங்களுக்குக் கண்ணாடிமாதிரி தெரிஞ் சிடும். அபூர்வமான அந்த இடத்த நாம தொட்டுட்டோம் பாஸ். இந்த அலை வரிசையிலயே நெலைச்சிருக்கறதுதான் ஆனந்தம் பாஸ். பரமானந்தம். இந்த ஆனந்தத்துக்காக உலகம் முழுக்க வேற தெசையில தேடித்தேடி மக்கள் அலைபாயறாங்க பாஸ். அதுக்காக உயிரயே விடறாங்க. இந்த திசையில இது கொட்டிக் கெடக்குதுங்கறது அவுங்க கண்ணுக்குத் தெரியலை பாஸ். எது எதுக்கோ பயந்து எதுஎதுக்கோ கட்டுப்பட்டு இந்த மாபெரும் பரமானந்தத்தை மிஸ் பண்ணிடறாங்க பாஸ் . . .”

இன்னுமொரு லார்ஜ் அருந்திப் பார்க்கலாம் என்று தன் மனம் நினைப்பதை அவன் அதிசயமாக உணர்ந்தான். அது ஒரு சாகசப் பயணத்தைப்போலத் தோன்றியது. ஒருபோதும் இன்னொரு இரவு இப்படி அமையப்போவதில்லை என்ற எண்ணம் எழுந்தது. இந்தப் பரமானந்தத்தைப்பற்றி இனி மற்றவர்களிடம் பேசிப் பேசித்தான் பகிர்ந்துகொள்ள வேண்டும். அந்த ஆனந்தத்தின் இறுதிச் சொட்டையும் அவன் ஆசைதீரச் சுவைக்க நினைத்தான்.

அவன் வாய் திறந்து சொல்வதற்குள் “ப்ளீஸ், இன்னுமொரு லார்ஜ் சொல்லட்டுமா பாஸ்” என்று கேட்டான் திலீப்சிங். நம்ப முடியாதவனாக அவனைப் பார்த்துச் சிரித்தான் ராஜசேகரன். சரிசரி என்று தலையசைத்தான்.

கோப்பையில் நிரப்பப்பட்ட பானத்தை துளித்துளியாக ஆசையாக உறிஞ்சினான். நாவில் படிந்திருந்த ஈரத்தை உதடுகளில் தடவினான். பிறகு நாக்கை நீட்டி உதடுகள்மீது பரவவிட்டுச் சுழற்றிச் சுவைத்தான்.

நேரம் ஏறத்தாழ நள்ளிரவை நெருங்கியிருந்தது. தொகையைச் செலுத்திவிட்டு திலீப்சிங் எழுந்தான். ராஜசேகரன் கால்களை ஊன்றி எழ முயன்றான். ஒரு காலை ஊன்றி இன்னொரு காலை எடுப்பதற்குள் அவன் நாற்காலியில் சரிந்து உட்கார்ந்தான். "வா பாஸ் வா" என்று உதவிக்கு வந்தான் திலீப்சிங். ஒருவரையொருவர் பிடித்துக்கொண்டு விடுதிக்குச் சென்றார்கள். லிப்ட் பாய் புன்னகையோடு அவர்களை உள்ளே அழைத்தான். இரண்டாம் தளத்தில் லிப்ட் நின்றது. "குட்நைட் சாப்" என்றான் லிப்ட் பாய். இருவரும் வெளியே வந்து நின்றார்கள்.

ஒவ்வொரு அறையின் எண்ணையும் நெருங்கி நின்று பார்த்துக்கொண்டே நடந்தார்கள் இருவரும். 204ஆம் எண்ணுள்ள அறையின்முன் நெடுநேரம் நின்றார்கள். "இது நம்ம அறை இல்லை பாஸ். நம்ம அறை அங்க இருக்குது" என்று அழைத்தான் திலீப்சிங். "தெரியும்டா, இது கோச் அறைதானே?" என்று கேட்டான் ராஜசேகரன்.

"ஆமாம். கோச் அறைதான்."

"கூப்புடறா அவன . . ." சற்றும் யோசிக்காமல் கதவை ஓங்கித் தட்டத் தொடங்கினான் ராஜசேகரன். மனநிலை பிறழ்ந்தவனைப் போல ஒரு கையால் அழைப்புமணியை அழுத்தியபடியும் மறுகையால் கதவைத் தட்டியபடியும் நின்றான். எரிச்சலோடும் தூக்கக் கலக்கத்தோடும் எழுந்துவந்து கதவைத் திறந்த கோச் இருவருடைய தோற்றத்தையும் பார்த்து அதிர்ச்சியில் உறைந்து நின்றார். யோசிக்கக் கூட நேரமில்லாமல் இருவரும் சரமாரியாக கோச்சைத் திட்டத் தொடங்கினார்கள். விடுதிக்காவலர்கள்தான் அவர்களைப் பிரிக்க வேண்டியதாக இருந்தது. மறுநாள் அவர்கள் இருவரும் அணியிலிருந்து நீக்கப்பட்டார்கள். வெளியேற்றப்பட்ட குதிரை. போதையில் ஆடிய குதிரை. காத்திருந்து காத்திருந்து களம் புகாமலேயே வெளியேறிய குதிரை. அவமானத்தைத் தேடித்தந்த குதிரை. குதிரைக்கு கல்தா. சவுக்கடிபட்ட குதிரை. விதம்விதமான தலைப்புகளில் பத்திரிகைகள் எழுதி அவன் கதையை அக்குவேறு ஆணிவேறாக பிரித்துப்போட்டன. தேசிய அணியின் கதவுகள் அவர்களைப் பொறுத்தவரையில் நிரந்தரமாக மூடப்பட்டன. ஒழுங்கு நடவடிக்கைக் குழுவின் ஆணைப்படி அவர்கள் ஓராண்டுக்கு எவ்விதமான ஆட்டத்திலும் ஆடமுடியாத சூழல் உருவானது.

"என்ன ராஜசேகரன்? என்ன யோசிக்கறிங்க? இறங்குங்க. வீடு வந்தாச்சி."

தியாகராஜனுடைய குரல் அவன் நினைவுகளைக் கலைத்தது. புன்னகைத்தபடி கதவைத் திறந்துகொண்டு வெளியே வந்தான்.

142 பாவண்ணன்

அவன் மனம் மீண்டும் சின்னச்சின்னப் பிசகுகள் என்று முணுமுணுத்து அடங்கியது.

வாகனத்தின் சத்தம் கேட்டு சுமங்கலி கதவைத் திறந்து கொண்டு வெளிப்பட்டாள். இறுகியிருந்த அவள் முகம் தியாகராஜனுடைய இருப்பை உணர்ந்ததுமே மாறியது. “வாங்க வாங்க, அங்கதான் இருந்தாரா?” என்று சிரித்துக்கொண்டே கேட்டாள்.

“ஆமாம் மேடம். அங்கியிருந்துதான் அழைச்சிட்டு வரேன். உங்ககிட்ட ஒரு விஷயம் சொல்லணும். இந்த மாசக் கடைசியில சாருக்காக ஒரு பெனஃபிட் மேட்ச் நடத்தப்போறோம். அதே சமயத்துல அரசாங்கமும் எங்க க்ளப்பும் அவர கௌரவிக்குது. நீங்களும் வந்து கலந்துக்கணும்.”

சுமங்கலி குழப்பமாகச் சிரித்தாள்.

“கொஞ்சம் இருங்க. டீ போடறேன். சாப்ட்டுட்டு கௌம்பலாம்.”

“ஒண்ணும் கவலப்படாதீங்க. மேட்ச் முடியட்டும். விருந்து சாப்பாடே சாப்படறேன்” என்று சிரித்துக்கொண்டே விடைபெற்றார் தியாகராஜன். கார் வரை வந்து வழியனுப்பிய ராஜசேகரனுடைய சட்டைப்பையில் ஐந்நூறு ரூபாய்த் தாளை வைத்துவிட்டு “சும்மா வச்சிக்குங்க” என்றபடி கிளம்பினார்.

ராஜசேகரன் புதுசாக வீட்டுக்கு வருவதைப்போல மீண்டும் வீட்டுக்குள் வந்தான். சுமங்கலி அவனை நிமிர்ந்துகூடப் பார்க்கவில்லை. பேச்சுவார்த்தைகள் குறைந்து பல வருஷங்கள் கடந்துவிட்டன. ஒற்றை அல்லது இரட்டை வார்த்தைகளின் துணையோடுதான் வாழ்க்கை ஓடிக்கொண்டிருந்தது. ஒருகணம் அவளை உற்றுப் பார்த்தான். பெருமூச்சு வந்தது. அவளது புறக்கணிப்புக்கு முற்றிலும் தகுதியானவன்தான் நான் என்று சொல்லிக்கொண்டான். வேறொரு பெண்ணாக இருந்தால் அந்தத் தில்லிக்காரக் கோச் போல வீட்டை விட்டே வெளியேற்றி யிருக்கக்கூடும். இந்தக் குதிரையும் தெருவில் குப்பைகளையும் கூளங்களையும் தின்று செத்துப்போயிருக்கும். அப்பாவிப் பெண் குடும்பத்தை நடத்த தனியார் பள்ளியொன்றில் வேலையொன்றையும் தேடிக்கொண்டு வேளாவேளைக்கு தட்டு நிறைய சோற்றையும் போட்டு குதிரையின் பாரத்தையும் சேர்த்துச் சுமக்கிறது. அக்கணத்தில் அவன் மனம் அபூர்வமான ஒரு முடிவைத் தொட்டது. இனிமேல் ஒருபோதும் மதுவைத் தொடுவதில்லை என. வாழ்க்கையில் கிடைத்திருக்கிற கடைசி வாய்ப்பு இது. இதையாவது சரியாகப் பயன்படுத்தி நல்லபடியாக மீண்டுவரவேண்டும் என்று நினைத்தான். எதுவும் புரியாமல்

ஓரமாக நின்று வேடிக்கை பார்த்துக்கொண்டிருந்த மகள் கல்பனாவை அழைத்து "இந்தாம்மா, நீயும் அம்மாவும் நல்லா ஒரு டிரஸ் எடுத்துக்குங்க" என்று கையிலிருந்த ஐந்நூறு ரூபாயைக் கொடுத்தான். பிறகு தயக்கத்தோடு தன் அறைக்குச் சென்று துண்டை எடுத்துக்கொண்டு குளியலறைக்குச் சென்றான். அழுகை முட்டிக்கொண்டு வந்தது. நினைவுகள் அவனை மறுபடியும் ஆக்கிரமிக்கத் தொடங்கின.

ஒழுங்கு நடவடிக்கைக்குப் பிறகு மாநிலக் குழுவிலும் அவனுக்கு இடம் கிடைப்பது அரிதான செயலாக இருந்தது. ஐந்தாறு பந்தயங்கள் நடந்தால் ஏதாவது ஒரு பந்தயத்தில் கிடைக்கும். அவன் மனம் ஏமாற்றத்தில் தளர்ந்துபோனது. விரக்தியின் புகலிடமாக அப்போதுதான் அவன் மதுவை நிரந்தரத் துணையாக மாற்றிக்கொண்டான். சுமங்கலிக்கும் கல்பனாவுக்கும் பிடிக்காதவனாக மாறியதெல்லாம் அப்போதுதான். தியாகராஜன் உதவியால் பாண்டிச்சேரி காவல்துறையின் அணிக்கு பயிற்சியாளராக இயங்கும் வாய்ப்பு வந்தது. குறைவான சம்பளம்தான். ஆனால் பெருகிக் கொண்டே போகும் சிங்காரம் ஒயின்ஸ் கடைப் பாக்கியைத் தீர்க்கப் போதுமான பணம். மனத்துக்கும் பிடித்த வேலை. மூன்றாண்டுக் காலம் பிரச்சனையே இல்லாமல் கழிந்தது. ஊரும் உலகமும் தன்னை ஒதுக்கிவைத்துவிட்டது என்னும் சோர்வு எப்போதாவது திடீரென உருவாகித் தாக்கும் வேதனையைத்தான் அவனால் தாங்கவே முடியாது. மூச்சுமுட்டக் குடித்துவிட்டு போதையில் கிடந்து உருண்டால்தான் அந்தப் பாரத்திலிருந்து மீளமுடியும். முக்கியமான ஒரு பந்தயத்துக்கு நாள்குறித்த சந்தர்ப்பத்தில் எதிர்பாராதவிதமாக தலைகாட்டிய சோர்வாலும் துக்கத்தாலும் போதையை நாடிப் போக வேண்டியதாயிற்று. அவனால் பயிற்சிக்குப் போகவே முடியவில்லை. அவன் வேலை பறிபோனது. தியாகராஜனுடைய இடைவிடாத முயற்சியால் இந்தியன் வங்கிக் கிளையின் அணிக்கான பயிற்சியாளராக நியமனமானான். இவன் ஆலோசனைகள் அந்த அணிக்குப் பல வெற்றிகளையும் கோப்பைகளையும் பெற்றுத் தந்தன. இரண்டு ஆண்டுகளுக்குப் பிறகு ஒருநாள் அந்த வேலையையும் அவன் தொலைத்துவிட்டு நின்றான். பயிற்சியின்போது அவன் போதையில் இருந்ததாக நிர்வாகம் சுமத்திய குற்றத்தை அவனால் மறுக்க முடியவில்லை.

"அதக்குடிச்சி, இதக்குடிச்சி, ஒருநாள் எங்க ரத்தத்தயே குடிக்கப்போற நீ. அப்பவாவது உன் போதை தெளியுமோ, தெளியாதோ, அந்தத் தெய்வத்துக்குத்தான் வெளிச்சம் . . ."

பத்து ரூபாய் இருந்தால் கொடுக்கும்படி கேட்ட ஒருநாள் கொண்டைக்கூந்தல் அவிழ ஆத்திரத்தோடு சுமங்கலி சொன்ன

வார்த்தைகள் அவன் நெஞ்சை ஆணிகளைப்போலத் தைத்தன. தன் இயலாமையைப் பெரிதும் நொந்துகொண்டான். விளையாட்டைத் தவிர வேறெதுவும் தெரியாத அசடனாக இருப்பதைப்பற்றிய வெட்க உணர்வு ஒரு நெருப்பைப்போல அவன் நெஞ்சில் பற்றியெரிந்தது. அப்போதுதான் அவனுக்காக ஒரு பெனஃபிட் மேட்ச் நடத்தி கௌரவிக்கும் திட்டத்தோடு யார்யாரிடமோ அலையத் தொடங்கினார் தியாகராஜன்.

தலைமீது விழும் தண்ணீர் தன்னையே கரைத்துவிட்டால் எப்படி இருக்கும் என்று நினைத்துப்பார்த்தான் ராஜசேகரன். இந்தத் தண்ணீரோடு தண்ணீராகக் கலந்து கழிவுக்குழாய் வழியே வெளியேறி சாக்கடைகளோடு சாக்கடையாக கலந்து வெளியேறி விடலாம் என்று தோன்றியது. காலம் முழுக்க சாக்கடையாக வாழ்ந்தவனுக்கு அதுதான் சரியான முடிவாக இருக்கும் என்று சொல்லிக்கொண்டான். கூடத்தில் படித்துக்கொண்டிருந்த கல்பனாவின் அருகே வந்து உட்கார்ந்தான். அவளுடைய பார்வை விசித்திரமாக இருந்தது. “என்ன கணக்கு போட்டுப் பாக்கறியா? உனக்கு கணக்கு ரொம்ப புடிக்குமா?” என்று கேட்டான். அவள் தயங்கியபடியே மெதுவாக தலையசைத்தாள். அவளுடைய புத்தகத்தை வாங்கி ஒருகணம் புரட்டிப் பார்த்தான். “பிதாகரஸ் தீரம்லாம் உனக்கு இருக்குதா? ரொம்ப ஈசி தெரியுமா அது” என்று சிரித்தான். நம்ப முடியாமல் அவனையே வெறித்துப் பார்த்தாள் கல்பனா. “இங்க பாரு” என்றபடி ஒரு சின்னத்தாளில் செங்கோண முக்கோணம் வரைந்து கால்மணிநேரம் விளக்கினான். அவன் விளக்கங்கள் ஆணியடித்ததைப்போல அவள் நெஞ்சில் இறங்கின. தன் தவறான முன்தீர்மானத்தை நினைத்து மனம் கூசினாள்.

சாப்பாட்டு வேளையில் சுமங்கலி கல்பனாவை அழைத்தாள். அவள் அவனைப் பார்த்தாள். “போய்ச் சாப்புடும்மா, போ, அம்மா கூப்படறாங்க பாரு, அப்பா எப்பவும் லேட்டாத்தான சாப்படுவேன், போ” என்று அனுப்பிவைத்தான் அவன். சிறிது நேரத்துக்குப் பிறகு அவனுடைய சாப்பாட்டுத் தட்டை மேசையில் வைத்துவிட்டுச் சென்றாள் சுமங்கலி. வழக்கமாக தாமதமாக போதையில் வருகிறவனுக்கு எடுத்துச் சாப்பிட வசதியாக வைக்கிற இடம். மெதுவாக மேசைக்கு அருகில் சென்று உட்கார்ந்து சாப்பிட்டான். பிறகு பாத்திரங்களைக் கழுவி மேசையிலேய கவிழ்த்துவைத்தான். வாசலுக்குச் சென்று தெருவை வேடிக்கை பார்த்தபடி சிறிதுநேரம் உட்கார்ந்தான். அருகில் தெரிந்த கோயில் கோபுரத்தை உற்றுப் பார்த்தான். மேகங்களும் நட்சத்திரங்களும் நிறைந்த வானத்தையும் குவித்த கைகளைப்போன்ற தோற்றம் தரும் கோயில் கோபுரத்தையும் அவன் மனம் இணைத்துப் பார்த்தது. கோபுர உச்சி மட்டுமல்ல,

கோயிலே வணங்குவதற்காக குவித்த கைகளைப் போலத்தான் தோன்றியது. அகன்று விரிந்த இயற்கைக்கு மானுடம் செலுத்தும் வணக்கம் என்று சொல்லிக்கொண்டான். அவன் மனம் நெகிழ்ந்தது. எவ்விதப் பரபரப்பும் இல்லாமல் அவன் மனம் நிம்மதியில் திளைத்திருப்பதை ஆச்சரியப்படும்வகையில் உணர்ந்தான். குனிந்து அந்த கோபுரத்தைப் பார்த்து வணங்கினான். கதவைச் சாத்திக்கொண்டு உள்ளே அறைக்கு வந்து படுத்தவன் எப்போது உறங்கினோம் என்று தெரியாமலேயே உறங்கிப்போனான்.

காலையில் எழுந்ததும் அறையைச் சுத்தம் செய்தான். பிறகு கூடத்துக்கு வந்து ஒட்டடை அடித்தான். சுமங்கலி பள்ளிக்குக் கிளம்பி தயாராக நின்றாள். கல்பனாவும் பள்ளிப்பையோடு வந்தாள். "கெளம்பணும்" என்று மொட்டையாகச் சொன்னபடி தயக்கத்தோடு நின்றாள் சுமங்கலி. "போய் வாங்க, நீங்க வரதுக்குள்ள வீட்டை சுத்தமாக்கி வச்சிடுவேன்" என்றான் ராஜசேகரன். பதில் எதுவும் சொல்லாமல் தயங்கினாள் சுமங்கலி. "என்னம்மா, எதயாவது எடுத்தும்போயி வித்துக் குடிச்சிடுவேன்னு நெனைக்கறியா? அப்படியெல்லாம் ஆகாதும்மா. பயப்படாம போய்ட்டுவா" – உயரத்தில் கம்பி ஜன்னலோடு ஒட்டிக்கொண்டிருந்த சிலந்திவலையைத் துப்புரவாக்கியபடி சொன்னான் ராஜசேகரன். சுமங்கலியும் கல்பனாவும் வெளியே சென்றார்கள். பத்து பத்தரை மணிவரைக்கும் வேலை இருந்தது. வீட்டுக்கு வெளியேயும் உள்ளேயும் இருந்த அழுக்குக் கோலம் எப்படிப் போனது என்றே தெரியவில்லை. குளித்துவிட்டு வீட்டைப் பூட்டிக்கொண்டு இரவில் பார்த்த கோயிலுக்குச் சென்றான். இடது புறமாக ஓங்கி நின்றிருந்த இரண்டு காட்டுவாழை மரங்களை இயந்திரமொன்று வெட்டி அறுத்துக்கொண்டிருந்தது. பக்கத்தில் சென்று விசாரித்தான்.

"இங்க ஒரு தியான மண்டபம் வரப்போவுது சார். ஆயிரம் பேர் ஒரே நேரத்துல உக்காந்து தியானம் பண்ணலாம். இந்த மரங்கள வெட்டி எடுத்தாதான் மண்டபம் கட்டமுடியும்னு எஞ்சினீயர் சொல்லிட்டாரு. அதான் வேலை நடக்குது. வர மார்கழி மாசத்துக்குள்ள மண்டபம் தயாராகணும்."

உள்ளே சென்று கருவறையைப் பார்த்து வணங்கினான். ஒருகணம் கைகுவித்து நிற்கும் கோபுரஉச்சி நினைவுக்கு வந்து போனது. அவ்வளவு உச்சியில் கொண்டுபோய் வைக்கப் பட்டிருந்தும் வணங்கி நிற்கும் மனம் மனிதர்களுக்கு மட்டும் ஏன் வருவதில்லை என்ற கேள்வி எழுந்தது. புன்னகைத்தபடி வெளியே வந்தான்.

பத்து நாட்களில் அவன் மனம் முழு அளவில் வீட்டோடு படிந்துபோனது. மூலையில் பழுதாகி வெகுகாலமாக நின்றிருக்கும்

சைக்கிளை எடுத்து மெல்லமெல்ல சீராக்கி புதிய பாகங்களை வாங்கிப் பொருத்திச் சரிப்படுத்தி மகளுக்குக் கொடுத்தான். “ஓட்டத் தெரியாதுப்பா . . .” என்று தயங்கியவளுக்கு சாயங்கால நேரங்களில் கோயில் மைதானத்துக்கு அழைத்துச் சென்று ஓட்டுவதற்குக் கற்பித்தான்.

கல்பனாவே சைக்கிள் ஓட்டிக்கொண்டுவர பின்பக்கம் ஒரு பாதுகாப்புக்காக மட்டும் பிடித்தபடி வீட்டுக்குத் திரும்பிக் கொண்டிருந்த ஒருநாள் மாலையில் தியாகராஜன் வந்து நின்றார். “வர 26ஆம் தேதி நாள் குறிச்சாச்சி. டில்லி டீமும் பஞ்சாப் டீமும் வரோம்னு ஒத்துகிட்டாங்க. கரன்சிங்னு ஒரு ப்ளேயர், அவன்தான் போன்ல பேசனான். ஒங்க பேர்ல என்னமா மரியாதை வச்சிருக்கான் தெரியுங்களா? அவரத் தெரியாம எப்படி சார் இருக்க முடியும்னு கேக்கறான்? அவர் போட்டாவ ஃப்ரேம் பண்ணி வீட்டுக்குள்ள வச்சிருக்கேன்னு சொல்றான். அவர் ஆட்டத்த பாத்துதான் நாங்கள்ளாம் ஆடக் கத்துகிட்டோம் சார்னு சொல்றான். எனக்கு கண்ணெல்லாம் கலங்கியே போயிடுச்சி. உண்மையிலயே நீங்க பெரிய யோகக்காரர்தான்” என்று தோளைத் தொட்டு அழுத்தினார். சுமங்கலி அதற்குள் தேநீர்கோப்பைகளோடு வந்து நின்றாள்.

“நான்தான் ஏற்கனவே விருந்துக்கே சொல்லி வச்சிருக்கேனே, இதெல்லாம் எதுக்குங்க?” என்று சிரித்தார் தியாகராஜன்.

“இருக்கட்டும் எடுத்துக்குங்க” என்றாள் சுமங்கலி புன்னகையோடு.

அவர் விடைபெற்றுக் கொண்டார். வாசல்வரை சென்று வண்டியில் உட்கார்ந்த பிறகு அடங்கிய குரலில் “சிங்காரம் ஒயின்ஸ்க்கு இப்பல்லாம் போறதில்லையாமே. திஸ் ஈஸ் குட் பிகினிங். மை பெஸ்ட் விஷஸ்” என்று சொன்னார். நிதானமாக சிரித்தபடி அவருடைய கைகளை வாங்கிக் குலுக்கி விடை கொடுத்தான் ராஜசேகரன். காரணமில்லாமல் ஒரு கணம் தியாகராஜனுடைய கண்கள் தளும்பின.

அந்த நிதானம் அவனுடன் ஒரு கவசத்தைப்போல நிரந்தரமாக ஒட்டிக்கொண்டது. நன்கொடைக் காட்சிப் பந்தயம், நண்பர்கள் சந்திப்பு, விருந்தினர்களின் பாராட்டுகள், முதல்வரின் புகழ்வார்த்தைகள், கூடைப்பந்து விளையாட்டு வீரர்கள் சங்கத்தின் சார்பில் தரப்பட்ட காசோலை, மறுநாள் எல்லாச் செய்தித் தாட்களிலும் இடம்பெற்றிருந்த செய்திகள், குதிரைக்குக் கிடைத்த கௌரவம், குதிரையின் சாதனைகள் சரித்திரத்தில் பொறிக்கப்பட்ட பொன்னெழுத்துக்கள், நீடுழி

வாழ்க குதிரை எனச் செய்திகளில் இடம்பெற்ற விதம்விதமான தலைப்புகள், சுமங்கலியின் கணக்குக்கு நன்கொடைக் காசோலையை மாற்றியது, தியாகராஜன் குடும்பத்தினரை அழைத்து விருந்தளித்தது என எல்லாச் சந்தர்ப்பங்களிலும் அவன் நிதானத்தைக் கைவிடவே இல்லை. இது புதிய பிறவி என்பதுபோல அவன் நடந்துகொண்டான்.

விருந்தினர்களை அனுப்பிவைத்த பிறகு அவன் உறங்கப் போனான். வழக்கத்துக்கு மாறாக தலைநிறைய பூக்களை வைத்துக் கொண்டிருந்த சுமங்கலி தயங்கித் தயங்கி "ஏன் தனியா இங்க படுத்துக்கணும்? அங்க உள்ள வந்து படுத்துக்கலாமே?" என்று அழைத்தாள். "இருக்கட்டும்மா, எனக்கு இதான் வசதி. நீ போய் படுத்துக்கம்மா" என்று நிதானமாகவே சொல்லி அனுப்பினான். அலமாரியைத் திறந்து அங்கிருந்த ஆல்பங்களை எடுத்தான். கான்பூர், போபால், கொச்சின், கல்கத்தா, பெங்களூர் என பல இடங்களில் பந்தயங்கள் நடந்தபோது எடுத்த படங்களின் தொகுப்புகள். அவன் அணி வென்றபோதெல்லாம் அவ்வப்போது செய்தித்தாட்களில் வந்த செய்தித் தொகுப்புகள். செய்திகளுக்கு வைக்கப்பட்டிருந்த தலைப்புகள் அவனை பெரிதும் கவர்ந்தன. ஒருபக்கச் செய்தியின் சாரம் அந்த ஒற்றை வரித் தலைப்பில் இருந்தது. எல்லாவற்றுக்கும் அடியில் அவனுடைய திருமணப் படத்தொகுப்பும் இருந்தது. சுமங்கலியின் இளம்வயதுத் தோற்றம் கவர்ச்சியாக இருந்தது. அந்த அழகையும் மென்மையையும் தன்னுடைய துரதிருஷ்டமான வாழ்க்கை கசக்கிவிட்டதை நினைத்து குற்ற உணர்வு கொண்டான். குழந்தையின் வெவ்வேறு காலகட்டப் படங்கள் அழகாக இருந்தன. எல்லாத் தொகுப்புகளையும் ஒரு சேர எடுத்து மறுபடியும் அலமாரிக்குள் வைத்துவிட்டுப் படுத்தான். படுத்ததுமே உறங்கிப் போனான்.

நள்ளிரவைத் தொடும் நேரத்தில் சட்டென்று விழிப்பு வந்தது. ஜன்னல் வழியே பார்வை படர்ந்தது. நிலவும் சில நட்சத்திரங்களும் தெரிந்தன. மரங்களற்ற கோயில் மைதானம் தெரிந்தது. "இந்த மரங்கள வெட்டி எடுத்தாதான் மண்டபம் கட்ட முடியும்னு எஞ்சினீயர் சொல்லிட்டாரு" என்ற வார்த்தைகள் நினைவின் ஆழத்திலிருந்து மீண்டெழுந்தன. படுக்கையிலிருந்து எழுந்து அருகிலிருந்த கழிப்பறைக்குச் சென்று திரும்பினான். தூக்கம் முற்றிலுமாகக் கலைந்துபோனது. சுமங்கலியின் அறையில் ஒளிர்ந்த இரவு விளக்கின் நீல வெளிச்சம் நீளவாக்கில் இழுத்த ஒரு கோடு போல கதவிடுக்கில் தெரிந்தது. மெதுவாக எழுந்து சத்தமெழுப்பாமல் வெளியே வந்தான். அவர்கள் அறையின் கதவைத் திறந்தான். இரவு விளக்கின் வெளிச்சத்தில் சுமங்கலியின் முகம் நீலம் கலந்த வெண்மையுடன் ஒளிர்ந்தது. முன்நெற்றிக் குழல்

மின்விசிறிக் காற்றில் அலைபாய்ந்தது. கழுத்துவரை போர்வையை இழுத்துப் போர்த்தியிருந்தாள். கழுத்துக்கடியில் பூச்சரம் நசுங்கிக் கிடந்தது. அவளருகில் கல்பனா ஒரு செல்லப்பிராணியைப்போல சுருண்டு படுத்துக் கிடந்தாள். இருவரையும் நோக்கி காற்றில் முத்தமிட்டான். சத்தமெழாமல் பின்வாங்கி நடந்தான்.

அருகிலிருந்த சமையலறைக்குச் சென்று குவளை நிறைய தண்ணீர் நிறைத்துக்கொண்டு தன் அறைக்குத் திரும்பினான். படுக்கையில் படுத்தபடி வானத்தையும் மேகத்தையும் கோபுரத்தையும் பார்த்தான். சுமங்கலியின் கனிந்த முகம் ஞாபகத்தில் மிதந்துவந்தது. திருமணமான தொடக்க நாட்களில் அவள் முகத்தில் பரவியிருந்த கனிவை இத்தனை ஆண்டு களுக்குப் பிறகு இப்போதுதான் மீண்டும் பார்ப்பதாக அவனாகவே நினைத்துக் கொண்டான். இது தொலைந்துபோகக் காரணமான பாவி நான்தான் நான்தான் என்று நெஞ்சில் அறைந்தபடி மௌனமாக அழுதான். மெல்ல கண்களைத் துடைத்துக்கொண்டு சட்டைப்பைக்குள் இருந்த மாத்திரைப் பட்டியை எடுத்து ஒவ்வொன்றாக கிள்ளி பத்தையும் திரட்டி மொத்தமாக வாய்க்குள் போட்டுக்கொண்டு ஒரு குவளை தண்ணீரையும் அருந்தினான். அடுத்தநாள் மாலைப் பத்திரிகைகளில் தன்னைப்பற்றி எப்படிப்பட்ட செய்திகள் வரும் என்று நிதானமாக அசைபோட்டான். ‘காலமெல்லாம் ஆடிய குதிரை கண்மூடியது’, ‘குதிரையின் திடீர் மரணம்’, ‘ஏற்றமும் இறக்கமும் – குதிரையின் வாழ்க்கையை முன்வைத்து சில குறிப்புகள்.’ பற்பலவாகத் தோன்றிய தலைப்புகளின் வசீகரத்தை நினைத்துச் சிரித்தபடி உறக்கத்தில் அமிழத் தொடங்கினான்.

***உயிர்மை* – 2006**

கண்கள்

சத்திரத்தில் ஏதோ ஓர் அறையில் அடைத்து வைக்கப்பட்டிருந்த பலாப்பழங்களின் மணம் மூக்கைத் துளைத்தது. தூக்கம் வராமல் புரண்டு கொண்டிருந்த ரகுராயரின் மனத்தில் உடனடியாக பாவங்களையும் பலாவையும் மறைக்கமுடியாது என்ற எண்ணம் எழுந்தது. அமைதியிழக்கிற ஒவ்வொரு தருணத்திலும் அல்லசாணி பெத்தண்ணாவின் வரிகள் மனக்கண்ணின் முன் அலைபாயும். பாவங்கள் பொல்லாதவை. பாவம் புரிவதும் ஒவ்வொரு துளியாக நஞ்சை அருந்துவதும் ஒன்று. ஏகப்பட்ட கவிதை வரிகள். மாறிமாறி மிதக்கும். விஜயநகரப் பேரரச வம்சத்துக்கும் தனக்கும் எந்தத் தொடர்பும் இனியில்லை என்ற முடிவோடு ஹம்பியை விட்டு வெளியேறிய அன்றே தானொரு கவிஞன் மட்டுமே என்ற எண்ணத்தை உறுதிப்படுத்திக்கொண்டார். அல்லசாணி பெத்தண்ணாவைப்போல அரசவைக் கவிஞன் அல்ல. நாடோடிக் கவிஞன். மக்கள் நடுவே வாழ்ந்து அனுபவங்களையும் கருத்துகளையும் பகிர்ந்து கொள்ள விழையும் ஓர் எளிய மனிதன்.

நினைவுகளில் மூழ்கியபடி அவர் சற்றே தூக்கத்தில் ஆழ்ந்தபோது திடீரென நெருப்பின் புகைமணம் எழுந்தது. பொடிப் பொடியாக ஏதோ வெடித்துச் சிதறும் சத்தம் கேட்டது. ரகுராயர் தன் இதயம் வெகுவேகமாகத் துடிப்பதை உணர்ந்தார். சில நொடிகளுக்குள் உடல் தெப்பமாக வேர்வையில் நனைந்துவிட்டது. இந்த ஜென்மத்தில் நிம்மதியான உறக்கம் தனக்கு இல்லையோ என்னமோ என்று

கசப்பான சிரிப்போடு எழுந்து உட்கார்ந்தார். அடுக்கடுக்கான பல சிந்தனைகள். பொருளற்றுத் தோன்றிய ஒவ்வொரு விஷயத்துக்கும் ஒரு விசேஷ அர்த்தத்தைக் கற்பித்தபடி பேயாகக் குதித்தது மனம். என்ன புகை? எந்த அரண்மனையையும் கூடகோபுரங்களையும் யார் கொளுத்துகிறார்கள்? புகையின் மணம் வரவர அடர்த்தியாகிக்கொண்டே இருந்தது. புகையின் வெப்பம் அவர்மீது படிந்தது. வெப்பம் மிகுந்த ஒரு கணத்தில் உடல் தீப்பற்றி எரியத் தொடங்கியது. ஐயோ ஐயோ என்று அலறியபடி படுக்கையிலிருந்து நழுவிவிழ இருந்த நிலையில் விழித்தெழுந்தார்.

முகத்தில் படிந்திருந்த வேர்வையைத் துடைத்தபடி சாளரத்தின் பக்கம் குழப்பத்துடன் பார்த்தார். வானம் இருண்டிருந்தது. காற்றுடன் கலந்துவந்த புகைமணம் அவரை மேலும் குழப்பத்துக்காளாக்கியது. மறுகணமே அந்த மணம் எரிந்துபோன ஹம்பி நகரின் சித்திரத்தை அவருக்குள் விரித்தது. கலைக்கூடங்கள், சிற்பங்கள், மாளிகைகள், நடன மண்டபங்கள், நூற்றுக்கால் மண்டபம், கடைத்தெருக்கள், அரண்மனை அறைகள், சிலைகள் எனப் பற்பல சித்திரங்கள் தொடர்ச்சியாக நகர்ந்தன. அந்த இரவில் கிளம்பியவர்தான். பல மாதங்களாகி விட்டன. இனி ஒட்டிக்கொள்ளவே முடியாது என்கிற அளவுக்கு எல்லா உறவுகளையும் துறந்துவிட்டார். யாரோடும் எந்தத் தொடர்புமில்லை. ஆனால் அந்தப் பதற்றம்மட்டும் தணியாமல் அவரோடு ஒட்டிக்கொண்டது.

திறந்தே இருந்த கதவின் அருகில் ஓடிவந்து நின்றான் சேவகன். “என்ன ஐயா, ஏதேனும் பயந்துவிட்டீர்களா?” என்று பணிவுடன் கேட்டான். ரகுராயர் அவன் பக்கம் திரும்பி “எங்கிருந்தோ புகைமணம் வருகிறதல்லவா?” என்று கேட்டார். ஏற்கனவே தெரிந்த விஷயம்தான் என்பதைப்போல சேவகன் உடனே “ஆமாம் ஐயா, புகைமணம்தான்” என்று பதிலளித்தான்.

“என்ன புகை?” அவனுடன் வாசலை நோக்கி நடந்தார் ரகுராயர்.

“ஆமாம் ஐயா, அறுவடை முடிந்த கரும்புவயலைக் கொளுத்துகிறார்கள். அடுத்த வாரம் மழை வந்துவிடும். ஏரோட்டும் முன்பு நெருப்பு வைத்துவிட்டால் உதிர்ந்த சோலைகளும் சக்கைகளும் கரியாகி நல்ல உரமாகிவிடும்.”

வெளியே வந்து பார்த்தார். சுருள் சுருளாகக் கருத்த புகை மேலெழ தொலைவில் வயல்வெளி எரிந்துகொண்டிருந்தது. மஞ்சள் சுடர்கள். ஆடிக்கொண்டும் தாளமிட்டுக்கொண்டும்

ஏதோ ஒரு பெரிய மிருகம் எதையோ அள்ளிஅள்ளித் தின்பதைப் போல இருந்தது.

ரகுராயரின் அப்பாவுக்குக் கிருஷ்ணதேவராயரைப்போல விஜயநகரப் பேரரசைக் கட்டியாளவேண்டும் என்கிற எண்ணம் உள்ளூரச் சுடர்விட்டபடி இருந்தது. துரதிருஷ்டவசமாக அவர் தொட்ட இடங்களிலெல்லாம் தோல்விகளையே கண்டார். தெற்குக் கோடியில் பாண்டிய நாட்டை அடிக்கடி தாக்கித் தொல்லை கொடுத்தபடியிருந்த திருவாங்கூர் படையினரை அறவே ஒழிக்க படைத்தளபதி வித்தலரையும் சின்னத் திம்முவையும் அனுப்பினார். அந்த நடவடிக்கை அவர் எதிர்பார்த்த எந்தப் பலனையும் அளிக்கவில்லை. வித்தலர் வெறும் கையோடு வீடு திரும்ப நேரிட்டது. பிறகு அகமத் நகருக்கும் கோல்கொண்டாவுக்கும் எதிராகப் பீஜப்பூர் அரசன் படையெடுத்துச் சென்றபோது தாமாக வலிய முன்சென்று பீஜப்பூருக்கு ஒத்துழைப்பைக் கொடுத்தார். விஜயநகரின் மீதான கோபம் எல்லாத் திசைகளிலும் வளர இதுவே முக்கியக் காரணமாயிற்று. கூடவே இருந்து காட்டிக்கொடுத்தார்கள் தளபதிகள். மூர்க்கமான பீரங்கிப்படைத் தாக்குதலைத் தாங்கமுடியாமல் பின்வாங்கியது அப்பாவின் படை. அப்பாவும் கொல்லப்பட்டார். கொதிப்பேறிப் பாய்ந்த எதிரிப்படை ஹம்பியைக் கொளுத்திச் சாம்பல் மேடாக்கியது.

தொடர்ந்து யோசிக்கமுடியாமல் மனம் களைத்தது. சோர்வோடு வானத்தை அண்ணாந்து பார்த்தார். விடிவதற்கு இன்னும் பல நாழிகைகள் இருப்பதைப் புரிந்துகொண்டார். நட்சத்திரங்கள் கண்விழித்தபடி எதை உற்றுநோக்கிக் கண்காணிக்கின்றன என்று தெரியவில்லை. இந்த உலகத்தில் கணந்தோறும் நிகழும் பாவங்களையும் பலவிதமான பரிகாரங்களையும் அவைமட்டுமே அறியக்கூடும் என்றும் அவற்றின் கண்களில் எல்லாமே படம்படமாகப் படிந்துகிடக்கலாம் என்றும் தோன்றியது. அப்பா உட்பட ஒவ்வொரு மனிதருக்கும் ஹரிஹரராகவும் புக்கராகவும் இருக்கவே ஆசை பிறக்கிறது. தன்னுடைய சாம்ராஜ்ஜியக் கொடியை திசைகளின் ஒவ்வொரு மூலையிலும் நாட்டிப் பறக்கவிடவே விரும்புகிறார்கள். அடுத்தவனும் அதே ஆசையில் மிதந்தபடி இருப்பான். அவனும் படையுடன் கொடியைத் தூக்கிக்கொண்டு அலையக்கூடும் என்கிற எண்ணம் எவருக்கும் இருப்பதில்லை. கிருஷ்ணதேவராயத் தாத்தாவுக்கும் அப்படி ஓர் எண்ணம் முதலில் ஏற்பட்டதில்லை. ஆனால் இறுதிக் காலத்தில் அத்தகு எண்ணங்களுக்கு அவர் மனம் இடம்கொடுத்திருந்தது.

"முத்தரையர்பாளையம் எந்தத் திசையில் இருக்கிறது சேவகரே?" அருகில் நின்றிருந்த சேவகரிடம் வினவினார் ரகுராயர்.

"இதோ இந்தத் திசையில் ஐயா. இன்னும் ஐந்தாறு கல் தொலைவில் இருக்கிறது."

கிழக்கைநோக்கிக் கையைக் காட்டினான் சேவகன். ரகுராயர் இருள் அடர்ந்த அத்திசையில் ஒன்றிரண்டு கணங்கள் பார்வையைப் பதித்திருந்தார்.

"அங்கே ஆயிகுளம் என்றொரு குளம் இருக்கிறதாமே, தெரியுமா சேவகரே?"

"ஆயி குளத்தைத் தெரியாதவர்கள் யார் இருக்கமுடியும் ஐயா. என் மனைவிக்கு அதுதான் சொந்த ஊர். அந்தக் குளத்துத் தண்ணீரைப்பற்றி ஒருநாளாவது பேசவில்லை என்றால் அவளுக்கு அன்று தூக்கமே வராது. அந்த ஊருக்கே தண்ணீர் கொடுக்கிற குளம் அது. அந்த ஊர்க்குழந்தைகள் அம்மாமார்களிடம் பால் குடித்திருக்குமோ என்னமோ ஆயிகுளத்துத் தண்ணீரை நிச்சயம் குடித்திருக்கும் என்று சொல்வார்கள். அந்த அளவுக்குப் பேர்போன குளம் –" சேவகன் அடுக்கிக்கொண்டே போனான்.

"அப்படியா?" ரகுராயருக்கு ஆச்சரியமாக இருந்தது.

"அதைப் பார்க்கவா வெகுதொலைவிலிருந்து இங்கே வந்திருக்கிறீர்கள்?" சேவகன் பணிவுடன் கேட்டான்.

"இல்லை, அதுவும் ஒரு காரணம்." சேவகனைப் பார்த்து அமைதியாகப் புன்னகைத்தார் ரகுராயர். அவர் கண்கள் மறுபடியும் புகையுடன் கொழுந்துவிட்டெரியும் கரும்பு வயல்களைப் பார்த்தன.

அறைக்குத் திரும்பினார். இனி தூங்கமுடியாது என்று தோன்றியது. பலாப்பழ மணம் இப்பொழுது வெகு ஆறுதலாக இருந்தது. தனக்குப் பிடித்த யாரோ ஒருவர் அருகில் இருப்பதைப்போல உணரமுடிந்தது. தனக்குப் பிடித்தவர் தாத்தாவைத் தவிர வேறு யாராக இருக்கமுடியும் என்று தன்னையே கேட்டுக்கொண்டார். இத்தனைக்கும் தாத்தாவை வடிக்கப்பட்ட சிற்பங்களிலும் சித்திரங்களிலும் மட்டுமே பார்த்தவர் அவர். ஆனால் அவர் எழுதிவைத்திருந்த ஓலைச்சுவடிகளை அரண்மனைச் சுவடிக்கிடங்கிலும் பூசை அறையின் மாடங்களிலும் தேடித்தேடிப் படித்தவர்.

கிருஷ்ணதேவராயரைப்போல ஒரு வீரனை உருவாக்கும் ஆசையில்தான் அப்பா தூரத்துச் சொந்தத்திலிருந்து குழந்தையாக

பிரயாணம் 153

இருந்தபோதே தத்தெடுத்து பாடுபட்டு வளர்த்தார். குதிரையேற்றம், யானையேற்றம், வாட்போர், மற்போர் என எல்லாவற்றிலும் தீவிரப்பயிற்சியை அளித்தார். ரகுராயருக்கும் சிறுவயதில் அப்படி ஓர் ஆசை இருந்தது. ஆனால் ஏதோ ஒரு நாளில் அவர் கண்கள் அச்சுவடிகளில் படிந்தன. அன்றுமுதல் அவர் மனத்தில் மாறுதல்கள் படியத் தொடங்கின. அகம்பாவமும் அது செய்யத்தூண்டும் பாவமும் திரும்பிவந்து தாக்கக்கூடிய அம்புகள் என்கிற எண்ணம் அப்போதுதான் அவர் நெஞ்சில் அழுத்தமாகப் பதிந்தது. ஆனால் அந்த எண்ணத்தால் உருவானது அச்சமா தெளிவா என்கிற குழப்பத்துக்குச் சரியான பதில் இல்லை.

ஒருமுறை தலைநகரை அடுத்திருந்த சிற்றரசனுடன் ஏதோ பிரச்சினை மூண்டது. சரிசெய்துவிட்டுத் திரும்புமாறு படையுடன் அனுப்பிவைத்தார் அப்பா. படை புறப்பட்டு சென்று ஊரைச் சுற்றிவளைத்துவிட்டது. அந்தக் கணத்திலும் அவர் மனம் குழப்பத்தில் அமிழ்ந்திருந்தது. கட்டளையிடவேண்டிய இளவரசர் தடுமாற்றத்தில் தத்தளிப்பதைக் கண்டு நிலைகுலைந்தது படை. ஒரே கணம்தான். தாத்தாவின் சுவடிக்குறிப்புகள் கண்முன்னால் எழுந்தன. தயக்கத்துடன் பொறுப்பைத் தளபதியிடம் ஒப்படைத்து விட்டுக் குதிரையைத் தலைநகரைநோக்கித் திருப்பினார் ரகுராயர். அவர்மீது அப்பா வைத்திருந்த நம்பிக்கை அரும்பிலேயே கருகியது.

படுக்கையில் இருந்து எழுந்து மூலையில் வைத்திருந்த மூட்டைக்குள்ளிருந்து சுவடிக்கட்டுகளை எடுத்தார் ரகுராயர். தீபத்தின் திரியைத் தூண்டி வெளிச்சத்தைக் கூட்டினார். ஒவ்வொரு சுவடியாகப் புரட்டினார். "கூப்பிய கைகளுடன் தொழுதுநின்ற அந்தத் தாசிப்பெண் ஆயியின் கண்கள் பத்தாண்டுகளுக்குப் பிறகும் என் மனத்தில் சுடர்விட்டபடி பதிந்திருக்கின்றன" என்று தொடங்கும் குறிப்பையுடைய சுவடியில் அவர் கண்கள் தாமாக நிலைகுத்தின. இந்தச் சுவடிகளை கண்டெடுத்தது முதலாக அவர் ஆயிரம் முறையாவது படித்திருந்தார். சுவடியைப் பார்க்காமலேயே எழுதப்பட்டிருந்த வரிகளை மனப்பாடமாகச் சொல்லிவிட முடியும் என்கிற அளவுக்கு அந்த வரிகள் பாடமாகிவிட்டிருந்தன.

"கூப்பிய கைகளுடன் தொழுதுநின்ற அந்தத் தாசிப்பெண் ஆயியின் கண்கள் பத்தாண்டுகளுக்குப் பிறகும் என் மனத்தில் சுடர்விட்டபடி பதிந்திருக்கின்றன. ஆச்சரியம். அவளை ஏன் என் மனம் மறக்கவில்லை? அதற்கு முன்பும் சரி, அதற்குப் பிறகும் சரி, சந்தித்த ஏராளமான மனிதர்களின் முகங்களும் கண்களும்

அகன்றுபோய்விட்டன. இந்த முகம் மட்டும் அழியாமல் ஒரு சித்திரத்தைப்போல திடமாக நிற்கிறது. இரவுவேளை. என் மனத்துக்குகந்த நரசிங்கரை வழிபடாமலேயே மாலை முழுக்கப் பயணத்தில் மூழ்கியிருந்ததில் மனம் சோர்ந்திருந்தது. என்றைக்கும் நேராத நேரப்பிசகு அன்று நேர்ந்துவிட்டது. அந்த இருண்ட வேளையில்தான் தொலைவிலிருந்து வீசிய சாம்பிராணிப் புகைமணம் மனசை மயக்கியது. அலங்கார விளக்குகள் மின்னும் கோபுர வரிசைகள் நெஞ்சைக் கொள்ளை கொண்டன. உள்ளத்தில் நரசிங்கரின் உருவம் எழுவதை உணர்ந்தேன். அது ஏதோ ஓர் ஆலயப்பகுதி என்கிற எண்ணத்தில் சற்றும் யோசிக்காமல் குதிரையிலிருந்து இறங்கித் தரையில் விழுந்து வணங்கினேன். நித்தியக்கடமையைச் செய்த முழுத் திருப்தியுடன் எழுந்தேன். படைவீரர்களும் விழுந்து வணங்கினார்கள். படையை மிரட்சியுடனும் ஆர்வத்துடனும் ஒதுங்கிநின்று வேடிக்கை பார்த்த இரண்டு வழிப்போக்கர்கள் என்னையே பார்த்துக் கொண்டிருந்தார்கள். அவர்கள் பார்வையில் மிரட்சியையும் மீறி ஏதோ ஒரு கிண்டல் பொதிந்திருப்பதைக் கவனிக்கமுடிந்தது. அருகில் அழைத்து விசாரித்தேன். முதலில் அவர்கள் எதைச் சொல்லவும் தயங்கினார்கள். பிறகு அதிகாரத் தொனியுடன் கேட்டபிறகுதான் மெதுவாக விஷயத்தைச் சொன்னார்கள். அது கோயில் அல்ல, ஆயி என்னும் ஒரு தாசியின் மண்டபம் என்று சொன்னார்கள். அதைக் கேட்டதும் என் ரத்தம் கொதித்தது. நிர்வாணப் படுத்தப்பட்டதைப்போல அவமானமாக இருந்தது. இடித்துத் தள்ளுங்கள் அந்த மண்டபத்தை என்று பின்னால் நின்றிருந்த படைவீரர்களிடம் அடுத்த கணமே கட்டளையிட்டேன். உடனே சீறிப்பாய்ந்தார்கள் வீரர்கள். மண்டபச் சுவர்கள் இடிபட்டுச் சரியும் ஓசையை ஆனந்தத்துடன் கேட்டேன் நான். அது எரியூட்டப்பட்டபோது எழுந்த மணம் நெஞ்சில் நிறைந்தபிறகுதான் நிம்மதிப் பெருமூச்சு விட்டேன்.

அப்போதுதான் ஓடோடி வந்து நின்றாள் அந்தத் தாசிப்பெண். வயதில் மிக இளையவள். ஆனால் அங்கலட்சணங்களில் செதுக்கிவைத்த சிலையைப்போல இருந்தாள். தொழுத கையோடு அவள் அரசே என்று என்முன் பணிந்தபோதுதான் என் வேகம் சற்றே தணிந்தது. என் காலில் விழுந்து மன்னிப்பு கேட்டபோது மேலும் கொஞ்சம் தணிந்தது. இரவு முழுக்க எரிந்தது அந்த மண்டபம். விடியும் வேளையில் அந்தத் தாசி மறுபடியும் என்னைப் பார்ப்பதற்காக நாங்கள் முகாமிட்டிருந்த இடத்திற்கு வந்தாள். அவள் அமைதி என்னை அதிர்ச்சிக்குள்ளாக்கியது. கரிந்த மேடாகக் காட்சியளித்த அந்த மண்டபத்தை ஒருகணம் திரும்பிப்பார்த்தாள். பிறகு என்னிடம் "அரசரிடம் ஒரே ஒரு

சலுகையை நான் எதிர்பார்க்கலாமா?" என்று கேட்டாள். "என்ன சொல்?" என்றேன் நான். "இந்த மண்டபம் எரிந்ததாகவே இருக்கட்டும். எனக்கு இந்த மாடமாளிகை வேண்டாம். கூடகோபுரங்கள் வேண்டாம். எங்காவது ஒரு கோயில் கூடத்தில் ஒதுங்கிக்கொள்வேன். ஆனால் இம்மண்டபம் இருந்த இடத்தில் ஒரு பொதுக்குளம் வெட்டிக்கொள்ள அனுமதி தரவேண்டும்" என்று கேட்டாள். அவள் கோரிக்கையை அனுமதிப்பதில் எனக்கொரு தடையுமில்லை. என் சம்மதத்தைக் கேட்டு அவள் மிகவும் மகிழ்ந்தாள். தன் நன்றியைக் காட்டும் விதமாக மறுபடியும் காலில் விழுந்து வணங்கிவிட்டுச் சென்றாள்.

அவள் முகாமைவிட்டு அகன்ற கணத்தில் என் மனத்தை யாரோ குத்திக் கிழித்ததைப்போல இருந்தது. இனம்புரியாத குற்ற உணர்வு பெருக்கெடுத்தது. கொண்டவீட்டுரெட்டிகளை அடக்கிய ஹரிஹரரும் கோகர்ணத்தை வெற்றிகொண்ட நரஸநாயக்கரும் செய்யாத ஒரு வேலையை நான் செய்துவிட்டேன். ஒரு வார்த்தைகூட அதிர்ந்து பேசாமல் நின்ற ஆயியின் கண்கள் மீண்டும் மீண்டும் மனசிலெழுந்து வதைக்கத் தொடங்கின. அவள் முகம் எவ்விதமான உணர்வையும் வெளிக் காட்டவில்லை. ஆனால் மனத்துக்குள் எப்படியெல்லாம் குமைந்தாளோ? வயிறெரிய என்னென்ன நினைத்தாளோ? சபித்திருப்பாளோ என்னமோ? ஒரு சாபத்தின் நிழல் என் வம்சத்தின் மீது படிய நானே காரணமாக இருந்துவிட்டதை நினைத்தபோது உருவான வருத்தம் கொஞ்சநஞ்சமல்ல. இன்று இந்த மண்டபம் எரிந்து சரிந்ததைப்போல நாளை என் நாடும் நகரமும் எரிந்து போகுமோ. "இறைவா. நரசிங்கப்பெருமாளே. என்னைக் கைவிட்டுவிடாதே."

சுவடிகளை மூடிவிட்டு எரிந்துகொண்டிருந்த தீபத்தின் பக்கம் பார்வையைத் திருப்பினார் ரகுராயர். தீபச்சுடருக்குள் ஒரு பெண்ணின் உருவம் தெரிவதை ஆச்சரியத்துடன் பார்த்தார். எதையோ யாசிக்கும் கண்கள். தொழும் கைகள். உடனே ரகுராயர் துணுக்குற்று எழுந்து நின்றார். சட்டென காட்சி மறைந்ததை உணர்ந்தார். தான் பார்த்ததை அவரால் நம்பவும் முடியவில்லை. நம்பாமல் இருக்கவும் முடியவில்லை. நெற்றியைத் தேய்த்தபடி அறைக்குள்ளேயே குறுக்கும் நெடுக்குமாக நடந்தார். பலாப்பழ மணம் மூக்கைத் துளைத்தபடி இருந்தது.

சத்திரத்தைவிட்டு வெளியே வந்தார் ரகுராயர். நட்சத்திரங்கள் மின்னும் வானத்தைப் பார்த்தபடி சிறிது நேரம் நின்றார். தொலைவில் எரிந்துகொண்டிருக்கும் கரும்பு வயல்களை நோக்கி நடந்தார். நெருங்க நெருங்க புகையின் அடர்த்தியான மணம் மூச்சைத் திணறவைப்பதைப் போல

இருந்தது. எரியும் வயல்வெளிகள் வெவ்வேறு விதமாக வெவ்வேறு கோணங்களில் காட்சியளித்தன. ஒரு புள்ளியில் ஒரு கோபுரம் எரிவதைப்போலத் தெரிந்தது. மற்றொரு புள்ளியில் ஒரு தூண் எரிந்து சரிவதைப்போலத் தெரிந்தது. இன்னொரு புள்ளியில் ஆயிரக்கணக்கான மாடங்களைக்கொண்ட அரண்மனையைப்போலக் காணப்பட்டது. ஹம்பி நகரும் இப்படித்தான் எரிந்தது. ஆயிக்கு இழைக்கப்பட்ட அநீதிக்கான விலையை அந்தச் சாம்ராஜ்ஜியம் கொடுத்துவிட்டது என்று யாரிடமாவது சொல்ல விரும்பினார். அருகில் யாரும் இல்லை. ஏதோ சிந்தனையில் ஆழ்ந்தபடி வெகுநேரம் அங்கேயே நின்றிருந்தார்.

சத்திரத்தை நெருங்கியபோது விடியத் தொடங்கியிருந்தது. வாசலில் நின்றிருந்த சேவகன் "குளிப்பதற்குத் தண்ணீர் நிரப்பியாகிவிட்டது" என்று தெரிவித்தான். நன்றி சொல்லிவிட்டு அறைக்குச் சென்ற ரகுராயர் மாற்று உடைகளை எடுத்துக் கொண்டு பின்கட்டிலிருந்த கிணற்றைநோக்கிச் சென்றார். குளிர்ச்சியான நீர் தலையில் விழுந்து உடலில் பரவியதும் உடற்களைப்பும் மனக்களைப்பும் சற்றே நீங்கியதைப்போல இருந்தது.

புத்துணர்ச்சியுடன் அறைக்குத் திரும்பியவர் சில கணங்கள் நரசிங்கரை மனத்துக்குள் நினைத்து மந்திரங்களைச் சொன்னார். பெத்தண்ணாவின் பாடல்கள் இரண்டைப் பாடினார். அவர் மனம் ஒருவித நிம்மதியை உணர்ந்தது. பிறகு சட்டெனத் தாத்தாவைப் பற்றிய நினைவுகளுக்குத் தாவத் தொடங்கியது. பழகிவிட்ட பலாப்பழ மணம் நெஞ்சில் நிறைந்திருந்தது.

தன் ஒரே உடைமையான சின்னத் துணிமூட்டையுடன் அறையிலிருந்து வெளியே வந்தார் ரகுராயர். சேவகனிடம் சில நாணயங்களைக் கொடுத்தார்.

"முத்தரையர் பாளையத்துக்குத்தானே ஐயா" பணிவுடன் கேட்டான் சேவகன்.

"ஆமாம்."

"ஒருசில நொடிகள் தாமதியுங்கள் ஐயா. நேற்று ஊரிலிருந்து என் மைத்துனன் வந்திருந்தான். இன்று அவன் திரும்பிப் போகிறான். நீங்கள் அவனுடனேயே மாட்டு வண்டியிலேயே சென்றுவிடலாம். களைப்பும் தெரியாது. பேச்சுக்கும் நல்ல துணையாக இருப்பான்."

"எதற்கு அவருக்கு வீண்தொல்லை?"

“அதெல்லாம் ஒன்றுமில்லை ஐயா. அவன் உங்களை ஆயிகுளத்துக்கு அருகிலேயே விடுவான்.”

சொல்லிக் கொண்டிருக்கும்போதே சலங்கை பூட்டிய வண்டி வாசலுக்கு வந்து நின்றது. சிரித்தபடியே வண்டியை விட்டு இறங்கிய சேவகனுடைய மைத்துனன் ரகுராயரைப் பார்த்து வணங்கினான்.

“கேசவா, கவனமாக அழைத்துச்செல்.”

சொல்லிக்கொண்ட ரகுராயரின் துணிமூட்டையை வண்டிக்குள் வைத்தான் சேவகன். தொடர்ந்து ரகுராயரும் வண்டிக்குள் ஏறினார். சேவகன் வணங்கி நகர்ந்துகொள்ள வண்டி புறப்பட்டது. தற்செயலாக ரகுராயரின் கண்கள் இரவில் எரிந்து கொண்டிருந்த வயல்களின் பக்கம் பார்த்தன. காலை வெளிச்சத்தில் கரிபடிந்த மொட்டை மேடாகக் காட்சியளித்தன வயல்கள். ஒருகணத்துக்கு மேல் அதைப் பார்க்கமுடியாமல் பார்வையைத் திருப்பினார்.

வழியெல்லாம் ஏகப்பட்ட தோப்புகள். வயல்கள். கூட்டம் கூட்டமாகப் பறந்துசெல்லும் பறவைகள். பேச்சின் களிப்புடன் அவர் மனம் எல்லாக் காட்சிகளையும் உள்வாங்கியபடி இருந்தது. பறவைகளின் சித்திரம் அவர் மனத்தை ஆனந்தத்தால் நிரப்பியது. தன் வாழ்வும் இனி ஒரு பறவையைப் போன்றதாகவே இருக்க வேண்டும் என்று சொல்லிக்கொண்டார். எதையும் சிதைக்கத் தெரியாத பறவை. எதையும் சுமக்கவும் தெரியாத பறவை.

ஆயிகுளம் நெருங்கியதும் வண்டியிலிருந்து இறங்கினார் ரகுராயர். அழகான தோப்புக்கு நடுவே இருந்தது அக்குளம். காலை வெளிச்சத்தில் வெள்ளித்தகடைப்போல மின்னிக்கொண்டிருந்தது தண்ணீர்ப்பரப்பு. தாத்தாவின் சுவடிக்குறிப்புகள் மறுபடியும் நினைவில் எழுந்தன. சுவடியில் படித்துத் தெரிந்துகொண்ட குளத்தை நேரில் பார்ப்பதை நம்பாதவராக வெகுநேரம் கரையோரமாக நின்றிருந்தார். இனம்புரியாத நிம்மதியுணர்வால் மனம் நிறைவதை உணர்ந்தார். திடீரென ஒருகணத்தில் தன்னையே உற்றுப்பார்க்கும் ஒரு கண்ணைப்போலத் தெரிந்தது அக்குளம். எதையோ சொல்லத் துடித்து உறைந்த தோற்றம். எதையோ காண்பதற்காகக் காலம்காலமாகக் காத்திருப்பது போலவும் தோன்றியது. குளத்தைவிட்டு அகல மனமில்லாதவராக கரையிலேயே உட்கார்ந்தார் ரகுராயர்.

(உலகத்தமிழ் – 2004)

காலத்தின் விளிம்பில்

"பூந்தோட்டம்" என்னும் இணைய வார இதழில் நான் எழுதத்தொடங்கிய கட்டுரைகளுக்கு முதலில் எந்த வரவேற்பும் இல்லை. அத்தொடரை நிறுத்தியிருந்தாலும் எந்தவிதமான பாதகமும் இல்லை என்கிற மாதிரியான மௌனத்தை சகித்துக்கொள்ளவே முடியவில்லை. சிறிய அளவில் உருவான சலிப்பு மெல்லமெல்ல வளர்ந்து பெரிதாகி செயல்பட முடியாத அளவுக்கு நெஞ்சை அடைத்தது. எழுதுவதற்கு எனக்கும் ஓர் இடம் தேவையாக இருந்தது என்பதையும் அந்த இணையதளத்தை நடத்திவந்தவர் என் நண்பர் என்பதையும் தவிர அக்கட்டுரைத் தொடரைத் தொடர்ந்து எழுத வேறு எவ்விதமான காரணமும் இல்லை. ஏறத்தாழ பத்து வாரங்களாக அத்தொடர் வெளிவந்து கொண்டிருந்தது. வாராவாரம் பூந்தோட்டத்தில் வெளியிடப்படுகிற வாசகர் கடிதக் குவியலில் இக்கட்டுரைத் தொடரைப்பற்றி ஒரு வரிகூட ஒருவரும் எழுதியதாகத் தெரியவில்லை. இக்கட்டுரைகள் ஏன் வாசகர்களை ஈர்க்கவில்லை என ஒவ்வொரு முறையும் யோசிப்பேன். விடையெதுவும் தெரியாத புள்ளி வரைக்கும் அந்த யோசனை நீண்டு மறைந்துபோகும்.

பதினோராவது வாரத்துக்கான கட்டுரையை எழுதி முடித்ததும் அனுப்புவதற்காக மின்அஞ்சல் பக்கத்தைத் திருப்பியபோது எனக்கொரு மடல் வந்திருக்கும் செய்தியை அறிந்தேன். முதலில் திரையில் புலப்பட்ட ஒற்றைவரி முகவரியை வைத்து எழுதியவர் யாராக இருக்கும் என்று

ஊகிக்க முயற்சிசெய்தேன். என் மனத்தில் வழக்கமாக எனக்கு மடலெழுதும் நண்பர்களின் மின்அஞ்சல் முகவரிகள் அனைத்தும் பளிச்சிட்டு மறைந்தன. கண்டுபிடிக்க இயலவில்லை. ஒருவித ஆர்வம் உந்த அந்த மடலைத் திறந்தேன். ஆப்பிரிக்காவிலிருந்து வந்திருந்தது அக்கடிதம். பல ஆண்டுகளாக இலக்கிய அறிமுகம் உள்ளவராகத் தெரிந்தார். தொடராக வந்திருந்த பத்துக் கட்டுரைகளைப்பற்றியும் சிற்சில கருத்துகளைத் தெரிவித்திருந்தார். அம்மடல் பொதுவாக என்னை ஊக்கப்படுத்துவதாக இருந்தது. நன்றியைத் தெரிவித்து அவருக்குப் பதில் அனுப்பினேன்.

அவர் பெயர் சந்திரன். எங்கள் நட்பு இப்படித்தான் தொடங்கியது. பிறகு கட்டுரை வெளியானதும் ஒவ்வொரு வாரமும் அவரிடமிருந்து அஞ்சல் தவறாமல் வரத்தொடங்கியது. ஆப்பிரிக்காவில் உள்ள ஒரு மருத்துவமனையில் எலும்புமுறிவு சிகிச்சைப் பிரிவில் வேலை செய்வதாகத் தெரிவித்திருந்தார் அவர். ஒவ்வொரு அஞ்சலிலும் தினசரி வாழ்வில் தாம் கண்ட விசேஷமான செய்தியொன்றை எழுதி அனுப்புவார். இருசக்கர வாகனத்தில் சென்று அவசரத்தில் தடுமாறி மரத்தில் மோதிக் கால் உடைந்த நிலையில் அனுமதிக்கப்பட்ட கிதார் வாசிக்கும் இளைஞன் ஒருவனைப்பற்றிய குறிப்பை ஒரு மடலில் எழுதியிருந்தார். ஒரு பூங்காவில் சிமெண்ட் பெஞ்சில் உட்கார்ந்து தன் சேமிப்புப்பையிலிருந்து ரொட்டித்துண்டுகளை ஒவ்வொன்றாக எடுத்து ஆனந்தமாகத் தின்ற பிச்சைக்காரன் ஒருவனைப்பற்றி ஒருமுறை எழுதியிருந்தார். தன் வீட்டைப்பற்றியும் சுற்றுப் புறத்தைப்பற்றியும் சொற்சித்திரங்களாகவே தீட்டியிருந்தார். வீட்டுக்கு அருகிலிருந்த விலங்குக்காட்சிச்சாலையைப்பற்றி அவர் எழுதிய தகவல்கள் ஏராளமானவை. ஒவ்வொரு விலங்கின் கூண்டுக்கும் அவர் பெயர் சூட்டியிருந்த விதம் விசித்திரமானது. சிங்கத்தின் கூண்டுக்கு “இடியோசையின் இல்லம்.” சிறுத்தையின் கூண்டுக்கு “வேகத்தைத் துறந்த விவேகியின் வீடு.” பஞ்சவர்ணக்கிளிகளின் கூண்டுகளுக்கு “பறவைகளின் இசைக்கோயில்.”

“பெங்களூர் நகரைவிட்டு வெகுதொலைவு தள்ளியிருக்கும் ஹாடி என்னும் கிராமத்தில் “ஆஷ்ரயா” என்கிற பெயரில் இயங்கும் முதியோர் இல்லத்தைத் தெரியுமா?” என்று ஒருமுறை கேட்டிருந்தார் சந்திரன். அச்சமயத்தில் எனக்கு அதைப்பற்றி ஒன்றும் தெரிந்திருக்கவில்லை. பிற உள்ளூர் நண்பர்களை விசாரிக்கத் தொடங்கினேன். பலருக்கு அதைப் பற்றிய எந்தத் தகவலும் தெரியவில்லை. ஒருவர் மட்டும் அது ஒரு முதியோர் இல்லமென்றும் சேவை மனப்பான்மை கொண்ட சிலரால் நடத்தப்பட்டு வருகிறது என்றும் சொன்னார். திருமணமாகாத

தன் சகோதரிகள் இருவரும் ஒவ்வொரு ஞாயிறு அன்றும் அந்த முதியோர் இல்லத்துக்குச் சென்று அங்கே தங்கியிருக்கிற முதியோர்களுடன் பேசியும் பழகியும் அவர்கள் தேவையை நிறைவேற்றியும் ஊக்கமூட்டியும் வருவதையும் வழக்கமாகக் கொண்டவர்கள் என்றும் சொன்னார். அந்தத் தகவலை அன்று இரவே நான் சந்திரனுக்கு அனுப்பினேன். அதற்கப்புறம் இரண்டு மாதங்கள் அதைப்பற்றிய பேச்சே இல்லை. ஒருநாள் திடீரென்று தன் பெரியம்மா அந்த இல்லத்தில் சேர்க்கப்பட்டிருப்பதாகவும் தன் சார்பில் அவரைப் பார்த்துவிட்டு வரவேண்டும் என்றும் கேட்டிருந்தார். என் ஓய்வுநாளுக்காகக் காத்திருந்த இடைவெளியில் அவரிடமிருந்து விரிவான மடலொன்று வந்தது.

இருபதாண்டுகளுக்கு முன்னால் தனக்கு ஆப்பிரிக்காவில் வேலை கிடைத்தது என்று தன் மடலைத் தொடங்கியிருந்தார் சந்திரன். தாயார் மட்டுமே அவருக்கு உண்டு. முதல் இரண்டு ஆண்டுகள் ஆப்பிரிக்காவில் தனியாகவே வாழ்ந்தார் சந்திரன். பிறகு இந்தியாவுக்குத் திரும்பி தாயாரையும் தன்னோடு அழைத்துச் சென்றார். தாயாருக்குப் பிரியமான சகோதரி ஊரில் இருந்தார். ஏழைக் குடும்பம். ஆறு பிள்ளைகள். முடிந்தவரை பெரியம்மாவின் குடும்பத்தையும் தாங்கியே வந்தார் சந்திரன். ஆப்பிரிக்கப் பெண்ணொருத்தியை மணந்துகொண்டு இல்வாழ்க்கையைத் தொடங்கினார். நான்கு ஆண்டுகளில் இரண்டு குழந்தைகளுக்குத் தந்தையானார். பேரப் பிள்ளைகளோடு ஆனந்தமாக ஆடிப் பொழுதுபோக்கிய அம்மா வெகுகாலம் உயிருடன் இல்லை. மூளைக் காய்ச்சலால் பாதிக்கப்பட்டு மருத்துவமனையில் இறந்துபோனார். இடைக் காலத்தில் இந்தியாவில் பெரியம்மாவின் நிலையும் மோசமானது. ஆறு பிள்ளைகளும் ஆறு விதமாக வளர்ந்தார்கள். சந்திரன் அனுப்பிய பணத்தையெல்லாம் தாய்க்குத் தெரிந்து பாதியும் தெரியாமல் பாதியுமாக சாப்பிட்டுத் தீர்த்தார்கள். மூத்தவன் சதாகாலமும் குடிபோதையில் மிதந்தான். இரண்டாவது மகன் சம்பாதித்த பணத்தையெல்லாம் விபச்சாரத்தில் அழித்தான். மூன்றாவது மகனும் நாலாவது மகனும் உள்ளூரிலேயே திருட்டு வழக்கொன்றில் அகப்பட்டுச் சிறையிலிருந்து தப்பித்து மும்பைப்பக்கம் ஓடிப்போனார்கள். பள்ளியிறுதி முடித்ததும் ராணுவத்தில் சேர்ந்து ஊரையே மறந்து போனான் ஐந்தாவது மகன். ஆறாவது பையன் ஒரு வக்கீலிடம் குமாஸ்தாவாக இருந்தான். அலுவலகத்துக்கு எதிரே இருந்த ஆயத்த ஆடை அங்காடியில் வேலைபார்த்த ஒரு பெண்ணோடு பழகித் திருமணம் செய்துகொண்டான். மனைவியை உள்ளே அழைத்துக்கொண்டதும் வயதான பெரியம்மா வாசலுக்கு மாற்றப்பட்டார். மனமுடைந்த

பிரயாணம் 161

பெரியம்மா தன் துக்கத்தையெல்லாம் யாரோ ஒருவர் மூலம் கடிதமாக எழுதிச் சந்திரனுக்கு அனுப்பினார். பெரியம்மாவின் துயரம் தன் அம்மாவின் துயரமாகத் தெரிந்தது சந்திரனுக்கு – இணைய தளங்களில் தேடித்தேடி பெங்களூருக்கு அருகே ஹூடியில் இயங்கும் ஆஷ்ரயா இல்லத்தின் முகவரியைக் கண்டறிந்து அங்கே சேர்ப்பதற்கான ஏற்பாடுகளை வேறொரு நண்பர் மூலம் செய்துமுடித்தார். ஒரு வருடம் ஓடிவிட்டது. மாதத் தவணைகளை அங்கிருந்தபடியே நேரிடையாகச் செலுத்திவந்தார். சமீபகாலத்தில் தொடர்ந்து வந்துகொண்டேயிருக்கும் கனவுகள் அவரைப் பாடாய்ப்படுத்திவந்தன. விலங்குக்காட்சிச் சாலையில் நின்றிருந்தபோது அக்கூண்டுகளையும் முதியோர் இல்லங்களையும் சம்பந்தப்படுத்தி யோசித்த கணத்திலிருந்து அக்கனவு விரட்டத் தொடங்கிவிட்டது. பெரியம்மா பலவித விலங்குகளின் உருவத்துடன் ஒவ்வொரு முறையும் கனவில் வந்து கம்பிகளைப் பிடித்தபடி ஏக்கத்துடன் முறைத்துப் பார்ப்பதைத் தாங்கிக் கொள்ளவே இயலவில்லை. நினைத்தவுடன் விடுப்பெடுப்பது சாத்தியமாக இல்லை. அவர் சார்பில் இல்லத்துக்குச் சென்று அந்தப் பெரியம்மாவிடம் இரண்டு வார்த்தைகள் பேசிவிட்டு வரவேண்டும். இதுதான் அக்கடிதத்தின் சாரம்.

அடுத்த ஞாயிறு அன்று பேருந்துத்தடம் விசாரித்து அந்த இல்லத்துக்குக் கிளம்பினேன். மூன்று பேருந்துகள் மாற வேண்டியிருந்தது. இறுதியாக இறங்கிய நிறுத்தத்தின் அருகே ஓர் ஓலைக்குடிசை டீக்கடை மட்டும் காணப்பட்டது. ஒரே ஒரு சிகரெட் மட்டும் வாங்கிப் பற்றவைத்தபடி ஆசிரமத்தைப்பற்றி விசாரித்தேன். டீக்கடைக்காரப்பெண் குடிசைக்கு வெளியே வந்து தொலைவில் தோப்பைப்போலக் காணப்பட்ட ஒரு பகுதியைச் சுட்டிக்காட்டி “அதுதான் இல்லம்” என்றாள்.

“அதுவரிக்கும் பஸ் போகாதா?”

“இல்லத்துக்கு இதுதான் ஸ்டாப். எல்லாரும் இங்க எறங்கித்தான் நடந்துபோவாங்க. நீங்க வெளியூரா?”

நான் வேடிக்கைக்காக “ஆமாம்” என்றேன்.

“வயசானவங்கள இங்க கொண்டாந்து உட்டுட்டு ஆளுக்கொரு பக்கமா போயிடறாங்க சார். கூழோ கஞ்சியோ ஒன்னா சேந்து லட்சணமா குடிக்கறத உட்டுட்டு பணம்பணம்ன்னு எதுக்குத்தான் சார் மக்கள் அலையறாங்களோ? காலம் ரொம்ப மாறிப்போச்சி சார்.”

“நல்லா கவனிச்சிக்கிடறாங்களா இங்க?”

“கவனிப்புக்கெல்லாம் எந்தக் கொறையுமில்ல சார். நூறுபேரு கவனிச்சிக்கிட்டாலும் பக்கத்துல பெத்த புள்ள இருந்து பாக்கறமாதிரி ஆவுமா, சொல்லுங்க.”

“அடிக்கடி நீங்க போவிங்களா?”

“காலையில அங்க பால்பாக்கெட் வாங்கிப்போயி குடுக்கறதெல்லாம் எங்க ஊட்டுக்காருதான். ஒங்க ஜனங்க யாராவது இருக்காங்களா இங்க? நான் வேற எகணமொகண இல்லாம ஏதேதோ பேசிட்டிருக்கேன்.”

“எங்க ஜனங்க யாருமில்ல. எனக்குத் தெரிஞ்சவரு ஒருத்தருக்கு வேண்டியவங்க இருக்காங்க.”

புன்னகையுடன் சிகரெட்டை அணைத்துவிட்டு அவளிடம் விடைபெற்று நடக்கத் தொடங்கினேன். அவளுடைய தமிழ் திருவண்ணாமலைப்பக்கத்து மொழியைப்போல இருந்தது. பெங்களூரின் பல புறநகர்களில் இப்படிப்பட்ட பல குரல்களைக் கேட்டிருக்கிறேன். நமக்குப் பழக்கமான குரல் ஏதாவது காதில் விழாதா என்று நினைத்தபடி நடக்கும்போதெல்லாம் சொல்லிவைத்த மாதிரி ஒரு குரல் ஒலித்து அரைக்கணம் நிறுத்திவிடும்.

மஞ்சளாகப் பூப்பூத்த சின்னச்சின்ன முட்செடிகள் இருபுறமும் அங்கொன்றும் இங்கொன்றுமாக அடர்ந்திருந்தன. அடையாளம் கண்டுபிடிக்க முடியாத குருவிகள் எல்லாக் கிளைகளிலும் தாவித்தாவி விளையாடிக்கொண்டிருந்தன. கட்டாந்தரையாக இருந்த இடத்தில் சில பிள்ளைகள் கிரிக்கெட் ஆடியபடி இருந்தார்கள். அந்தப் பாதை முடியுமிடத்தில் “ஆஷ்ரயா” என்று எழுதப்பட்ட பெயர்ப்பலகை கண்ணில் பட்டது. அதையொட்டி உடனடியாக சுற்றுச்சுவர் தொடங்கியது. சுவரின் மேல்விளிம்பு தெரியாத வகையில் சிவப்புக் காகிதப்பூக்கள் அடர்ந்து பூத்திருந்தன. எல்லா இடங்களிலும் அவற்றின் கிளைகள் படர்ந்திருந்தன. வாசலில் இருந்த காவலரிடம் விவரம் சொல்லி உள்ளே நுழைந்தேன். பெரிய பூந்தோட்டத்தில் நுழைந்ததைப்போல இருந்தது. கண்ணில் பட்ட இடங்களிலெல்லாம் வகைவகையான நிறங்களில் பூக்கள் பூத்திருந்தன. இரு சேவகர்கள் மரங்களின் கீழே உதிர்ந்திருக்கும் இலைகளையெல்லாம் கூட்டிச் சேகரித்தபடி இருந்தார்கள். பூந்தோட்டத்தையொட்டி பச்சைக் கம்பளத்தைப்போல பளபளக்கும் பெரிய புல்வெளி, பெரிய நிழற்குடையின்கீழே வட்டமாக வடிவமைக்கப்பட்ட சிமெண்ட் பெஞ்சுகள். அழகான சுற்றுச்சுவர். சிலைகளுடன் எளியமுறையில் அமைந்திருந்த

கோவில். தேவாலயம். தொழுகைக்கூடம். கையில் கோலேந்தி நடக்கும் மூதாட்டி ஒருத்தியையும் முதியவர் ஒருவரையும் கரம்பற்றி நடத்திச் செல்லும் ஒரு சின்னஞ்சிறுவனைப்போன்ற சிலைகள் பீடத்தில் வீற்றிருந்தன. அதைச்சுற்றியும் அழகான பூச்செடிகள். பிறகு வட்டமான பளிங்குத் தொட்டி. அதற்குள் பலவித உயரங்களில் பொருத்தப்பட்ட நீரூற்றுகளிலிருந்து நீர் பீய்ச்சியடித்தபடி இருந்தது. எதிரில் ஒரு சிறிய கண்ணாடிக்கூடம். உள்ளே நான்கைந்து மேசைகள். கூடத்தின்மீது பலவிதமான கொடிகள் படர்ந்து பச்சைப்பசேலென காணப்பட்டது. பின்னால் விரிந்த வெளியில் கச்சிதமாக வடிவமைக்கப்பட்ட ஐம்பதுக்கும் மேற்பட்ட சிறுசிறு இல்லங்கள். எல்லாமே ஓட்டு வீடுகளுக்கு உரிய அமைப்பில் கட்டப்பட்டவை. மறுபுறம் மருத்துவமனை, வேறொரு புறத்தில் உடல் எரிமையம். அதன் புகைப்போக்கி மேகத்தைத் தொடுவதைப்போல மிக உயரமாக எழுப்பப்பட்டிருந்தது. அங்கங்கே வாகன நிறுத்தங்கள், பக்கவாட்டில் நடப்பதற்குத் தோதான கிளைப்பாதைகள். எல்லாவற்றையும் வேடிக்கை பார்த்தபடி மெதுவாக நடந்தேன். தாமதமாகத்தான் கட்டட அமைப்புகளைக் கவனித்தேன். எல்லாமே தரையோடு ஒட்டியவை. படிக்கட்டுகளோ, மாடிப்பகுதியோ எங்கேயும் காணப்படவில்லை. முதுமையின் சக்தியைக் கருத்தில்கொண்டு அவை வடிவமைக்கப்பட்டிருந்தன. ஆனாலும் அந்த இடத்தின் தனிமை விசித்திரமான ஓர் உணர்ச்சியை என் மனத்தில் பரப்பியது. ஆழ்மனத்தில் என்னை அறியாமலேயே ஒருவித அச்சம் பரவுவதை உணர்ந்தேன்.

நீரூற்றுக்கு இடதுபுறமாக இருந்த விசாரணை மையத்துக்குள் நுழைந்தேன். அந்த அறையின் உள்சுவர் முழுக்க அழகான புகைப்படங்கள் ஒட்டப்பட்டிருந்தன. சிறுசிறு வாக்கியங்களைக் கொண்ட அட்டைகள் செருகப்பட்டிருந்தன. தயக்கத்துடன் பார்வையை அங்குமிங்கும் படரவைத்தபடி திரும்பியபோது ஒரு மேசையின் பக்கம் கணிப்பொறியின் முன்னால் அமர்ந்திருந்த இளம்பெண்ணின் புன்னகையைப் பார்க்க நேர்ந்தது. ஒருகணம் அப்புன்னகையை ஒரு சிற்பத்தின் புன்னகையாக நினைத்துப் பார்த்து மனத்துக்குள் சிரித்துக்கொண்டேன். பிறகு மெல்ல அவளை நெருங்கி என்னிடம் இருந்த குறிப்புகளைக் கொடுத்தேன்.

“தையல்நாயகி, எஸ் ஸெவன்.”

என் குறிப்பை வாய்விட்டுப் படித்தபடி அவள் இருக்கையிலிருந்து எழுந்து வெளியே வந்தாள். குடில்கள் தொடங்கும் பகுதி வரைக்கும் கூடவே வந்து நான் செல்ல வேண்டிய திசையையும் திரும்பவேண்டிய இடத்தையும் சுட்டிக் காட்டிவிட்டுச் சென்றாள்.

அவள் காட்டிய திசையில் நடக்கத் தொடங்கினேன் நான். எல்லா இல்லங்களும் ஒரேவிதமாக வடியமைக்கப்பட்டிருந்தன. இல்லத்துக்கு முன்னால் மொசைக் கற்கள் பதிக்கப்பெற்ற சிறு முற்றம். ஒரு சிறு நிழற்குடை. அதன்கீழ் ஒரு சாய்வு நாற்காலி. அதைச்சுற்றிச் சின்னத் தோட்டம். தோட்டத்தில் சூரியகாந்திப் பூக்களின் மஞ்சள் இளவெயிலில் மின்னிக்கொண்டிருந்தது.

தற்செயலாகத்தான் ஒரு இல்லத்தின் ஜன்னல் பக்கமாக என் பார்வை சென்றது. இரண்டு கண்கள் என்மீது பதிந்திருந்தன. எனக்குத் தூக்கிவாரிப்போட்டது. அவை என்னைத்தான் பார்க்கின்றனவா என்கிற சந்தேகத்தில் மீண்டும் அத்திசையில் பார்த்தேன். வைத்த விழி வாங்காமல் அப்பார்வை என்மீதே நிலைகுத்தியிருந்தது. தோல்சுருங்கிய அம்முகத்தையும் எதையோ யாசிக்கும் அக்கண்களையும் நீண்ட கணங்களுக்கு என்னால் பார்க்க முடியவில்லை. உடனடியாகத் திரும்பி மற்ற இல்லங்களின் பக்கம் பார்வையைச் செலுத்தினேன். உண்மையிலேயே என் பதற்றம் அதிகரித்துவிட்டது. ஒவ்வொரு ஜன்னலின் பக்கத்திலும் இரு கண்கள். நைந்து தளர்ந்த விழிக்குழிகளிலிருந்து உயரும் பார்வை. பாதையைப் பார்த்தபடி வேகமாக நடக்கத் தொடங்கினேன். யாரோ என்னை அழைப்பதைப் போலிருந்தது. தயக்கத்துடன் திரும்பிப் பார்த்தேன். யாரையும் காணவில்லை. அடையாளம் காட்டிய பெண்ணைக்கூட காணவில்லை. ஏதோ வாகனங்களில் சுமந்துவந்து இறக்கிவைத்துவிட்டுப் போன பெரியபெரிய எந்திரங்களைப்போல காணப்பட்டன இல்லங்கள். ஜன்னல்களின் பக்கம் நிமிர்ந்துகூட பார்க்கமுடியாத அளவு நெஞ்சில் அச்சம் துளிர்த்ததை ஆச்சரியமாக உணர்ந்தேன். மறுகணமே என் பகுத்தறிவு மூளை விழித்து அந்த அச்சத்தை விரட்டியது. அந்த இடத்தின் விசித்திரம் ஒரு சின்னச் சத்தம்கூட காதில் விழவில்லை என்பதுதான். ஒரு தும்மல் சத்தம்கூட கேட்கவில்லை.

இல்லத்தின் கதவை நெருங்கி அழைப்புமணியை அழுத்தினேன். என் புலன்கள் இல்லத்துக்குள் ஏற்படக்கூடிய துணிகள் உரசும் ஒலியையோ செருப்புகள் அழுந்தும் சத்தத்தையோ ஒவ்வொரு கணமும் எதிர்பார்த்தன. சில கணங்கள் வரை எதுவும் கேட்கவில்லை. மீண்டும் மணியை அழுத்தலாம் என்று நினைத்த தருணத்தில் கதவு சட்டெனத் திறந்தது. வெளிப்பட்ட அந்த உருவத்தின் தோற்றம் என்னை ஒரு கணம் அதிர்ச்சிக்கு உள்ளாக்கியது. உருக்குலைந்த சதைக்கோளத்துக்குக் கையும் காலும் முளைத்ததைப் போலிருந்தது அத்தோற்றம். என் இதயம் வெகுவேகமாகத் துடிக்கத் தொடங்கியது.

பிரயாணம்

“தையல்நாயகிங்கறது நீங்கதானேம்மா?”

கேட்க நினைத்த கேள்வி நெஞ்சிலிருந்து எழாமல் வறட்சி அடைத்தது. எச்சிலைக் கூட்டி விழுங்கி ஈரத்தைப் படரவைத்த பிறகுதான் சகஜமாகக் கேட்கமுடிந்தது. என் கேள்வியையே அவர் காதில் வாங்கிக் கொள்ளவில்லை. அவர் கண்கள்மட்டும் அசைந்தன. என்னை ஆராய்வதைப்போல உற்றுப் பார்த்தன. நான் மீண்டும் “தையல்நாயகிங்கறது நீங்கதானே?” என்று கேட்டேன். அவர் மேலும் நெருங்கிவந்து “ம்?” என்று என்பக்கம் செவியைக் கொடுத்தார். என் கேள்வியை மறுபடியும் நான் கேட்கவேண்டியதாக இருந்தது.

“என் சின்னப்புள்ளைதான் இங்க கொண்டாந்து உட்டுட்டுப் போனான். அப்புறமா வரவே இல்ல.”

தொடர்பில்லாமல் பேசியபடி அவர் உள்ளே திரும்பினார். அவரைத் தொடர எனக்கு அச்சமாக இருந்தது. அதைத் தள்ளி வைத்துவிட்டுத்தான் நான் அவரைத் தொடர்ந்து உள்ளே சென்றேன்.

இல்லம் மிகவும் தூய்மையாக இருந்தது. டெட்டால் மணம் கமழ்ந்தது. சுவரில் இயற்கைக் காட்சிகளின் ஓவியம் ஒருபுறமும் குழலூதும் கிருஷ்ணனின் படம் மறுபுறமும் ஒட்டப்பட்டிருந்தன. அப்பால் கம்பியிட்ட ஜன்னல். வெளிப்புறக் காட்சிகளும் மேகங்களும் அசையும் மரக்கிளைகளும் படம்படமாகத் தெரிந்தன. மறுபுறம் குளியலறையும் கழிப்பறையும் இருந்தன. ஜன்னலோரமாகவே கட்டில். மருந்து மேசை. மூலையில் தொலைக்காட்சிப் பெட்டி. என் உடல் பதறுவதை உணர்ந்து எனக்கு ஆச்சரியமாக இருந்தது. அடிவயிற்றில் குளிர்ச்சி பரவி உறைவதை என்னால் நம்பவே முடியவில்லை. அவரைப் பார்த்தபடியே நின்றேன். தோல் சுருங்கிய முகம். ஒடுங்கிய கன்னக் குழிகள். வெள்ளையாகப் புரண்ட நீண்ட கூந்தல் அள்ளிக் கொண்டையாகக் கட்டப்பட்டிருந்தது. பார்க்கப்பார்க்க அக்கண்கள் முதலில் ஊட்டிய அச்சம் கரைந்தது. குழப்பத்தையும் கலவரத்தையும் அவை வெளிப்படுத்துவதை உணர்ந்தேன். முதுமையின் சரிவும் தளர்ச்சியும் படிந்த உடல். காதுகளின் விளிம்பிலும் முன்நெற்றியிலும் வெண்முடி காற்றில் புரண்டு அலைபாய்ந்தது. சட்டென என் பக்கமாக விரலைநீட்டி “நீங்க யாரு?” என்று கேட்டார்.

“உங்க தங்கச்சி பையன் சந்திரனுக்கு சிநேகிதன் நான். சந்திரன் சந்திரன் தெரியுமில்ல . . ?”

சற்று சத்தமாகவே நான் சொன்னேன். ஆனால் என் ஒலிகள் எதுவும் கேட்காத உலகில் அவர் இருந்தது ஆச்சரியத்தைத் தந்தது. கட்டிலில் உட்கார்ந்தபடி உதடுகளை ஈரப்படுத்திக் கொண்டார். மேலுதடும் கீழுதடும் உட்குழிந்து காணப்பட்டன. கோடுகோடாக எழுந்த சுருக்கங்களின் நீட்சி உதடுகள்வரை தாக்கியிருந்தது.

"ஆறு ஆம்பளை புள்ளைங்க பெத்து என்ன பிரயோஜனம் சொல்லு. ஊரு உலகத்துல புள்ளைங்க தலையெடுத்து பெத்தவங்கள காப்பாத்தும்னு பேரு. நான் பெத்ததுங்க எல்லாமே அதுக்கு நேர்மாறா போச்சிங்க. ஒவ்வொருத்தனா போவும்போது கடைசி பையன் பாத்துக்குவான்னு இருந்தேன். அவனும் இங்க கொண்டாந்து தள்ளிட்டு போயிட்டான். என் தங்கச்சி பையன் வெளிநாட்டுல இருக்கான். அவன்தான் இதுக்கான ஏற்பாடயெல்லாம் கவனிச்சிக்கறான்."

"உங்க தங்கச்சி பையன் சந்திரன் சிநேகிதன்தான் நானு. அவர்தான் உங்கள பாத்துட்டு வரச்சொல்லி அனுப்பனாரு."

அவர் பதில்சொல்லவில்லை. என் சொற்கள் அவர் மூளையைத் தொடவே இல்லை என்று தோன்றியது. ஜன்னல் வழியே தெரியும் பனைமரங்களின் அசைவையே வெகுநேரம் பார்த்தபடி உட்கார்ந்திருந்தேன். அவர் மௌனம் எனக்கு ஆச்சரியத்தை அளித்தது.

"அந்தக் காலத்துல எங்களுக்கு பெரிய பலசரக்குக்கட இருந்திச்சி. வில்வண்டி வச்சிருந்தாரு அவரு. எங்க போனாலும் நாங்க அதுலதான் போவோம்."

அவராகவே ஒரு கதையைத் திடீரென சொல்லத் தொடங்கினார். அவரைப் பெண்பார்க்க வந்தது, திருமணம் நடந்தது, செழிப்பான முறையில் நடந்த வியாபாரம், வரிசையாகப் பிறந்த பிள்ளைகள், சந்தையில் யார் பிடியையோ விலக்கிக்கொண்டு ஓடோடிவந்த எருதுகளின் முரட்டுத்தனமான தாக்குதலால் நேர்ந்த மரணம் என அடுக்கடுக்காகச் சொல்லிக்கொண்டே போனார். பிறகு ஒருகணம் நிறுத்தி "நீங்க யாரு?" என்றார். நான் நிதானமாக மறுபடியும் என்னைப்பற்றிய தகவல்களைச் சொன்னேன். அவர் கண்கள் என்மீது படிந்திருந்தனவே தவிர என் சொற்களைக் கேட்டுக்கொண்ட சுவடுகளே அந்த முகத்தில் தெரியவில்லை.

மருந்துமேசைமீது ஒரு புத்தகம் கிடந்தது. ஆசுவாசப் படுத்திக்கொள்ள அதை எடுத்துப் புரட்டினேன். அதுவரை நான்

பார்த்திராத புத்தகம். வெறும் படங்கள். எல்லாமே தென்னாட்டுச் சைவத் திருத்தலங்கள். ஒருபுறம் குன்றும் மரங்களும் ஆறும் சூழ நிற்கிற கோயில்களின் கம்பீரத் தோற்றம். மறுபுறம் கருவறை நாயகரின் படங்கள். ஒவ்வொன்றும் ஒவ்வொரு விதமாக இருந்தது. கூடுதலாக சிற்சில பக்கங்களில் சில தூண்சிற்பங்களின் படங்களும் இடம்பெற்றிருந்தன.

"ஒங்கள நல்லா கவனிச்சிக்கறாங்களா இங்க? சந்திரனுக்கு ஏதாவது சொல்லணுமா?"

அவர் எவ்விதமான பதிலும் சொல்லவில்லை. என் மனம் அதிர்ச்சியில் உறையத் தொடங்கியது. ஒரு சிற்பத்தின் முன் உட்கார்ந்து பேசிக்கொண்டிருப்பதைப்போல சங்கட உணர்வு எழுந்தது. நான் அவர் புருவங்களைக் கவனித்தேன். வெளுத்து வளைந்திருந்தன அவை. கண்கள் மட்டும் இமைத்தபடி இருந்தன.

சட்டென அவர் மறுபடியும் பேசத் தொடங்கினார்.

"அவருக்கு நான்னா ரொம்ப உசிரு. எங்க போயி வீட்டுக்குத் திரும்பிவந்தாலும் கையில பூ இல்லாம வரமாட்டாரு. சமையக்கட்டுக்கு வந்து அவரு கையாலயே தலையில வச்சிட்டுப் போனாத்தான் அவருக்கு நிம்மதி. ஒருநாளு அவர் எனக்கு பூ வச்சிவிடறத என் மாமியார்க்காரி பாத்துட்டா. சம்சாரி இருக்கற எடமா, இல்ல அவிசாரி இருக்கற எடமா இதுன்னு ஒரே சத்தம். எவளுக்காவது இங்க கண்ணியமா இருக்கத் தெரியுதா, தாசி மாதிரி கொண்டைபோட்டு பூ வச்சிட்டு திரியறாளுங்கன்னு பேசிட்டே இருந்தா. அவரு உடனே பின்பக்கமா போயிட்டாரு. நான் சத்தம் காட்டாம அடுப்பு வேலையை கவனிச்சிகிட்டிருந்தேன். அதுலயும் ஒரு குத்தம் கண்டுபிடிச்சி பேச ஆரம்பிச்சிட்டா. என்ன நெஞ்சழுத்தம் பாரு இவளுக்கு, எப்ப எப்பன்னு அலையறா வெறி புடிச்ச கழுதன்னு சொல்லிட்டே உள்ள வந்தா. வந்து என் தலையில இருந்த பூவை புடுங்கி எரியற அடுப்புல போட்டுட்டா."

அவர் கண்களில் தாரை தாரையாகக் கண்ணீர் வழிந்தபடி இருந்தது. பல ஆண்டுகளுக்கு முன்னால் பறித்துத் தீயிலிட்ட பூ இன்னும் தன் கண்முன்னால் எரிந்து வதங்குவதைப்போல தேம்பித்தேம்பி அழுதார். உதடுகள் கோணிக்கொள்ள அவர் அழுத கோலத்தை ஏறிட்டுப் பார்க்கமுடியவில்லை. சங்கடமாக இருந்தது. அழுகையின் உச்சத்தில் அவர் சொன்ன சொற்கள் எதையுமே புரிந்துகொள்ள முடியவில்லை. அவர் மிக அருகே இருந்தாலும் யாராலும் எளிதில் நெருங்கித் தொட்டுவிடமுடியாத காலத்தின் விளிம்பில் இருப்பதை உணரமுடிந்தது. எங்கோ

பார்வை நிலைகுத்த சுவரில் சாய்ந்துகொண்டார். தேம்பலால் அவள் நெஞ்சு தூக்கித்தூக்கிப் போட்டது. கழுத்து நரம்புகளும் நெஞ்சுக்குழியும் நெளிந்தன. அவற்றின் அசைவுகள் என் சங்கட உணர்வை மேலும்மேலும் அதிகரித்தன. மீண்டும் அவர் முகத்தைப் பார்த்தேன். முள் குவியலுக்கிடையே தவறிவிழுந்த கண்ணாடித்துண்டுகளைப்போல அவர் கண்கள் பளிச்சிட்டன. நாக்கைச் சுழற்றி உதடுகளை மற்றொருமுறை ஈரப்படுத்திக் கொண்டார்.

கண்ணீரும் அச்சமும் நிரம்பி அக்கண்களிலிருந்து என் பார்வையை விலக்க இயலவில்லை. பெரும் குற்ற உணர்வுடன் மூண்ட வேதனையால் என் தொண்டை இறுகி உலர்ந்து போனது. எழுந்து அவரை நெருங்கி தொட்டு ஆறுதல் சொல்ல நினைத்தேன். மறுகணமே அந்த எண்ணத்தை மாற்றிக் கொண்டு பின்வாங்கினேன். சந்திரனைப்பற்றிய நினைவுகளை அவர் மனத்தில் எழுப்பமுடியாத தோல்வியுணர்வு ஒருபுறம் அரித்தபடி இருந்தது. அந்த உட்கூடம், ஜன்னல், திரைச்சீலை, சுவரோவியங்கள், கழிப்பறைக் கதவுகள், தென்னாட்டுச் சைவத் திருத்தலங்கள் புத்தகம் என ஒவ்வொன்றின்மீதும் தயக்கத்துடன் என் பார்வை படர்வதையும் பெருமூச்சுடன் எழுந்திருப்பதையும் நடக்கத் தொடங்குவதையும் அவர் கண்கள் கவனித்தபடியே இருந்தன. நான் கதவை நெருங்கும்வரை கூட அவர் அமைதியாகவே பார்த்துக்கொண்டிருந்தார். சட்டென ஒருகணம் கண்களை இமைத்து என்னை நோக்கி "நீங்க யாரு?" என்று கேட்டார். அக்கேள்வியால் என் உடல் குறுகிச் சிலிர்த்தது. சில நொடிகள் கதவில் சாய்ந்தபடி அக்கண்களைப் பார்த்தேன். அந்த இல்லங்களின் ஒவ்வொரு ஜன்னல்களிலும் தென்பட்ட கண்களையெல்லாம் மறுபடியும் எண்ணிக்கொண்டேன். ஒருகணம்கூட என்னால் அங்கே நிற்கமுடியவில்லை. வேகவேகமாக இல்லத்தைவிட்டு வெளியேறினேன். கச்சிதமாக வளைந்து நீளும் சாலைகளையும் புல்வெளிகளையும் நீரூற்றுகளையும் தாண்டி நுழைவாயிலைக் கடந்து தரையில் கால்வைத்த பிறகுதான் சீராக மூச்சுவிட முடிந்தது. என் வேதனையைச் சந்திரனுக்குத் தெரியப்படுத்தும் விதத்தைப் பற்றிய கவலையை முதன்முதலாக உணர்ந்தது மனம்.

(*தீராநதி* – 2004)

கூடு

மெழுகுவர்த்தி நிறத்தில் பனிப்புகை அடர்ந்திருந்தது. ஜன்னல் திரைச்சீலைக்கு அப்பால் எதுவுமே தெரியவில்லை. தோட்டத்தில் நந்தியாவட்டையின் பச்சைக்கிளைகள் கோணல் மாணலாக இழுக்கப்பட்ட கோடுபோல மங்கலாகத் தெரிந்தன. இறகுப்பந்தாட்ட வலைக்கம்பம் அசைவே இல்லாத ஒரு கொடிபோல காணப் பட்டது. குரோட்டன் செடித் தொட்டிகள் உறைந்து நின்றன. 'பெரியப்பா பெரியப்பா' என இரவெல்லாம் அரற்றிவிட்டு அதிகாலையில்தான் உறங்கத் தொடங்கிய மஞ்சுக்குட்டியின் தலையை தொடையி லிருந்து மெதுவாக இறக்கி தலையணையின்மீது வைத்தான் ராகவன். கடுமையான தலைவலியின் காரணமாக நெற்றியில் இறுக்கமாகக் கட்டப்பட்ட துணியுடன் இரண்டு தலையணைகளை அடுக்கி உயரமாக்கி அதன்மீது தலைவைத்து சுருண்டு படுத்திருக்கும் ரேவதியின் இடுப்புக்குக் கீழே அகப்பட்டுக்கொண்ட லுங்கியின் முனையை சத்தம் காட்டாமல் மெதுவாக உருவியெடுத்துக்கொண்டு கட்டிலிலிருந்து இறங்கினான். ஒருகணம் கைகளை உயர்த்தி உதறினான். மூட்டுகள் இறுக்கம் தளர்ந்து கொண்டபோது ஏதோ படிகளில் விழுந்து உருண்டு உடையும் சத்தம் எழுந்தது. இரவு விளக்கு மேடைக்கு அருகே மூடிவைக்கப்பட்டிருந்த கண்ணாடித் தம்ளரில் மிச்சமிருந்த தண்ணீர் குளிர்பானத்தைப்போல சில்லென்றிருந்தது. அருந்துவதற்காக கண்ணாடித் தம்ளரை எடுத்து ஓரிரு கணங்கள் கையில் வைத்திருந்துவிட்டு பிறகு

எடுத்த இடத்திலேயே வைத்து மூடினான். ஜன்னல் அருகே வந்து கொஞ்சமாக கதவைத் திறந்தான். மழைச்சாரல்போல பனி முகத்தில் படிந்தது. வீட்டையொட்டி இருந்த சாலையில் செல்லும் வாகனத்தின் விளக்கு வெளிச்சம் வேகமாகப் பனியை ஊடுருவிப் படர்ந்து தன்னை உணர்த்திவிட்டு மறைந்தது. மிதிவண்டிகளின் மணியோசையும் இடைவிடாது குரைக்கும் ஒரு நாயின் சத்தமும் பனியைத் துளைத்து மிதந்து வந்தன.

பனி பழகப்பழக அதை ஊடுருவிக் காணத்தக்க பாதையை கண்களால் எளிதில் வகுத்துக்கொள்ள முடிந்தது. வீட்டின் சுற்றுச்சுவர்களும் முருங்கை மரங்களும் கம்பிக் கதவும் தெரிந்தன. வீட்டுக்கும் சுற்றுச்சுவருக்கும் இடைப்பட்ட இடம்தான் இறகுப் பந்தாட்டத்துக்கான இடம். அதற்குப் பக்கத்தில் வட்டமாக நாலைந்து பேர் உட்கார்ந்து பேசுவதற்கு வசதியாக புதைக்கப்பட்ட கற்பீடங்கள். அடிமரம் போன்ற அமைப்பில் அவை மழமழப்பாக்கப்பட்டவை. அவற்றின் கருமையை பனியில் பார்த்தபோது கவிழ்த்துவைக்கப்பட்ட இரும்புப் பீப்பாய்கள்போல காணப்பட்டன. எல்லாமே சாமிநாதனின் உருவாக்கம். அவற்றைப் பார்த்ததும் வியர்வை வழியும் கழுத்தை துண்டால் துடைத்தபடி அந்தக் கல் இருக்கையில் உட்கார்ந்து கோப்பையிலிருந்து தேநீரை அவர் உறிஞ்சிக் குடிக்கிற காட்சிதான் சட்டென மனத்தில் எழுந்தது. சாமிநாதனின் நினைவுகளிலிருந்து மீள்வது மிகவும் சிரமமென்று நினைத்தான் ராகவன்.

சாமிநாதனின் உயிர் பிரிந்து ஆறு நாட்கள் ஓடிவிட்டன. மறைந்த அன்று, மாலைநடைக்காக வெளியே சென்றுவிட்டு திரும்பினார். கூடத்தில் வீட்டுப்பாடம் எழுதிக்கொண்டிருக்கும் மஞ்சுக்குட்டிக்குப் பக்கத்தில் உட்கார்ந்து "ஆகா, குட்டி கையெழுத்து இன்னைக்கு ரொம்ப நல்லா இருக்குதே. படம் வரையக் கத்துக்கோடி குட்டி. ஒனக்கு நல்லா வரும்னு தோணுது" என்று சொன்னார். பேச்சுக்கு இடையே ரேவதி கொண்டுவந்து தந்த தேநீரை உற்சாகத்துடன் வாங்கி இரண்டு மிடறு உறிஞ்சிக் குடித்தார். மூன்றாவது மிடறு அருந்தும்பொழுது எதிர்பாராமல் புரைக்கேறிவிட்டது. கூடவே இருமலும் சேர்ந்துகொண்டது. இடைவிடாத இருமல். இருமுவதை நிறுத்தி மூச்சை வாங்கிவிட எடுத்த முயற்சிகள் தோல்வியில் முடிய, சிறிதும் எதிர்பாராத வகையில் சுருண்டு விழுந்தார். ரேவதியும் மஞ்சுவும் எழுப்பிய சத்தத்தில் அக்கம் பக்கத்தவர்கள் உதவிக்கு ஓடிவந்தார்கள். எழுப்பி உட்கார வைக்கவும் தண்ணீர் தெளித்து மயக்கத்திலிருந்து விடுவிக்கவும் முயற்சி செய்துகொண்டிருக்கும்போதே கைப்பேசியின் மூலம் அருகிலிருந்த மருத்துவமனைக்குப் பேசி அவசர மருத்துவ வாகனத்தை வரவழைக்க ஏற்பாடு செய்தார்

ஒருவர். தகவல் தெரிந்து ராகவனும் மருத்துவமனைக்கு ஓடி வந்தான். ஆனால் அதற்குள் அவர் உயிர் பிரிந்துவிட்டிருந்தது. கடுமையான இதயத்தாக்குதல் என்றார்கள். இறந்த நிலையில் அழைத்து வரப்பட்ட நோயாளி என்ற குறிப்பெழுதியிருந்தார் மருத்துவர்.

ஆறு மாதங்களுக்கு முன்பு ஒருநாள் வாடகைக்கு விடப்படும் என்று வாசல் கம்பிக்கதவில் தொங்கிய பலகையைப் பார்த்துவிட்டு வந்தவர்தான் சாமிநாதன். அது ராகவனும் ரேவதியும் இறகுப்பந்து ஆடிக்கொண்டிருந்த நேரம். ரேவதி அடித்த பந்து தவறான திசையில் தாவிச்சென்று வாசலில் விழுந்தது. கதவைத் திறந்து உள்ளே வந்த சாமிநாதன் தயக்கமே இல்லாமல் குனிந்து இறகுப்பந்தை எடுத்து ரேவதியின் பக்கமாக வீசிவிட்டு "ரெண்டுபேருக்கும் வணக்கம். நான் சாமிநாதன் . . ." என்று தன்னை அறிமுகப்படுத்திக்கொண்டார். பளீரென்ற வெள்ளை வேட்டியும் வெள்ளரிக்காய் நிறத்தில் ஒரு சட்டையும் அணிந்திருந்தார் அவர். முன்வழுக்கையையும் காதோர நரையையும் பார்த்தால் வயது அறுபது இருக்கலாம் என மதிக்கத்தக்க தோற்றம்.

பார்த்த முதல் கணமே அவரைப் பிடித்துவிட்டது. சில மாதங்கள் தங்கி ஒரு புத்தகம் எழுதும் ஆசையால் ஊர்விட்டு வந்திருப்பதாகத் தெரிவித்தார். நான்கு நாட்களாக நகரில் உள்ள விநாயகா விடுதியில் தங்கி வீடு தேடுவதாகச் சொன்னார். ஆளும் பேச்சும் பிடித்துவிட்டதால் மேற்கொண்டு விவரங்கள் இருவருக்குமே தேவையில்லாமல் போய்விட்டது. மறுநாள் காலையில் அந்த வீட்டு மாடிக்குக் குடிவந்தார் சாமிநாதன்.

ஒரே வாரத்துக்குள் எல்லாருடைய மனத்திலும் அவர் இடம்பிடித்துவிட்டார். மஞ்சுக்குட்டி மிகுந்த உரிமையுடன் பெரியப்பா என்று அழைத்தாள். சிறிது நேர உரையாடலிலேயே இரண்டுபேருமே வருஷக்கணக்கில் பழகியவர்களைப்போல மாறிவிட்டார்கள். "எந்தப் பாடம் குட்டிக்கு ரொம்ப பிடிக்கும்?" என்று கேட்டார் சாமிநாதன். "சோஷியல்" என்றாள் மஞ்சு. "எந்தப் பாடம் ரொம்ப கசக்கும்?" என்று அதே உற்சாகத்துடன் கேட்டார். "கணக்கு" சொல்லும்போதே சிரிப்பு வந்துவிட்டது மஞ்சுக்குட்டிக்கு. "கசக்கறதுக்கு அது என்னடி வேப்பங்காயா? பாவக்காயா? அப்படியெல்லாம் நினைக்கக்கூடாதுடி. கணக்குன்னா மாம்பழம்டி. மல்கோவா மாம்பழம். அவ்வளவு இனிப்பு உண்டு கணக்குல. அதப்போயி யாராவது கசப்புன்னு சொல்வாங்களா? இங்க வாடி, நான் சொல்லித்தரேன்" என்று ஒவ்வொரு கணக்கையும் காகம் கதை, மான் கதை சொல்கிறமாதிரி

சொல்லித் தந்ததில் மஞ்சுக்குட்டியின் மதிப்பெண்கள் திடீரென உயரத்தொடங்கின. ஒவ்வொரு கணக்கையும் ஒரு கதையோடு தொடங்கி ஒரு கதையோடு முடித்தார் அவர். அதுவரைக்கும் இந்தி எழுத்துகளை தாறுமாறாக உச்சரித்தவள் நாலே நாளில் நாக்கில் மந்திரம் எழுதப்பட்டவளைப்போல கச்சிதமாக உச்சரிக்க ஆரம்பித்தாள்.

அந்த வார இறுதியில் ரேவதியின் துணையோடு, இறகுப் பந்தாட்டக் களத்துக்கும் சுற்றுச்சுவருக்கும் இடையில் இருந்த இடத்தைக் கொத்தி சரிப்படுத்தினார். பேச்சோடு பேச்சாக "இங்க நாலு முருங்கய கொண்டாந்து வச்சா நல்லா இருக்கும்" என்று சொன்னார்.

"முருங்கயா? வேற ஏதாச்சிம் குரோட்டன்ஸ், குல்மொஹர், மார்னிங் ஸ்டார் அப்படி வைக்கலாமா? பெரியபெரிய ஊடுங்கள்ள அப்படித்தானே இருக்குது? ஓட்டல், பேங்க் வாசல்ல கூட அப்படித்தானே இருக்கும்." ரேவதி மெதுவாக தன் ஆலோசனைகளைச் சொன்னாள்.

"முருங்கையில் இருக்கற அழகே தனிம்மா. எப்ப பாத்தாலும் பச்சைபசேல்னு அழகான இலைகள். பூக்கிற சமயத்தில் கிளைமுழுக்க வெள்ளித்தோடுகள் தொங்கறமாதிரி இருக்கும். அந்தப் பூ எவ்வளவு மணமா இருக்கும் தெரியுமா? காய் புடிச்சி தொங்க ஆரம்பிச்சிட்டா, பாக்க பாக்க கண்ணுக்கே குளிர்ச்சியா இருக்கும். இதுக்காக ரொம்ப நாள் காத்திருக்கணும்னு இல்ல. ஒரு ரெண்டு வருஷத்துல மடமடன்னு வளர்ந்து நின்னுடும்."

"முருங்க அழகோ இல்லயோ, நீங்க சொல்றது அழகா இருக்குது."

"அழகுமட்டுமில்ல, முருங்கையில நாம தெரிஞ்சிக்க வேண்டிய விஷயம் நெறய இருக்குது. பூ, கீரை, காய் எல்லாமே நமக்க உணவாகக்கூடியது. அது ஒரு பக்கம். இன்னொரு பக்கத்துல அழிவே இல்லாத மரம் அது. அதுதான் முக்கியம். வேகமா காற்றடிச்சா கிளைங்களெல்லாம் உடைஞ்சி போவலாம். மரமே வேரோட சாஞ்சாலும் சாயலாம். ஆனா அது அழிவு கெடையாது. ஒரே ஒரு துண்டு மரம் இருந்தா போதும். மரம் மறுபடியும் துளுத்துடும். எங்க எடுத்தும் போய் வச்சாலும் சரி, வச்ச எடம் முழுக்க மரமாய்டும். மொதல் முளைவிடற வரைக்கும் கொஞ்சம் தண்ணி, கொஞ்சம் பாதுகாப்பு வேணும். அப்புறம் மழைமட்டுமே கூட போதும்."

"முருங்கைக்கு இவ்வளவு பெரிய வரலாறா?"

பிரயாணம்

"உண்மையிலேயே அது ஒரு பெரிய அதிசயம். அழிக்கவே முடியாதபடி ஒரு உயிர் காலம்காலமா அதுக்குள்ள மறைஞ் சிருப்பது அதிசயமல்லவா? ஒரு திரியின் சுடர் மாடத்துக்குள்ள எரிஞ்சிகிட்டிருக்கறமாதிரி ஒரு உயிரின் கனல் முருங்கைக்குள்ள அடங்கியிருக்குது. கிட்டத்தட்ட உடம்புகள் மாறிமாறி மனித உயிர் வாழறமாதிரி இடம்மாறி இடம்மாறி முருங்கையும் வாழ்ந்துகிட்டே இருக்குது."

மணியடித்துக்கொண்டே மிதிவண்டியில் வாசல்வரை நெருங்கிய சிறுவனொருவன் கம்பிக் கதவுகளுக்கு நடுவே பால் பாக்கெட்டுகளையும் செய்தித்தாட்களையும் சாமர்த்தியமாக செருகிவிட்டுச் செல்வது தெரிந்தது. கதவைத் திறந்துகொண்டு வெளியே வந்தான் ராகவன். குளிர்ச்சியான காற்று நெஞ்சில் மோதியது. அதன் ஈரம் இதமாக இருந்தது. பட்டு ரோஜாக்கள் பூத்துக் குலுங்கும் பாதையில் நடந்துசென்று வாசல்கதவை அடைந்தான். பால் பாக்கெட்டுகளையும் செய்தித்தாளையும் எடுத்துக்கொண்டு சாலையில் ஏதேனும் நடமாட்டம் இருக்கிறதா என்று பார்த்தான். எதுவும் தெளிவாகத் தெரியவில்லை. அங்கிருந்து பார்த்தபோது வீடு ஒரு ஓவியத்தைப்போல காட்சியளித்தது.

அனிச்சையாக மாடிக்குச் செல்கிற படிகள்மீதும் மூடியிருக்கும் கதவுகள்மீது ராகவன் பார்வை படிந்தது. மரத்திலிருந்து உதிர்ந்த இலைகள் படிகளெங்கும் உலர்ந்து கிடந்தன. சாமிநாதன் காலை நடைக்காக வழக்கமாக இறங்கிவரும் நேரம் அது எனத் தோன்றினாலும் இனம்புரியாத வெறுமையுடன் மனத்தில் ஒருவித பாரம் படர்வதை உணர்ந்தான். குறுகிய காலத்திலேயே ஒரு சகோதரனைவிட மேலாக நெருங்கிப் பழகிவிட்டவரின் இறுதிச் சடங்கு இத்தனை நாட்கள் தள்ளிப்போவது சகித்துக்கொள்ள முடியாததாக இருந்தது. இன்றுதான் காத்திருத்தலின் கடைசிநாள். உரிமைகோரி வருகிறவர்கள் யாராவது இருப்பின் இன்றைக்குள் வரவேண்டும். வரவில்லையென்றால், நாளைக்குக் காலையில் காவல் நிலையத்துக்கு தகவல் சொல்லிவிட்டு அவனே முன்னின்று அடக்கம் செய்துவிடலாம். பார்வை மறுபடியும் சாலையின் பக்கமாகத் திரும்பியது. யாராவது திடுதிப்பென்று வந்து நிற்பார்களா? நான்தான் அவர் மகன் அல்லது மகள் என்று சொல்லி சாமிநாதனை எடுத்துச் சென்றுவிடுவார்களா?

எல்லாமே அபத்தமாக இருப்பதாக நினைத்து பெருமூச்சு விட்டான் ராகவன். இந்த மாதிரியான தருணங்களில் நிகழ்கால எதார்த்தங்களில் இருந்து விலகிநிற்கும் வாழ்வின் வலியையும் வேதனையையும் உணரமுடிந்தது. காவல்நிலைய அதிகாரி கேட்ட கேள்விகளில் ஒரு கேள்விக்குக்கூட அவன் சரியான பதிலைச்

சொல்லவில்லை. தெரியாது என்கிற பதிலையே எத்தனை முறைகள் திருப்பித்திருப்பிச் சொல்லமுடியும்? சொந்தக்காரர்கள் எங்கே இருக்கிறார்கள்? கடிதப் போக்குவரத்து உண்டா? தொலைபேசி அழைப்பு வருமா? வங்கிக்கணக்கு உண்டா? எந்த முகவரி கொடுத்திருந்தார்? வாடகைப் பத்திரம் ஏன் எழுதவில்லை? அவரது குடும்பச் செய்திகளை ஏன் கேட்டுத் தெரிந்துகொள்ளவில்லை? இந்தக் கேள்விகளுக்கெல்லாம் எப்படி பதில்சொல்வது? அவன் பணிபுரிந்த பன்னாட்டு நிறுவன அடையாள அட்டையும் உயர் அதிகாரியின் சாமர்த்தியமான உரையாடலும்தான் அவனைக் காப்பாற்றின. ஏராளமான நினைவுகள் பொங்கிப்பொங்கி வந்து மனத்தை நிரப்பின. வாய்விட்டு அழவேண்டும்போல இருந்தது. அதுகூட சாத்தியமாகவில்லை. உதட்டைக் கடித்துக்கடித்து புண்ணாக்கிக் கொண்டிருந்தான். மாடியறைக்குள் அவர்கள் நிகழ்த்திய சோதனையில் அவரைப்பற்றி ஒரு விவரத்தைக்கூட கண்டு பிடிக்க முடியவில்லை. புத்தகங்களிலும் குறிப்பேடுகளிலும் எழுதப்பட்ட அவருடைய பெயரைமட்டுமே அவர்களால் தெரிந்துகொள்ளமுடிந்தது. மேசை இழுப்பறையில் கண்டெடுக்கப்பட்ட வங்கிச் சேமிப்பு கணக்குப் புத்தகத்தில் ராகவன் வீட்டு முகவரியைத் தவிர வேறெந்த விவரமும் இல்லை.

“எடுத்துட்டு போயிடுங்க” என்று சொன்ன கணமே வீட்டுக்கு எடுத்துவந்து அடக்கம் செய்திருக்கமுடியும். தட்டிக் கேட்க யாருமே இல்லை. ஆனால் ராகவனுக்கு அப்படி ஒரு முடிவுக்கு வருவதில் நிறைய தயக்கங்கள் இருந்தன. ஒரு வாரம்வரை மருத்துவமனையிலேயே கிடங்கில் பாதுகாப்பாக வைத்திருக்கத் தேவையான ஏற்பாடுகளைச் செய்துவிட்டு, காவல் நிலையத்துக்கு தகவல் சொல்லி, அனுமதி வாங்கி வானொலி, தொலைக்காட்சி, செய்தித்தாட்கள் என எல்லா ஊடகங்களிலும் செய்தியை அறிவிக்கச் செய்தான். அவருடைய குடும்பத்தினரிடம் அவரை ஒப்படைப்பது தன்னுடைய முக்கியமான கடமை என்று அக்கணத்தில் அவன் நினைத்தான்.

சமையலறைக்குள் வந்து பாலைக் காய்ச்சி தேநீர் தயாரித்தான். தேநீர் கொதிக்கும்போதே பல் தேய்த்து முகம் கழுவினான். அங்கேயே நாற்காலியில் உட்கார்ந்து தேநீரை உறிஞ்சிக் குடித்தான். கோப்பையைக் கழுவி கவிழ்த்துவைக்கும்போது “பால் வந்திருச்சா ராகவன்?” என்று கேட்டபடி ரேவதி சமையலறைக்குள் வந்தாள். “வந்திடுச்சி, இப்ப எதுக்கு நீ அவசரமா எழுந்து வந்தே? இப்படி அவசரம் அவசரமா எழுந்து எழுந்து பழகிட்டதாலதான் உன் தலவலி உன்னவிட்டு போகமாட்டுது. போய் தூங்கு போ . . .” என்றான் ராகவன். “ஒரு டீ போட்டுத் தரியா ராகவன்? சூடா

டீ குடிச்சா தலவலியெல்லாம் தானா சரியா போய்டும்” என்று சிரித்தபடியே அவன் பக்கத்தில் வந்தாள். மீண்டும் அடுப்பைப் பற்றவைத்து அவளுக்காக தேநீர் தயாரிக்கத் தொடங்கினான் ராகவன்.

வாரஇறுதியில் குடும்பத்தோடு வெளியே செல்லும் பழக்கம் சாமிநாதன் தொடங்கிவைத்த ஒன்று. ஞாயிறு காலையில் இறகுப் பந்து. பிறகு சிற்றுண்டி. அதை முடித்த கையோடு கிளம்பிவிடவேண்டும். மாமல்லபுரம் சாலையில்தான் பெரும்பாலான சமயங்களில் அந்தப் பயணம் அமையும். பள்ளிக்கூடப் பிள்ளைகளின் விளையாட்டு இரைச்சலைப்போல தொலைவில் ஆர்ப்பரிக்கும் கடலைப் பார்ப்பதற்கு வசதியான இடத்தைத் தேர்ந்தெடுத்து அங்கே காரை நிறுத்துவார். அடுத்து சவுக்குத் தோப்புக்குள் உட்கார்வதற்காக இடம் தேர்ந்தெடுக்கப்படும். சிறிதுநேரம் அரட்டை. சிறிதுநேரம் விளையாட்டு. பிறகு கடற்கரைக் குளியல். மஞ்சுக்குட்டியும் அவரும் கரையோரமாகவே நடந்து கிளிஞ்சல் பொறுக்குவார்கள். மணலில் உட்கார்ந்து கோபுரம் கட்டியெழுப்புவார்கள். அப்போது கடற்கரை ஒரு ஆனந்தத்திடலாக மாறிவிடும். காதோரம் கேட்டுக்கொண்டே இருக்கும் அலையோசை. விளையாட்டின் உச்சமாக மனத்தில் தானாக தளும்பியெழும் இசையின் விசித்திர ஓசை. இரண்டையும் மாறிமாறித் துய்ப்பது வாழ்வின் தீராத ஆசையைத் தணித்துக்கொள்வதுபோலத் தோன்றும். மனமெங்கும் தேங்கி நிரம்பும் இன்பம் மாபெரும் அனுபவமாக நினைவுகளின் ஆழத்தில் பதிந்துவிடும். அந்த அனுபவத்தை மீண்டும்மீண்டும் துய்க்கும் விழைவு ஆழ்மனத்தில் தூண்டியபடியே இருக்கும். கடல், ஆறுகள், ஏரிகள், தோப்புகள், உப்பங்கழிகள், படகுப்பயணங்கள் என ஒவ்வொன்றாக சுற்றியலைந்துவிட்டு வருவார்கள். அடுத்த திட்டத்தை உடனடியாகத் தீட்டிவிட்டு மறுபடியும் வார இறுதிக்காகக் காத்திருப்பார்கள்.

எத்தனை நல்ல மனிதர் சாமிநாதன். கைதேர்ந்த ஒரு மாலுமியைப்போல வாழ்க்கைப்படகின் போக்கையே மாற்றிவிட்டு எதுவும் தெரியாதவராகப் போய்ச் சேர்ந்து விட்டார். நேரம் காலம் தெரியாத அழைப்பு, பணம், முதலீடு, பங்குச் சந்தை, லாபம், கேளிக்கை என சொல்லிவைத்த திசையில் போய்க்கொண்டிருந்த வாழ்வை வேறொரு முனையைநோக்கி அழைத்துச் சென்று, அதன்வழியாக ரேவதியின் முகத்தில் நிறைவும் சிரிப்பும் குடிகொள்ளவைத்தவர். நினைக்கநினைக்க துக்கம் பொங்கியது. பெருமூச்சோடு கூடத்துக்கு வந்து மேலோட்டமாக செய்தித்தாளைப் புரட்டினான் ராகவன்.

தொலைபேசியின் அழைப்பு அவன் சிந்தனையைக் கலைத்தது. வேகமாகச் சென்று எடுத்தான். காதோரம் வைப்பதற்குள் மறுமுனையில் குரல் ஒலிக்கத் தொடங்கி விட்டது. "ஐயா வணக்கமுங்க. ராகவன் ஐயா இருக்காருங்களா?"

"சொல்லுங்க, நான்தான் பேசறேன்."

"ஐயா, வணக்கம்ங்க. என் பேரு செல்வமணிங்க. சாமிநாதன்ங்கறவர பத்தி விவரம் குடுத்திருக்கிங்களே சார், அதப்பத்தி இன்னும் கொஞ்சம் விவரம் தெரிஞ்சிக்கலாம்ன்னுதான் போன் பண்ணேன் சார் . . ."

"என்ன தெரிஞ்சிக்கணும், கேளுங்க செல்வமணி . . ."

"பேருக்கு இனிஷியல் இல்லாததால, இங்க எல்லாருக்கும் ஒரு சின்ன கொழப்பம்ங்க. என்ன இனிஷியல்னு தெரியுங்களா?"

"தெரியாதுங்க செல்வமணி."

சிறிதுநேர மௌனத்துக்குப் பிறகு மறுமுனையில் குரல் மீண்டும் தொடர்ந்தது. "எங்க அப்பாபேரும் சாமிநாதன்தாங்க. கா. சாமிநாதன். தாத்தா பேரு காளிமுத்துங்க. மூணு வருஷத்துக்கு முன்னால அறுவடை சமயத்துல ஒரு சின்ன மனஸ்தாபம் உண்டாச்சி. அதனால ஊட்டஉட்டு போயிட்டாருங்க. எல்லாம் ரெண்டு பொண்டாட்டி பிரச்சனதான். ரெண்டாம் தாரத்துப் புள்ளைங்களுக்கும் எங்களுக்கும் ஒன்னும் சரியா ஒத்துப் போவலைங்க. வாய்ச்சண்டையா இருந்தது அன்னைக்கு கைச்சண்டையா முத்திடுச்சி. அப்பாருக்கு அத பாக்க தாங்க முடியலை. சொல்லாம கொள்ளாம ராவோட ராவா கௌம்பிப் போயிட்டாரு. இன்னிய தேதி வரைக்கும் ஒன்னும் தகவல் இல்லை. ஒங்க விளம்பரத்த பாத்ததும் ஒரு பதட்டமா இருந்திச்சி. போட்டாவுல அவரு ரொம்ப வயசானவரா தெரியறாரு. ஜாட ஒன்னும் சரியா புரிபடமாட்டுது. நீங்க வேற ஆறு மாசமாத்தான் அங்க இருக்கறதா சொல்றீங்க. எங்க ஊரு சேலம். சேலத்தபத்தி என்னைக்காவது பேசியிருக்காருங்களா . . ?"

"நேரா வந்து ஒரு முறை பாருங்க செல்வமணி. கண்ணால பாத்தா உங்களுக்கே தெரியுமே."

"சொத்துபத்தி ஏதாச்சிம் சொன்னதுண்டுங்களா?"

"அதப்பத்தியெல்லாம் ஒன்னும் பேசனதில்ல."

"குடும்பத்தபத்தி."

"ம்ஹூம்."

"நாங்க அண்ணன்தம்பி மூணு பேருங்க. செல்வமணி. தங்கமணி. பிச்சைமணி. ரெண்டு தங்கச்சிங்க ஜெயலட்சுமி. மகாலட்சுமின்னு. பேச்சுவாக்கில எங்க பேருங்கள எப்பவாச்சிம் குறிப்பிட்டு சொன்னதா ஞாபகம் இருக்குதுங்களா? சும்மா ஒரு இதுக்குத்தான் கேக்கறேன். ஐயா தப்பா நெனைச்சிக்காதிங்க."

"அப்படியெல்லாம் சொன்னதா ஞாபகமில்லிங்க செல்வமணி. சேலத்துலேருந்து பாண்டிச்சேரி ரொம்ப பக்கம்தானே? அஞ்சிமணிநேரத்துல வந்துடலாமே. ஒரு தரம் வந்து நேருக்கு நேர் பாத்தா உங்களுக்கே புரிஞ்சிடுமே . . ."

"அதுவும் நல்ல யோசனதான். வரமாதிரி இருந்தா உங்களுக்கு மறுபடியும் போன் போட்டு சொல்றங்க ஐயா. வச்சிரட்டுங்களா?"

தொலைபேசி துண்டிக்கப்பட்டது. ராகவனுக்கு அழுவதா சிரிப்பதா என்று தெரியவில்லை.

விளம்பரம் வெளியான நாளிலிருந்தே தொலைபேசி அழைப்புகள் தொடங்கிவிட்டன. அகாலத்தில் வரும் அழைப்புகளைக்கூட தவிர்க்காமல் எடுத்து பொறுப்பாக பதில் சொன்னான். மறுமுனையின் விசாரிப்புகள் பெரிதும் அவனைச் சங்கடத்தில் ஆழ்த்துபவையாகவே இருந்தன. பெரும்பாலாக கேள்விகள் உளவறியும் நோக்கத்திலேயே இருந்தன.

"ரொக்கமா ஏதாச்சிம் வச்சிட்டு போயிருக்காரா?"

"உயில் ஏதாச்சிம் இருக்குதான்னு தயவுசெஞ்சி பாத்து சொல்லமுடியுமா?"

"எங்க அண்ணன் ஒருத்தர ஆறுமாசமா காணோம். படத்துல இருப்பவற பாத்தா அசப்புல அவரப்போலதான் தோணுது. அண்ணனுக்கு கொஞ்சம் மூளக்கோளாறு உண்டுங்க. கால் நடமாட்டத்த பத்தியெல்லாம் நீங்க சொல்லல. எப்படி இருந்திச்சிங்க? அண்ணாரு கொஞ்சம் இழுத்துஇழுத்து நடப்பாரு. அதான் சந்தேகமா இருக்குது. வரலாமா வேணாமான்னு யோசிக்கறம்."

"இத்தன காலம் தனியாவா இருந்தாரு? தொணைக்கு யாரும் இல்லிங்களா? எங்க சித்தப்பாவும் சாமிநாதன்தான் சார். படத்த பாத்தா அசப்புல அவரமாதிரியே இருக்குது. வயசுக் காலத்துல ஊருல ஒரு சின்னப் பொண்ணுமேல ஆசப்பட்டு பழகனாரு. கொழுப்பெடுத்த கழுததான் அதுவும். ஈஈன்னு இளிச்சிகிட்டு அவரு பின்னாலயே சுத்திச்சி. ஊருல ஒரே மானக்கேடா போயிடுச்சி. பெரிய புள்ளைக்கு கல்யாணத்த பண்ணி பேரப்புள்ள பாத்தவருங்க அவரு. அவரு போய் இப்படிபட்ட காரியத்த

செய்யலாங்களா? புள்ளைங்கள்ளாம் சேந்து அடக்கனாங்க. அது புடிக்காம அந்த பொண்ண அழச்சிகிட்டு ஊர உட்டே போயிட்டாருங்க. அவரா இருக்குமோன்னு ஒரு சந்தேகம், அதான் கேட்டேன்."

முதல் நாள் தொடர்ச்சியாக பதில் சொல்வது பதற்றமாக இருந்தது. பதில் சொல்லமுடியாத கேள்விகள் முன்வைக்கப் பட்டபோது தடுமாற்றமாக இருந்தது. பேசி முடித்ததும் தலையில் அடித்துக் கொண்டான். "என்ன ரேவதி, இப்படியெல்லாம் பேசறாங்க?" என்று சொல்லிச்சொல்லி வேதனைகளை ஆற்றிக் கொண்டான். "அதான் உலகம். எல்லாரயும் நம்மப்போலவே எதிர்பார்க்கமுடியுமா?" என்று ஆறுதலாக தோளைத் தட்டிக்கொடுத்தாள் ரேவதி.

"இன்னையோட நம்ம கெடு முடியுது இல்லயா ராகவன்?" கூடத்துக்கு வந்த ரேவதி செய்தித்தாளை எடுத்துக்கொண்டு நாற்காலியில் சாய்ந்தாள். ராகவன் அமைதியாக தலையசைத்தான்.

"இன்னும் யாராவது வருவாங்களான்னு தோணலை. நாம இப்பவே அடக்கத்துக்கான எல்லா ஏற்பாடுகளுக்கும் தயாரா இருந்தாத்தானே நல்லது. காலையிலேயே நாம வேலய ஆரம்பிச்சிடலாம்."

"ஏற்கனவே நம்ம சுந்தரத்துகிட்ட சொல்லி வச்சிருக்கேன் ரேவதி. ஒன்மேன் கான்ட்ராக்ட்மாதிரி. நெல்லித் தோப்புலதான் அவரு வீடு. எந்த நேரமா இருந்தாலும் ஒரு போன் போடுங்க சார். வந்துருவேன்னு சொல்லியிருக்காரு."

சிறிதுநேரம் மௌனம். ராகவனை நெருங்கிவந்து தோளைத் தொட்டபடி நின்று, "அவரு படத்த கொஞ்சம் பெரிய சைஸ்க்கு மாத்தி லேமினேஷன் போட்டு மாட்டலாமா ராகவன்?" என்று கேட்டாள்.

"செய்யலாம் ரேவதி."

"மாடிப்பகுதிய இனிமே நாம யாருக்கும் வாடகைக்கு விட வேணாம்பா. இந்த வாடக வந்தா நாம சாப்படப்போறோம்? அப்படியே வச்சிக்கலாம். சாமிநாதன் சார் நினைவா. என்ன சொல்ற ராகவன்?"

"சரிம்மா?" ரேவதியின் இடுப்போடு சாய்ந்தான் ராகவன்.

"ராகவன் ரொம்ப நல்ல பையன்மா. அவன நல்லபடியா பாத்துக்கோ நல்லபடியா பாத்துக்கோன்னு எத்தன தரம் சொல்லியிருப்பாரு தெரியுமா? நம்ம அப்பா அம்மாகூட அப்படி ஒரு பாசத்தோட சொன்னதில்ல ராகவன். அவரு அவ்வளவு

அழுத்தமா திரும்பத்திரும்ப சொன்னாரு. உண்மையிலேயே அவரு ரொம்ப பெரிய மனுஷன் . . .” ரேவதியின் குரல் தழுதழுத்தது. ராகவன் அவளை இன்னும் நெருக்கமாக இழுத்துக்கொண்டான்.

“இனிமே என் கையால யாருக்குமே டீ போட்டுத்தான்னு சொல்லாத ராகவன். ப்ளீஸ். துரதிஷ்டம் புடிச்ச கை இது. குடிக்கும்போதே உயிரு போயிடும்ன்னு தெரிஞ்சிருந்தா அவருக்கு டீயே குடித்திருக்கமாட்டேன். உனக்குக்கூட இனிமே நீயே போட்டுக்கோ . . .” திடுமென அவள் கண்கள் தளும்ப உதடுகளைக் கடித்துக்கொண்டு ராகவன்மீது சாய்ந்தாள்.

“அது ஒரு தற்செயல் ரேவதி. அப்படியெல்லாம் நினைக்காத.” அவள் தலையைச் சிறிதுநேரம் தடவிக் கொடுத்துவிட்டு வெளியே வந்தான்.

பகல்முழுக்க வெளியில் எங்கும் செல்லவில்லை. ஆறேழு தொலைபேசி அழைப்புகள். பெரும்பாலானவை நிறுவனத்திலிருந்து வந்த அழைப்புகள். ஒரேஒரு அழைப்பு பெங்களூரிலிருந்து வந்தது. தயங்கித்தயங்கி “அவர் ஐயரா சார்?” என்று கேட்டது. அதிர்ச்சியடைந்த ராகவன் “தெரியாதுங்க . . .” என்றான். இணைப்பு உடனே துண்டிக்கப்பட்டது. மனம் முற்றிலும் செயலிழந்த நிலையில் சோர்ந்திருந்தது.

மாலையில் சிறிதுநேரம் மஞ்சுக்குட்டியோடு விளையாடினான். பள்ளிக்கூடம் செல்லாததால் நிறைய வீட்டுப்பாடங்கள் பாக்கி விழுந்துவிட்டன. அவற்றை முடிப்பதில் உதவி செய்தான். மருத்துவமனைக்குச் சென்று அவர்கள் கேட்டிருந்த கூடுதல் பணத்தைச் செலுத்திவிட்டுவந்தான்.

இருட்டத் தொடங்கிய நேரத்தில் மாடியறைக்குச் சென்று விளக்கைப் போட்டுவிட்டு சிறிதுநேரம் உலவினான். அப்போது தான் கழுவித் துடைத்ததுபோல சமையலறை சுத்தமாக இருந்தது. காய்களும் கனிகளும் நிறைந்த கூடைகள் சுவரோரமாக காணப்பட்டன. பச்சைக்காய்களும் பழங்களும் பாலும் தான் அவருடைய உணவு. பால் காய்ச்சவும் வெந்நீர் வைக்கவும் மட்டுமே அவர் எரிவாயுவைப் பயன்படுத்தினார். கூடத்தில் சாய்வுநாற்காலியில் கவிழ்த்துவைக்கப்பட்டிருந்த குறிப்பேட்டைப் பார்த்தபோது அவனையறியாமல் அவன் உதடுகளில் புன்னகை படர்ந்தது. அவர் எழுத நினைத்த புத்தகம் அந்தக் குறிப்பேட்டில்தான் உருவாக இருப்பதாக தொடக்கத்தில் சாமிநாதன் சொன்னதுண்டு. உண்மையில் ஒரேஒரு பக்கம்கூட அவர் எழுதியதில்லை. பல வாரங்களுக்குப் பிறகு “எழுத்துவேலை எதுவரைக்கும் வந்திருக்குது?” என்று விளையாட்டாகக் கேட்ட

அன்றுதான் அந்தப் பதிலை அவரே சொல்வதைக் கேட்டான். அவசரமாக கவிழ்த்து வைக்கப்பட்டிருந்த குறிப்பேட்டை எடுத்து பக்கங்களைப் புரட்டிப் பார்த்தான். ஒரே ஒரு எழுத்துகூட இல்லை. அவர் பெயர்கூட எழுதப்படாத குறிப்பேடு. "எழுதணுங்கற ஆச பொங்கிகிட்டே இருக்குது ராகவன். ஆனா எழுதலாம்னு உக்காந்தா போதும், ஒரு வரியக்கூட புடிக்கமுடியலை. வெடிசத்தம் கேட்டு பறவைங்கள்ளாம் ஓடிப்போறமாதிரி எல்லாமே மறஞ்சி போயிடுது. எங்க தொடங்கறது, எத எழுதறதுன்னு குழப்பமாய்டுது. அதுக்காக மனசு தளர்ந்துட்டதா நெனைக்கக்கூடாது. எழுத வராதான்னு எதிர்பார்த்து ஒவ்வொருநாளும் நோட்ட தெறந்துவச்சிகிட்டு கொஞ்சநேரம் காத்திருந்து பாக்கறதுண்டு . . ." அப்பாவியாக அவர் சிரித்த காட்சி மனத்தில் மிதந்து வந்தது. "அப்ப நீங்க எழுத்தாளர் இல்லயா?" என்று கேட்ட கேள்விக்கு "யார் இல்லன்னு சொல்லமுடியும்? எழுதணும்ன்னு ஆச உள்ளவங்கள எழுத்தாளரா சேத்துக்கமாட்டாங்களா?" என்று பதில் சொன்னார் அவர். அப்போதும் அதே குழந்தைத்தனம் அவர் முகத்தில் படர்ந்திருந்தது. பழைய நினைவுகள் அலைமோத மேசையில் அடுக்கப்பட்டிருந்த புத்தகங்களைப் புரட்டிப் பார்த்தான். எழுதவில்லையே தவிர, அவர் ஏராளமான அளவில் புத்தகங்கள் படிக்கிறவராகவே இருந்தார். நின்றவாக்கிலேயே ஒரு புத்தகத்தை எடுத்து விரல் தொட்டுத் திருப்பி கிடைத்த பக்கத்தை சிறிதுநேரம் படித்தான். ஆணியில் மாட்டியிருந்த சாமிநாதனின் மேல்சட்டை காற்றில் அசைந்தது. அதன் நிழல் புத்தகத்தில் படிந்து கலைந்தபோது நிமிர்ந்துபார்த்தான். அருகில் யாரோ நிற்பது போன்ற உணர்வு பொங்கியது. கழுத்தில் படிந்த வியர்வையைத் துடைத்தபடி புத்தகத்தை அடுக்கிலேயே வைத்துவிட்டு விளக்கை அணைத்துக்கொண்டு கீழே இறங்கினான்.

குளித்து உடைமாற்றியபிறகு சோர்வு குறைந்தமாதிரி தோன்றியது. தொலைபேசியில் சுந்தரத்தை அழைத்தான். இரண்டாவது மணி அடித்து ஓயும் முன்பாகவே அவன் பேசினான்.

"சொல்லுங்க சார். குட் ஈவனிங்."

"ஊருலதான இருக்கறீங்க? நாளைக்கு அடக்கம். அது விஷயமாத்தான் ஞாபகப்படுத்தலாம்ன்னு கூப்ட்டேன்."

"ஏற்பாட்ட ஆரம்பிச்சிரலாம்ங்களா?"

"இல்லஇல்ல, இப்பவே வேணாம் . . . நாளைக்கு காலையில நானே கூப்ட்டு சொல்றேன். சரியா?"

தொலைபேசியை வைக்கும்போது வாசலருகே ஒரு கார் வந்து நிற்கும் சத்தம் கேட்டது. வாகனத்தின் முற்பகுதி விளக்குகள் சுடர்விட்டு எரிந்து அடங்கின. “இந்த வீடுதான் சார்” என்று யாரோ ஒரு இளைஞன் அடையாளம் சொல்லிவிட்டு நடப்பது தெரிந்தது. ராகவன் அவசரமாக வெளியே வந்தான். வேகமாகச் சென்று கதவைத் திறந்தான். நிறுத்தப்பட்ட காருக்குள்ளிருந்து ஏறத்தாழ முப்பது வயது மதிக்கத்தக்க இளைஞனொருவன் இறங்கி வந்தான். படிய வாரிய தலை. மடிப்புக் குலையாத சட்டை. வகைப்படுத்த முடியாத பொதுப்பார்வை கொண்ட கண்கள்.

“மிஸ்டர் ராகவன்?” ஆங்கிலத்தில் விசாரித்தபடி நிமிர்ந்து பார்த்தான். “ஐயாம் ரகு.” ராகவன் புன்னகையோடு அவனை வணங்கினான்.

“தாமதமாக வந்ததற்கு முதலில் மன்னித்துவிடுங்கள் ராகவன். உங்கள் விளம்பரம் இரண்டுமூன்று நாள் கழிந்த நிலையில்தான் எங்கள் கவனத்துக்கு வந்தது. சாமிநாதன் எங்கள் அப்பா. பெங்களூருலிருந்து சென்னைக்கு விமானத்தில் வந்து அங்கிருந்து பாண்டிச்சேரிக்கு டாக்சியில் வருகிறேன். நீங்க அறிவித்த அவகாசம் இன்றோடு முடிகிறது அல்லவா? அதுதான் இந்த அவசரம். வீட்டு மனைகளைப் பிரிக்கும் விவகாரத்தில் அப்பாவுக்கு ஒரு சின்ன மனஸ்தாபம். அதுதான் இந்த விபரீதத்துக்குக் காரணம். இது எங்க குடும்ப ஆல்பம். இது வாரிசுச் சான்றிதழ். இது அவருடைய தேர்தல் அட்டை. இது அவருடைய பாஸ்போர்ட். நான் அவருடைய மூத்த பிள்ளை. மருத்துவமனைக்கு நீங்களும் வந்தால் நல்லது. பார்மாலிட்டிஸ்களை சீக்கிரமாக முடித்துவிட்டால் சீக்கிரமாக இன்றைக்கே கிளம்பிவிடலாம்” ஆங்கிலத்தில்தான் ரகுவால் இயல்பாக பேசமுடியும்போல தெரிந்தது.

“அவர்தான்னு உறுதியாக நினைக்கிறீர்களா ரகு?” தயக்கத்தோடு கேட்டான் ராகவன். கேட்டபிறகுதான் அக்கேள்வி அவனுக்கே அபத்தமாகத் தெரிந்தது.

“கொஞ்சம்கூட சந்தேகமே இல்லை மிஸ்டர் ராகவன். ஒரு தந்தையின் அடையாளம் மகனுக்குத் தெரியாமல் போய் விடுமா? நாங்கள் அவரைத் தேடாத இடமே இல்லை. இவ்வளவு தொலைவான இடத்தைத் தேடி எப்படி வந்தார் என்பதைத்தான் ஊகிக்கவே முடியவில்லை.”

திடீரென தொண்டை வற்றிவிட்டதைப்போல உணர்ந்தான் ராகவன். நீட்டப்பட்ட சான்றுகளை வாங்கி மேலோட்டமாகப்

பார்த்தான். முதல் பார்வையிலேயே புரிந்துவிட்டது. ரகுவின் ஏறுநெற்றி ஒன்றே போதும். அப்படியே சாமிநாதனை உரித்து வைத்திருந்தது. "என்ன அவசரம்? நாளைக்கு காலையில் கிளம்பலாமே? இருட்டுநேரத்தில் இந்தப் பயணம் அவசியம் தானா?" தயக்கத்தோடு சொன்னான். அதற்குள் ரேவதி வாசலுக்கு வந்துவிட்டாள்.

"சாரி, மிஸ்டர் ராகவன். நாளைக்கு காலையில் பெங்களூரில் இருப்பதாகத் திட்டம். அம்மா அங்கே காத்துக் கொண்டிருப்பார்கள்." அவன் முகத்தில் அவசரம் தெரிந்தது.

"அவர் தங்கியிருந்த அறையைப் பாக்கறிங்களா மிஸ்டர் ரகு?" மெதுவாகக் கேட்டான் ராகவன்.

"அவசியமில்லை ராகவன். நாம் கிளம்புவோம்."

ராகவன் சிறிதுநேரம் பேச்சிழந்து நின்றுவிட்டான். மௌனமாக சில கணங்கள் ரேவதியை ஏறிட்டுப் பார்த்தான்.

"மஞ்சுவயும் தூக்கிக்க ரேவதி. பெரியப்பாவ கடைசியா ஒருதரம் பாத்துக்கிடட்டும்."

ஏதோ சொல்ல வாயெடுத்து மௌனமாகி வீட்டுக்குள் சென்ற ரேவதி மஞ்சுக்குட்டியை அழைத்துக்கொண்டு வந்தாள். கதவைப் பூட்டிக்கொண்டு காரை அவளே ஸ்டார்ட் செய்தாள். ரிவர்ஸ் எடுத்து வாசலைநோக்கித் திருப்பி நிமிர்த்தினாள். முன்கதவைத் திறந்து ராகவன் உட்கார்ந்துகொண்டான்.

"பெரியப்பாவ பாக்கவாப்பா போறோம்?" மஞ்சுக்குட்டி ராகவன் மடியில் உட்கார்ந்து அவனுடைய முகவாயைத் திருப்பியது. "ஆமாம்டி குட்டி" குனிந்து மஞ்சுவின் நெற்றியில் முத்தமிட்டான் ராகவன். "யாருப்பா அந்த அங்கிள்?" என்று உடனே மற்றொரு கேள்வியைக் கேட்டது. "பெரியப்பாவ பாக்கத்தான் அவுங்களும் வந்திருக்காங்க." குட்டி மஞ்சுவின் கன்னத்தில் மெதுவாகத் தட்டினான் ராகவன். "காத்து ரொம்ப குளிரா இருக்கும். கதவ சாத்திடலாமா?" அவள் கவனத்தைத் திருப்பி ஜன்னல் கதவை மேலே ஏற்றினான்.

முருங்கைகளையும் குரோட்டன்களையும் பளீரென மின்னவைத்த சோடியம் விளக்கு வெளிச்சம் பால்போல தரையெங்கும் பரவியது. பனிப்புகையின் அடர்த்தியில் மங்கலாகக் குழம்பித் தெரிந்த சாலையில் இரண்டு வாகனங்களும் மெதுவாக ஊர்ந்தன.

(*வார்த்தை* – 2008)

அன்னை

தன் உடலும் மனமும் நெருப்பாக மாறுவதைப் போல உணர்ந்தாள் பாஞ்சாலி. எல்லோரையும் கட்டிவைத்துக் கொளுத்தவேண்டும் என்ற வெறி அவள் மனத்துக்குள் கொழுந்துவிட்டெரிந்தது. முக்கியமாகத் தன் பிள்ளைகளைக் கொளுத்திய அஸ்வத்தாமனைக் கொளுத்திவிட்டு, நெருப்பின் வெப்பம் படரப்படர அவன் துடிக்கும் கோலத்தைக் கண்ணால் பார்க்கவேண்டும் என்று தீராத ஆத்திரத்துடன் நினைத்தாள். தன் பிள்ளைகள் பட்டதையெல்லாம் அவனும் பட வேண்டும் என்று குமுறினாள். அதே நெருப்பு, அதே வேதனை, அதே ஓலம், அதே மரணம்.

ஒருகணம் எல்லா யோசனைகளும் நின்றுவிட, வெந்து கரிந்த மரத்துண்டுகளாக ஐந்து பிள்ளைகளும் கிடக்கும் கோலத்தை வெறித்துப் பார்த்தாள். அவள் உடல் வெட்டப்பட்டதைப்போலத் துடித்தது. அடிவயிற்றிலிருந்து விம்மல்கள் எழுந்தன. கல்லானதைப்போல மார்பு இறுகியது. பெருகும் துக்கத்தை அவளால் தாங்க முடியவில்லை. குமுறி அழும்போது தொண்டை கிழிய எந்தக் கணமும் சரிந்து அவள் விழக்கூடும் என்பதுபோல இருந்தது அவள் கோலம். அவளை நெருங்கி அமைதிப்படுத்த யாராலும் முடியவில்லை. தோழிகள் நெருங்கி அவள் தோளைத் தொட்டுத் தூக்கவே நடுங்கினார்கள். கருகிய உடல்களைத் தொட்டுத் தழுவுவதைப்போல நெருங்கி உட்கார்ந்து மூத்தவன் பெயரைச் சொல்லி அழைத்தாள். ஒவ்வொரு உடலாகப் பதற்றத்தோடும் தவிப்போடும் தொட்டுத்தொட்டுப் பேசத் தொடங்கினாள்.

போருக்குப் பிறகாவது பிள்ளைகளுடன் சேர்ந்து வாழலாம் என்ற தன் ஆசை இப்படி அவலமாக முடியும் என எதிர்பார்க்கவில்லை அவள். அம்மா அம்மா என்று ஒவ்வொரு பிள்ளையும் ஒவ்வொரு திசையிலிருந்து அழைப்பது போலிருந்தது. போர்க்கவசங்களுடன் வில்லும் அம்பறாத் தூணியுமாக அவர்கள் தேரில் ஏறியபோதெல்லாம் "குழந்தைகளப்பா நீங்கள். உங்களுக்கு எதற்கு சாகசமும் சண்டையும்? அம்மாவுக்குத் துணையாகப் பேசிக்கொண்டிருக்கக்கூடாதா?" என்று சொன்னதும், "அம்மா அம்மா, எங்களை என்ன நடைவண்டி பழகும் குழந்தைகள் என்று எண்ணிக்கொண்டீர்களா?" என்று மூத்தவன் பதில் சொன்னதும் மற்ற நால்வரும் ரதத்தில் இருந்தபடியே முகம் சிவக்கும் மட்டும் சிரித்ததும் கனவுபோல இருந்தது. "நீங்கள் ஏன் வளர்ந்தீர்கள் பிள்ளைகளே? அம்மா விட்டுச் சென்றபோது இருந்த நிலையிலேயே ஏன் இருந்திருக்கக்கூடாது? பெற்ற வயிற்றின் தீயை ஒருபோதும் உணராத பிள்ளைகளாகி விட்டீர்களே" என்று முணுமுணுத்தாள். கண்களிலிருந்து கண்ணீர் பெருகியது.

முகத்தில் வந்து விழுந்த தலைமுடியைப் பின்னால் தள்ளினாள். தொடரும் யுத்தத்தில் நாள்தோறும் ஆயிரக் கணக்கான வீரர்கள் மாண்டபடி இருக்கிறார்கள் என்று கேள்விப்பட்டபோதெல்லாம் "வெறும் குருவிகளைக் கொன்றுவிட்டு யுத்தம் என்று கதை விடுகிறீர்கள். அந்தத் திமிர் பிடித்த சிங்கத்தை ஏன் விட்டு வைத்திருக்கிறீர்கள்?" என்று சுருக்கென்று தைக்கிற மாதிரி வார்த்தைகளைக் கொட்டினாள். அவள் தூண்டுதலே பாண்டவர்களைப் போர்முனை நோக்கித் தினமும் தள்ளிக்கொண்டிருந்தது. அவர்கள் உடல்களின் காயங்களுக்கு இரவில் மருந்திடும்போதுகூட சுடுசொற்களைக் கைவிட்டதில்லை. வெறியேறும்வண்ணம் வார்த்தைமழையைப் பொழிந்தபடி இருந்தாள். அப்போதுதான், துரியோதனனின் தொடையைப் பிளந்து எடுத்து வந்த ரத்தத்துடன் "பாஞ் சாலி பாஞ்சாலி" என்று ஓடி வந்தான் பீமன். அவள் வந்து நின்றதுமே கூந்தலில் ரத்தத்தைத் தடவினான். பல ஆண்டுகளாக மனத்தில் சுமந்த பழியுணர்ச்சி அடங்கியதை அந்தக் கணம் ஆனந்தத்துடன் அனுபவித்தாள். அடிவயிற்றில் சுரந்து பரவிய அந்த ஊற்றால் அவள் மனம் நிம்மதியில் நிறைந்தது. ஈர ரத்தம் கூந்தலில் விரவியிருக்க, 'இனிமேல், இந்த மண்ணில் என் பிள்ளைகள் சக்கரவர்த்திகளாக இருப்பார்கள். இந்திரப்பிரஸ்தத்தில் அவர்கள் ரதங்கள் வலம் வந்தபடி இருக்கும்' என்று எண்ணிக்கொண்டாள். அந்த எண்ணத்தை அஸ்வத்தாமன் பொய்யாக்கியதும் "அடப்பாவி, ஒன்றுமறியாத என் குழந்தைகளைப் பலி வாங்கிவிட்டாயே" என்று அரற்றினாள்.

தன் அளவற்ற பேராசையும் கனவுமே தன் பிள்ளைகளின் பலிக்குக் காரணமாகிவிட்டதோ என்று குற்ற உணர்ச்சி கொண்டாள். "இவர்கள் யாரோ, என் பிள்ளைகளே அல்லர், அவர்கள் நேற்று இரவு இந்தக் கூடாரத்தில் தூங்கவே இல்லை, தாய்மாமன் வீட்டுக்குச் சென்றுவிட்டார்கள். பெற்றவளை ஏமாற்ற நாடகம் நடத்தியிருக்கிறார்கள். எதுவும் தெரியாத பைத்தியக்காரனான அஸ்வத்தாமன் கூடாரத்தைக் கொளுத்தி ஆட்களை அடையாளம் தெரியாமல் ஆக்கிவிட்டான். இன்னும் சில கணங்களில் அம்மா என்று ஓடிவரப் போகிறார்கள்" என்று நினைத்துக்கொண்டாள். அந்த எண்ணம் நிஜமாக இருக்கக்கூடாதா என்று நம்ப விரும்பினாள்.

தாய்மாமன் வீட்டில் விட்டுச் சென்றபோது அவர்கள் அனைவருமே பாலகர்கள். இளையவன் பால்மணம் மாறாத சிறுவன். "அம்மா அம்மா" என்று சதாகாலமும் பாலுக்கு ஏங்கியபடியே திரிபவன். பால் பால் என்று கைகளை நீட்டி அவன் தாவும் போதெல்லாம் வாரி அணைத்துக்கொள்வாள். அவன் பருகவென்று அவள் மார்புகள் வற்றாத ஊற்றாக சுரந்தபடி இருந்தன. சிவந்த மெல்லிய உதடுகள் மார்புக் காம்புகளில் குவிந்து உறிஞ்சிய ஸ்பரிசத்தைப் பசுமையாகச் சுமந்த நிலையில்தான் அவனைத் திருஷ்டத்துய்மனின் வீட்டில் விட்டுச் சென்றாள். அப்போது எழுந்து ஓடுகிற வயதுதான். எப்போதும் ஓயாத குறும்புகள். அண்ணன்மார்களின் முதுகில் ஏறி ஆட்டமாடுவான். அவர்கள் விரல் பிடித்தபடி குதிரை லாயத்துக்கும் யானை லாயத்துக்கும் சென்று வருவான். "அம்மா அம்மா, அண்ணன் என்னை யானைமீது உட்கார வைத்தார். நான் யானை சவாரி செய்தேன்" என்று கன்னத்தில் குழிவிழச் சிரிப்பான். பீமனைப் போலவே உறுதியான உடல்கட்டு அவனுக்கு. பேசிக்கொண்டே தோளைக் குலுக்குவான். உணவு வேளை என்று வந்ததுமே பச்சைக் குழந்தையாகி விடுவான். அம்மா அம்மா என்று மார்பில் வந்து முட்டுவான். கச்சை அவிழ்ப்பதில் சிறு தாமதமானாலும் சிணுங்குவான். உதடு பதிந்ததும் அமைதியாவான். "இன்னும் எத்தனை நாளைக்கு இப்படி?" என்று கேட்காதவர்கள் இல்லை. "பாவம், குழந்தைக்கு இல்லாமலா?" என்பாள் அவள். "என்ன பாஞ்சாலி, குருகுலத்துக்கு அனுப்ப வேண்டிய வயசிலும் இது தொடரத்தான் வேண்டுமா? பிள்ளைக்கல்லவா கெடுதல்?" என்று திருஷ்டத்துய்மன் பலமுறை சொன்னபோதெல்லாம் "என் பிள்ளை, நான் கொடுக்கிறேன், அவனுக்குத் திருப்தியாகிற வரை கொடுப்பேன். வேண்டும் என்று ஆவலுடன் வருகிற பிள்ளையை முடியாது என்று எப்படித் தள்ளுவது?" என்பாள். ஆனாலும் அவனைத் தள்ளிவிட்டுச்

செல்வது போலத்தான் விதி அமைந்து போனது. காட்டிலும் இதே வேதனை. என் பிள்ளைக்கு ஆசையாய் பாலூட்டும் பாக்கியமும் எனக்கில்லையே? பாவம், பாலுக்கு என்ன செய்கிறானோ? சிறுவன். ஐயோ, இந்தக் காடு, நாடு, பட்டம், பதவி எதுவும் எனக்கு வேண்டாம். பீமா, என் சபதத்தையும் மறந்து விடுகிறேன். என் பிள்ளையோடு என்னைச் சேர்த்துவிடு. எங்கோ ஒரு குடிசையில் கண்மறைவாக நாங்கள் விறகு வெட்டியாவது பிழைத்துக் கொள்கிறோம்" என்று பல இரவுகள் கெஞ்சியதெல்லாம் மனத்தில் அலைபுரண்டு வந்தன. தூக்கத்திலும் அவர்கள் முகங்கள். அவர்கள் விளையாட்டுகள். அவர்கள் சிரிப்பு. அம்மா அம்மா என்று அவர்கள் அழைப்பதுபோலத் தோன்றியதுமே, எழுந்து உட்கார்ந்துவிடுவாள். சுற்றிலும் இருட்டு. காடு, குளிர்ந்த காற்று, சருகுகளின் ஓசை. எங்கோ ஒரு பறவையின் சத்தம். பதறி எழுந்த பாஞ்சாலியைப் பார்த்து காவலுக்குப் படுத்திருந்த பீமன் "என்ன பாஞ்சாலி?" என்று ஆதரவுடன் கேட்டான். "அம்மா என்று என்னைக் கூப்பிட்டான் சின்னவன். என்னவோ வேண்டும் என்று அழுகிறான்" என்றாள். "எல்லாம் பிரமை பாஞ்சாலி, நிம்மதியாய்த் தூங்கு என்பான் பீமன். "என் பிள்ளைகளை ஒரு முறையாவது பார்க்க ஏதாவது வழி செய்து தருவீர்களா? ஒரே ஒரு முறை. பிறகு கேட்கமாட்டேன்" என்று பீமனின் முகம் பார்த்துக் கெஞ்சுவாள். அவள் நிலை பீமனுக்கும் உருக்கமாக இருக்கும். "நிபந்தனையை மறந்து விட்டாயா பாஞ்சாலி? உனக்கு மட்டுமா அன்பின் வேதனை? எல்லாருக்கும் இருப்பதுதானே? கட்டுப்படுத்திக்கொள் பாஞ்சாலி" என்று அமைதிப்படுத்துவான் அவன். தூக்கம் வராத மிச்சப் பொழுது முழுக்கத் தன் கனவுகள் பற்றியும் குழந்தைகள் பற்றியும் வாய் ஓயாமல் பேசிக்கொண்டே இருப்பாள். விடியும் நேரத்தில் "குளிக்கச் செல்ல வேண்டும் பாஞ்சாலி" என்பான் பீமன். அப்போதுதான் அவள் வாய் ஓயும்.

பொழுது ஏறிக்கொண்டிருந்தது. உடல்கள்மீது வெயில் படாத வண்ணம் கம்புகள் நட்டு, துணித்தடுப்பை உண்டாக்கினர் இரு இளைஞர்கள். அவர்கள் முகங்கள் அழுததில் சிவந்து களைத்திருந்தன. மூத்தவனின் விளையாட்டுத் தோழர்கள் அவர்கள். பார்வையை ஒருமுறை உடல்கள் பக்கம் திருப்பி நிழல் பரவலாக விழும்படி ஏற்பாடு செய்தார்கள். நா வறண்டதுபோல இருந்தது. தாதியிடம் தண்ணீர் கேட்க வேண்டும் என்று நினைத்துத் திரும்பினாள். மறுகணமே நா வறட்சியில் உயிர் பிரியுமெனில் பிள்ளைகளோடு இணைவது எளிதாகும் என்ற எண்ணத்தால் அடக்கிக்கொண்டாள்.

துரியோதனனின் சபையில் ஆதரவற்ற கோலத்தில் நின்றபோது எழுந்த அதே ஆத்திரமும் இயலாமையும் அக்கணத்திலும் பரவுவதை உணர்ந்தாள். தன் வாழ்வே இயலாமையின் படிமமாவதைப்போல இருந்தது அவளுக்கு. தன் வயதையொத்த தோழியரெல்லாரும் காதலித்து மணந்துகொண்ட சூழலில் தன்னால் அத்தகு காதலைத் தேடிப்பெற முடியாமல் போனது முதல் இயலாமை. சுயம்வரத்தில் வென்றவன் தன் சகோதரர்களுக்கும் பங்கிட்டுத் தரும் பண்டமாகத் தன்னை மாற்றிய தருணத்தை எதிர்க்க இயலாமல் பணிந்து போனது அடுத்த இயலாமை. வனவாசத்துக்குக் கிளம்பியபோது பிள்ளைகளோடு சகோதரன் வீட்டில் தங்காமல் புருஷர்களைப் பின்பற்றிக் காட்டுக்குள் வந்தது மற்றொரு இயலாமை. இத்தகு இயலாமைகளே தன்னைப் பொம்மைபோல ஆட்டி வைத்துக் கசக்கிப் பிழிந்துவிட்டன என்ற எண்ணம் கசப்புடன் மனத்தில் படர்ந்தது. வேதனையுடன் தன் பார்வையை உடல்கள்மீது படரவிட்டாள். அடிவயிற்றில் நெருப்பு எரிந்தபடி இருந்தது.

சட்டென சுற்றியிருந்த கூட்டம் சுறுசுறுப்படைந்து விறைப்பது தெரிந்தது. யாரோ சிலர் “அர்ஜுனர் அர்ஜுனர்” என்றார்கள். மறுகணமே கும்பல் இரண்டாகப் பிளந்து வழிவிட தேரிலிருந்து இறங்கினான் அர்ஜுனன். கைகள் கட்டப்பட்ட நிலையில் சிறை பிடிக்கப்பட்டவன்போல நின்றிருந்த அஸ்வத்தாமனையும் தேரிலிருந்து இறக்கினான். தடுமாறிக் கீழே விழப் போனவன் பூமியில் கால்களை உறுதியாகப் பதித்துச் சமாளித்து நின்றான். ஒரு விலங்கை இழுத்துச் செல்வதுபோல அவனை இழுத்துச் சென்று பாஞ்சாலியின் முன்னால் நிறுத்தினான் அர்ஜுனன். “அஸ்வத்தாமன் கொலைகாரன்” “பாவி”, “கொல்லு”, “நிற்க வைத்துக் கொளுத்தி விடலாம்”, “மரத்தில் கட்டுங்கள் அவனை. ஆளுக்கொரு அம்பு எய்துக்கொன்று விடலாம் அயோக்கியனை”– ஆளாளுக்குக் குரலெழுப்பினார்கள்.

பாஞ்சாலியின் அடிவயிற்றில் மறுபடியும் மூண்டெழுந்தது தீ. உடல் முழுக்க அந்தத் தீ மெதுவாகப் படர்ந்தது. பார்வையாலேயே எரித்து விடுவதுபோல அஸ்வத்தாமனைப் பார்த்தாள். அவன் குரல் வளையைப் பற்றி இறுக்கி அழுத்திக் கொல்லவேண்டும் என்று அவள் விரல்கள் துடித்தன. அஸ்வத்தாமனைப் பாஞ் சாலியின் முன்னால் தள்ளினான் அர்ஜுனன். நிலைகுலைந்து விழுந்தவன் தலை நச்சென்று கட்டில் காலில் மோதியது. “அம்மா” என்றான் தன்னிச்சையாக. பாஞ்சாலிக்குத் தன் பிள்ளைகளின் அழைப்புக் குரல் நினைவில் எழுந்தது. ஒரு பக்கமாக விழுந்ததில் அவன் மூக்கு உடைந்து ரத்தம் எட்டிப் பார்த்தது. வேர்வையில் நனைந்த அவன் உடலில் புழுதி அப்பிக்கொண்டது. அவன்

முகத்தில் துப்ப வேண்டும் போல அவளது நாக்கு படபடத்தது. என்ன காரணத்தாலோ தான் நினைத்த எதையும் செய்ய முடியாமல் தத்தளித்தாள்.

"இந்தக் கயவனுக்கு நீயே தண்டனை கொடு பாஞ்சாலி. நீ என்ன சொல்கிறாயோ அதன்படி செய்கிறேன்."

சரிந்து உட்கார்ந்திருக்கும் பாஞ்சாலியின் அருகில் உட்கார்ந்தபடி சொன்னான் அர்ஜுனன். தரையில் மனம்போன போக்கில் மண்ணைக் கிளறும் அவள் கையை எடுத்து ஆதரவுடன் தடவித் தந்தான். வெகுநேரம் அவனால் அவள் முகத்தை நேருக்கு நேர் காண இயலவில்லை. திரும்பி கட்டிலில் மூடப்பட்டிருந்த உடல்கள்மீது பார்வையைப் படரவிட்டான். அவனையறியாமல் அவன் தோள்கள் ஒருகணம் அதிர்ந்தன. நட்ட நடுநிசியில் தூங்கிய பிள்ளைகளைக் கொளுத்திவிட்டானே என்று மீண்டும் ஆத்திரம் மூண்டது. சட்டென "கோழைப்பயலே" என்று எழுந்து நின்று அஸ்வத்தாமனின் முகத்தில் முஷ்டியால் குத்தினான். அவன் உதடு கிழிந்து ரத்தம் வழிந்தது. அவன் விரல் கணையாழி விளிம்பு அஸ்வத்தாமனின் கன்னத்தைக் கிழித்தது.

"கொன்று விடு அர்ஜுனா, கொல் அவனை, உன் அம்பால் அவன் இதயத்தைக் கிழித்துவிடு." பீமன் நின்ற இடத்திலிருந்து நகர்ந்தான்.

"இந்தத் துடுக்குப்பயலை என்னிடம் விடு. துவைத்துக் கூழாக்கி விடுகிறேன். அப்போதுதான் என் மனம் ஆறும்." அவன் குரல் கர்ஜனை போல ஒலித்தது.

"தூங்கும்போது ஒருவனைக் கொல்லத் துணிகிற அளவுக்கு நீசனாக மாறுவாய் என்று என்னால் நம்பவே முடியவில்லையடா பாவி. சீச்சீ. நீயெல்லாம் ஒரு வீரனா? கோழை. அறிவு கெட்ட கோழை." யுதிஷ்டிரர் சாய்ந்துகொண்டிருந்த கம்பத்திலிருந்து விலகி அவனைப் பார்த்துத் துப்பினார்.

"அண்ணா, அவனை நாங்கள் கவனித்துக் கொள்கிறோம். எங்களிடம் விடுங்கள்" என்றார்கள் நகுலனும் சகதேவனும் ஒரே குரலில்.

"எங்களிடம் விடுங்கள். எங்களிடம் விடுங்கள்" சுற்றியிருந்த வீரர்கள் கோரிக்கை விடுத்தார்கள்.

"இனி ஒரு முறை இதுபோன்ற செயலை யாருமே செய்யக்கூடாது என்பதற்கு இவனுக்குத் தருகிற தண்டனை பாடமாக இருக்கவேண்டும். அயோக்கியனை எங்களிடம் விடுங்கள்."

பிரயாணம்

கும்பலிலிருந்து ஆளாளுக்குக் குரல் எழுப்பினார்கள்.

"இவனைப் போன்ற கோழையைக் கொல்ல நீங்களெல்லாம் எதற்கு? எங்களிடம் விடுங்கள். ஆளை உண்டு இல்லை என்று பார்த்து விடுகிறோம்." தாதிப் பெண்கள் ஆவேசப்பட்டனர்.

"இன்று உங்கள் பிள்ளைகளுக்கு நேரும் கதி நாளை எங்கள் பிள்ளைகளுக்கும் நேரலாம். ஓடஓட இவனைக் கல்லாலே அடித்துக் கொல்ல வேண்டும். எங்களிடம் ஒப்படையுங்கள் அர்ஜுனரே, நாங்கள் பார்த்துக் கொள்கிறோம்."

வீரர்கள் மறுபடியும் மறுபடியும் கோரிக்கையை எழுப்பியபடி இருந்தார்கள்.

கண்ணன் எதுவும் பேசாமல் பாஞ்சாலியையே பார்த்தபடி இருந்தான்.

அர்ஜுனனும் பீமனும் யுதிஷ்டரும் நகுல சகதேவனும் அஸ்வத்தாமனைச் சுற்றி நின்றார்கள். அவர்கள் கைகள் ஆயுதங்களைப் பற்றத் தயாராக இருந்தன.

"சொல் பாஞ்சாலி, சொல். உன் அடிவயிற்றுத் தீயை அணைத்துக் குளிர வைக்கும் அந்தத் தண்டனை வார்த்தையைச் சொல். உன் சொல் உதிர்ந்த மறுகணமே தண்டனை நிறைவேறும்."

பீமன் மறுபடியும் கர்ஜித்தான். அவன் தோள்கள் அதிர்ந்தன. புருவங்கள் நெரிபட்டன.

"துரியோதனனின் தொடையையே பிளந்த என்னால் இந்தத் துஷ்டனின் தலையைத் தேங்காய் உடைப்பதுபோல உடைத்துவிட முடியும். நீ ஒரு வார்த்தை சொல் பாஞ்சாலி, அவன் தலையை உருள வைக்கிறேன்." பீமன் தொடர்ந்து படபடத்தபடியே இருந்தான்.

அஸ்வத்தாமன் பலியாடுபோல தலைகுனிந்து நின்றான். அவனால் பாஞ்சாலியை நிமிர்ந்து பார்க்க இயலவில்லை. மற்ற எல்லாரையும் ஒரு சுற்று பார்த்து முடித்தான். மூடப்பட்ட உடல்களின் பக்கம் ஒருகணம் பார்வையை ஓட்டினான். தன் இறுதிக்கணம் நெருங்கிவிட்டதை அவன் மனம் உணர்ந்தது. இதயத் துடிப்பு அதிகரித்தது. ரத்தம் உறைந்ததுபோலக் குளிர்ந்தது. அவனை மீறி உடலில் நடுக்கம் பரவியது. இறுதியில் கண்ணன் பக்கம் கண்களைப் பதித்தான். கண்ணன் உடனடியாகத் தன் பார்வையைப் பாஞ்சாலியின் பக்கம் திருப்பினான்.

"சொல் பாஞ்சாலி சொல்."

அர்ஜுனன் அவளிடம் மீண்டும் கேட்டான்.

பாஞ்சாலி நிமிர்ந்தாள். தன் இயலாமைகளை எல்லாம் மீண்டும் ஒருசேர நினைத்துக்கொண்டாள். துரியோதனனின் ரத்த வாடை கூந்தலிலிருந்து எழுவதைக் குற்ற உணர்ச்சியோடும் முதன் முறையாக அருவருப்போடும் உணர்ந்தாள். இந்திரப் பிரஸ்தத்தில் தம் பிள்ளைகளை இழந்த அன்னைமார்களின் அழுகை அவள் நெஞ்சில் ஒலித்தது. தொடக்கத்தில் அவன்மீது பொங்கியெழுந்த துவேஷமும் ஆத்திரமும் போன இடம் தெரியாமல் கரையத் தொடங்கின.

"பைத்தியம் பிடித்த மாதிரி ஏன் இருக்கிறாய் பாஞ்சாலி? வாய் திறந்து பேசு. இந்தப் பாவியின் தலையைத் துண்டிக்க என் கைகள் துடிப்பதைப் பார். நிறுத்தாதே என்னை. சொல். இவனை எப்படிக் கொல்வது? சொல்" கத்தியபடி பாஞ்சாலியின் தோளை உலுக்கினான் அர்ஜுனன்.

நிதானமாகத் தரையில் கையூன்றி எழுந்தாள் பாஞ்சாலி. எல்லாரையும் ஒருமுறை ஏறிட்டுப் பார்த்தாள். இறுதியாக அர்ஜுனன் மீது பார்வையைப் பதித்தபடி தளர்ந்த குரலில் சொன்னாள்:

"எதுவும் வேண்டாம் அர்ஜுனரே, இந்தப் பூமியில் அன்னைக்கு எஞ்சிய பிள்ளையாக இவனாவது இருக்கட்டும். இவன் அன்னையின் பெற்ற வயிறாவது குளிர்ந்திருக்கட்டும். இவனை மன்னித்து விட்டுவிடுங்கள்."

(*தீராநதி* – 2002)

பிருந்தாவனம்

என் கையில் அபிஷேகக் கூடை இருந்தது. கடையிலிருந்து எடுத்த கண்ணன் பொம்மையை வெவ்வேறு கோணத்தில் திருப்பித்திருப்பி ரசித்துக்கொண்டிருந்தாள் அண்ணி. அவளைப் பார்க்கப் பார்க்க பாவமாக இருந்தது. வெள்ளிக் கிழமைகளில் கோவிலுக்கு வரும்போதெல்லாம் பொம்மைக் கடைகளில் நிற்பதும் வேடிக்கை பார்ப்பதும் பழகிவிட்டது. எடுப்பாள். ரசித்துப் பார்ப்பாள். விலை கேட்பாள். பிறகு ஒரு பெருமூச்சோடும் கசந்துபோன புன்னகையோடும் வைத்துவிடுவாள். "வாங்கு அண்ணி" என்று நானும் பல முறை தூண்டிப் பார்த்துவிட்டேன். "ஐயையோ, அதெல்லாம் வேணாம், வா" என்று வேகமாக தலையாட்டி மறுத்துவிடுவாள். "இதுக்கெல்லாம் செலவாச்சின்னு கணக்கெழுதனேன்னு வை, ஒங்கண்ணன் அப்படியே தோல உரிச்சி தொங்க போட்டுட்டுதான் மறுவேல பாப்பாரு" என்று சொல்லும்போது பதற்றத்தில் அவள் தலை இன்னும் கொஞ்சம் வேகமாக ஆடும்.

தலையில் மயிலிறகோடு சிரித்துக்கொண் டிருந்தது குழந்தைக் கண்ணன் பொம்மை. அச்சு அசலான கண்களைப்போல பொம்மைக் கண்களில் ஈரம் ததும்பியிருந்தன. இதோ இதோ என்று விரலைப் பற்றிக்கொண்டு கூடவே ஓடிவந்துவிடும் குழந்தையைப்போல இருந்தது. பொம்மையின் அழகைக் கண்ட மகிழ்ச்சியில் அண்ணியின் முகம் பிரகாசத்துடன் ஒளிர்ந்தது. வீசிக்கொண்டிருந்த காற்றில் கன்னத்தில் உரசியபடி நெளிந்து சுருளும்

முடியைக் காதோரமாக ஒதுக்கியபடி “இந்த பொம்ம எவ்வளோ அழகா இருக்கு பாருடா தண்டபானி” என்று என்னிடமும் காட்டினாள்.

“எடுத்துக்கோ தாயி, பத்து ரூபாதான். ரெண்டா எடுத்துகினு பதினெட்டு குடு.” தள்ளுவண்டிக் கடைக்காரர் இன்னொரு மூலையில் படுத்தவாக்கில் இருந்த பிள்ளையார் பொம்மையை உட்காரவைத்து, துடைத்தபடியே சொன்னதைக் கேட்டதுமே உதட்டைப் பிதுக்கியபடி பொம்மையை வைத்துவிட்டாள் அண்ணி. “பத்து ரூபாயா?” பட்டும் படாமல் அவள் சொன்ன வார்த்தைகளைக் கேட்டு பொம்மைக்காரர் பார்வையைத் திருப்பினார்.

“தவளகுப்பத்திலேருந்து வண்டிய வெயில்ல தள்ளிகினு வரம்மா. பத்து ரூபாய்க்கு கூட விக்கலைன்னா நான் எப்படி பொழைக்கறது சொல்லு?”

அண்ணி இப்படி ஒரு பதில் கேள்வியை கடைக்காரரிடமிருந்து எதிர்பார்க்கவில்லை. சங்கடத்தோடு நெளிந்தபடி சில கணங்கள் நின்றிருந்தாள். என் தோள்களில் அவள் விரல்கள் கொடுத்த அழுத்தத்திலிருந்து அவள் அடைந்த பதற்றத்தை என்னால் புரிந்துகொள்ள முடிந்தது.

“எவ்ளோதான் குடுப்ப சொல்லும்மா?”

“இருக்கட்டும் கடக்கார, இன்னொரு நாளைக்கு வரேன்” என்றபடி திரும்பிவிட்டாள் அண்ணி. “எந்த வெலையில வேணுமின்னு சொன்னா, அதுக்கு தகுந்தாப்புல காட்டுவன்” என்ற கடைக்காரரின் சொற்களைக் காதிலேயே வாங்கிக்கொள்ளாமல் நடக்கத் தொடங்கினோம். அண்ணியின் முகத்தில் படர்ந்திருந்த வெளிச்சம் சட்டென்று வடிந்துவிட்டது. சிறிது தொலைவு நடந்து, இலவசப் பாதுகாப்பகத்திலிருந்து காலணிகளை வாங்கி அணிந்துகொண்டோம். “எட்டு ரூபாய்க்கு பேசி வாங்கிடலாம்ண்ணி” என்று நான் சொன்னதுகூட அவள் காதில் விழவில்லை. அப்படியே அமைதியில் ஆழ்ந்துவிட்டாள். பேச்சே இல்லாமல் கூட்டத்தையே வேடிக்கை பார்த்தபடி நடந்தாள். கோயில் தெருவைத் தாண்டி, பூக்காரத் தெருவைக் கடந்து, ஐயனார் குளத்தை நெருங்கியபோது இயல்பாகிவிட்டிருந்தாள். விலகிப்போயிருந்த துடிப்பும் அழகும் மீண்டும் படிந்து அவள் முகத்தில் சுடர்விட்டன. கலகலப்பான கேள்விகளால் என்னை அந்தச் சம்பவத்தையே மறக்கவைத்துவிட்டாள்.

அண்ணனைத் திருமணம் செய்துகொண்டு வந்த தினத்திலிருந்தே விருப்பங்களையெல்லாம் மென்று விழுங்கும்

கலையில் அண்ணி நல்ல தேர்ச்சியடைந்திருக்க வேண்டும் என்று தோன்றியது. ஒவ்வொரு ரூபாய்க்கும் கணக்கு எழுதிவைத்துக் காட்டத் தூண்டும் அண்ணனின் கட்டாயங்கள், துண்டு விழுகிற பாக்கிக்காக அவர் நிகழ்த்தும் ஆயிரம் குறுக்கு விசாரணைகள், “சிங்கிள் டீக்கு நாய் பேயா அலஞ்சிருக்கேன் தெரியுமா ?” என்று ஆரம்பித்துக் கொட்டுகிற புலம்பல்கள், “அப்பன் பாட்டன் எவனும் எனக்கு சம்பாதிச்சி வச்சிட்டு போவல. ஒவ்வொரு காசயும் நான் லோல்பட்டு லொங்கழிஞ்சி வேர்வய சிந்தி சம்பாதிச்சிது” என்கிற வகையிலான புத்திமதிகளைக் கேட்டுக்கேட்டு அவள் சுருங்கிப் போயிருக்கவேண்டும். அண்ணனின் அன்புமுகம் புதிராக மாறி வெப்பத்தைக் கொட்டும் கணங்கள் அவளையும் உருக்கி உருமாற்றிவிட்டது.

நான் அண்ணியை முதன்முதலாகப் பார்த்தது மூன்று மாதங்களுக்கு முன்னால்தான். அம்மா அப்பாவுக்கு நாங்கள் மொத்தம் பத்துப் பிள்ளைகள். நான் கடைசிப்பையன். வண்டிமாடு இருந்தது. மதகடிப்பட்டு சந்தைக்கும் புதுச்சேரிக்கும் மூட்டைகளை ஏற்றிச் செல்வதும் கொண்டுவருவதுமாக ஒரு காலகட்டம். பட்டினியில்லாமல் நாட்கள் ஓடிக்கொண்டிருந்தன. எங்கெங்கோ ஓடுகிற டெம்போவும் மினிலாரியும் மதகடிப்பட்டுக்கும் வந்தபோது வண்டிமாடு படுத்துவிட்டது. அப்பா திகைத்து நின்றுவிட்டார். அந்தக் குழப்பத்துக்குப் பிறகு அவர் எடுத்த முடிவுகள் தாறுமாறான விளைவுகளையே உருவாக்கின. வண்டிமாட்டை விற்று பால்மாடு வாங்கினார். அது சரிப்படாதபோது சைக்கிள்கடை வைத்தார். பிறகு பெட்டிக்கடை போட்டார். அப்புறம் தள்ளுவண்டியில் பழங்கள் விற்றார். கிடைத்த வருமானத்தில் ஒருவேளைக் கஞ்சிக்கே திண்டாட்டமாக இருந்தது. அப்போதுதான் தனபால் அண்ணன் புதுச்சேரிக்குப் போனார். மூன்று வருஷகாலம் வீட்டுப்பக்கமே அவர் எட்டிப் பார்க்கவில்லை. இரண்டாவது அண்ணன் திருப்பூர் பக்கம் சென்று ஒரு பனியன் கம்பெனியில் சேர்ந்துவிட்டார். இன்னொரு அண்ணன் எங்கள் ஊருக்கு போர்போட வந்திருந்த ஒரு வடநாட்டு லாரியில் கூட்டத்தோடு கூட்டமாக வண்டியேறிப் போய்விட்டார். யாருமே ஊர்ப்பக்கம் திரும்பவில்லை. அந்தக் கோபமும் இயலாமையும் ஒன்று சேர்ந்து கொண்டதில் ஒருவர்மீது ஒருவர் பழிசுமத்தி அம்மாவும் அப்பாவும் அடிக்கடி சண்டைபோட்டுக் கொண்டார்கள். அந்த ஆங்காரம் அளவுமீறும்போதெல்லாம் நாங்கள் மாறிமாறி அடிபட்டோம்.

ரெட்டியார் வீட்டில் மாட்டுத்தொழுவத்தைச் சுத்தப்படுத்தி விட்டு தூக்குவாளியில் கஞ்சி வாங்கிக்கொண்டு திரும்பிவந்த நாளொன்றில் திண்ணையில் உட்கார்ந்திருந்தவரைக் கண்டு

முதலில் மிரண்டுபோனேன். படிய வாரிய தலை. மீசை. வெளுத்த ஆடை. சீருடை இல்லாமல் வந்த ஒரு போலீஸ்காரரின் தோற்றம். முதல்கணம் குழம்பி, பிறகு பின்வாங்கி மரத்தடியின் பக்கமாகப் போனேன். இருட்டுமூலையிலிருந்து வெளிப்பட்ட அம்மா சிரித்துக்கொண்டே "டேய் தண்டபானி, நில்லுடா. அண்ணன்டா, ஏன் பயப்படற, வா" என்று இழுத்து நிறுத்தினாள். வேகமாக ஓடி அம்மாவின் முதுகுப்பக்கமாக மறைந்தபடி எட்டிப் பார்த்தேன். "ஒன்ன பாத்து ரொம்ப பயப்படறான்டா" என்றாள் அம்மா.

"வாடா இங்க" அண்ணன் கையை நீட்டி என்னை அழைத்தார். நான் தயக்கத்தோடு அவரருகே சென்றேன். அவர் தன் பையிலிருந்து ஒரு பிஸ்கட் பாக்கெட்டை எடுத்து என்னிடம் கொடுத்தார். அதை வாங்கிய பிறகு என் மனத்தில் தெம்பு பிறந்தது.

"என்னடா வாளியில?"

"சோறு."

அதற்குமேல் அண்ணன் ஒன்றும் கேட்கவில்லை. அம்மாவை நிமிர்ந்து பார்த்தார். கூடத்தில் இலை தைத்தபடி உட்கார்ந்திருந்த அக்காக்களையும் பார்த்தார். பிறகு மௌனமாக எழுந்து வெளியே போனார். ஒரு மணிநேரத்துக்குப் பிறகு ஒரு வாடகை சைக்கிளில் அரைமூட்டை அரிசி கொண்டுவந்து இறக்கினார். அப்புறம் அம்மாவிடம், "மாசாமாசம் அரமூட்ட அரிசிக்கு நான் ஏற்பாடு பண்றேன். பசங்கள பசியில்லாம பாத்துக்கோ. சிக்கனமா குடும்பம் நடத்து" என்றார்.

ஒரு வருஷம் கழித்து அண்ணன் திருமணம் நடந்தது. அவரே பார்த்துப் பேசி முடித்துக்கொண்டார். மணக்குள விநாயகர் கோயிலில் திருமணம். எங்களையெல்லாம் பஸ்ஸில் அழைத்துச் சென்றார் அம்மா. பிரயாணம் முழுக்க அப்பா அண்ணனைத் திட்டிக்கொண்டே வந்தார். "சரியான கஞ்சப்பையன்டி ஒன் புள்ள. சாதி சனத்த உட்டுட்டு அனாதயாட்டமா கோயில்ல தாலி கட்டறான் பாரு. செலவுக்கு பால்மார்றான்டி." அம்மாவும் பேச்சுக்குப் பேச்சு பதில் சொன்னபடி வந்தார். "அவ்வளோ சமுத்தும் வக்கும் இருக்கற ஆளா இருந்தா நீ முன்னால நின்னு செய்யறதான? ஒன் கைய புடிச்சி யாரு தடுத்தா? என்னமோ அவன் கஷ்டம் அவனுக்கு. அதயெல்லாம் நாம எதுக்கு கிண்டணும்?"

கோயில் வந்தபிறகுதான் இருவரும் அமைதியானார்கள். அண்ணி பக்கத்திலிருந்து பத்து பேர் வந்திருந்தார்கள். தாலி

கட்டி முடித்ததும் அண்ணனும் அண்ணியும் எல்லோருடைய கால்களிலும் விழுந்து ஆசி வாங்கினார்கள். கோயில் தெருவில் இருந்த மெஸ்ஸில் எல்லோரும் கல்யாண விருந்து சாப்பிட்டோம். பிறகு ஊருக்குத் திரும்பிச் செல்ல அம்மாவிடம் பணம் கொடுத்து அனுப்பினார் அண்ணன்.

அடுத்த மாதத்தில் அரிசி வாங்கிக் கொடுக்க ஊருக்கு வந்தபோது அண்ணன் தனியாகவே வந்தார். துணிமணிகள் அடங்கிய பெரிய பையை அம்மாவிடம் கொடுத்துவிட்டு "எல்லாருக்கும் துணி வாங்கிக் குடுத்தா. வச்சிக்க" என்றார். பிறகு "இதுக்கே ரெண்டாயிரம் ரூபா கரஞ்சி போச்சி" என்று மெதுவாகச் சொன்னார். அம்மா அதை காதிலேயே வாங்கிக்கொள்ளவில்லை.

"அவளயும் கையோட கூட்டாரக்கூடாதா? ஒம் மருமவள கண்ணுல காட்டக்கூடாதான்னு அக்கம்பக்கம் உள்ளவங்க கேக்காத நாளே இல்ல. எவ்வளோ நாளுதான் சால்ஜாப்பு சொல்ல முடியும், சொல்லு" – துணிமணிகளைப் பிரித்துப் பார்த்தபடியே கேட்டாள் அம்மா.

"சொல்றது சுலபம்மா. செய்யறதுதான் கஷ்டம். வந்து போற செலவுக்கு அவுங்களா பணம் குடுக்க போறாங்க? நாமதான் போடணும்? அப்பறம் நம்ம செலவுக்கு ஒணும்னா பிச்சதான் எடுக்கணும்." வாசலில் சைக்கிளைத் துடைத்துக்கொண்டிருந்த அப்பாவைப் பார்த்தபடி சொன்னார் அண்ணன். அப்பா குனிந்த தலை நிமிராமல் "கஞ்சத்தனமா இருந்து என்னத்த வாரிக்கப்போறம்? நாலுபேரு நம்மள பாத்து சந்தோஷப்படவேணாமா?" என்று முணுமுணுத்தார். "வள்ளலா இருந்தாமட்டும் வாரி வீசிட முடியுமா? போய் வேலய பாருப்பா, இதெல்லாம் ஒரு பேச்சுனு பேச வந்துட்ட?" என்று தலைகுனிந்தபடி பதில் சொன்னார் அண்ணன். கிளம்பும்போது அம்மாவிடம் "சின்னவன நான் இட்டும் போறன். அங்க தங்கி படிக்கட்டும். அவளுக்கும் ஒரு தொண வேணுமில்ல? அவன் துணிமணிங்களயெல்லாம் ஒரு பையில போட்டுக் குடு" என்றார். மறுபடியும் படிக்கப் போகிறோம் என்றதுமே எனக்குக் கண்கள் தளும்பின. "வானாகி மண்ணாகி வளியாகி ஒளியாகி" என்ற மனப்பாடச் செய்யுள் வரி சட்டென நெஞ்சில் ஓடியது.

வீட்டுக்குப் பக்கத்தில் இருந்த அரசாங்கப் பள்ளிக்கூடத்தில் அண்ணன் என்னை ஆறாம் வகுப்பில் சேர்த்துவிட்டார். எனக்கு அந்தப் பள்ளிக்கூடம் மிகவும் பிடித்திருந்தது. பள்ளியில் இருந்து திரும்பியதுமே எதையாவது சாப்பிடக் கொடுத்துவிட்டு அண்ணியோடு பேசியிருப்பதும் பாடம் படித்து அவரிடம்

ஒப்பிப்பதும் பிடித்திருந்தன. சுங்கரைக்காய் ஆட்டத்திலும் பல்லாங்குழியிலும் அண்ணியை ஒருநாளும் ஜெயிக்கமுடியாது. படிப்பு வேலை முடிந்தபிறகு பல சுவாரஸ்யமான கதைகளைச் சொன்னாள் அண்ணி.

சம்பாதிப்பதில் ஒரு ரூபாயைக்கூட வீணாகச் செலவு செய்யக்கூடாது என்பதில் அண்ணன் கறாராக இருந்தார். தினசரிச் செலவுகளையெல்லாம் கணக்கு எழுதிவைத்து அவருக்குக் காட்டவேண்டும். துணியலமாரியில் ஒரு பெட்டிக்குள் இரண்டுரூபாய் நோட்டுகளாக சில்லறை மாற்றி நூறு ரூபாய்க்கும் மேல் வைத்திருப்பார். அதிலிருந்துதான் செலவுக்கு எடுக்க வேண்டும். உடனடியாக அதை மறக்காமல் எழுதிவைக்கவேண்டும். இரவு நேரத்தில் வீட்டுக்குத் திரும்பியதும் கணக்கு நோட்டைச் சரி பார்ப்பார். கணக்கில் குழப்பமிருந்தால் கோபத்தில் கொதித்து விடுவார். “என்ன செலவாச்சி? சொல்லு, சொல்லு” என்று குடைந்து குடைந்து கேட்பார். அந்த வேகத்தையும் கோபத்தையும் பார்த்ததுமே அண்ணிக்கு பாதி மறதி வந்துவிடும். சம்பந்தா சம்பந்தம் இல்லாமல் எதை எதையோ பேசி, திட்டு வாங்குவாள். அந்தக் கணக்கை நேர்ப்படுத்தும்வரை குத்திக்குத்திப் பேசியபடியே இருப்பார். எழுபத்தைந்து ரூபாய்க்கு ஒரு பாவாடையை எடுத்து விட்டதற்காக பொங்கியெழுந்து சத்தம் போட்டார் அண்ணன். “இருக்கறதே ரெண்டே ரெண்டுதான். ஓரமெல்லாம் பிஞ்சி இத்து போச்சி. எத்தினி நாளுதான் ஊக்கு குத்தி கட்டமுடியும்?” என்ற பதிலை அவர் காதிலேயே வாங்கிக்கொள்ளவில்லை. “மூக்க சிந்தாதடி கழுத. ஒன்ன வாங்காதன்னு யாரு சொன்னா? உள்ளார கட்டிகிற பாவாடைக்கு ஏன் இவ்வளோ பணம் செலவு செய்யணும்? முப்பது ரூபாய்க்கி ஒன்னுன்னு ஆல வாசல்ல கூவிகூவி விக்கறான் தெரியுமா?” என்று எரிந்து விழுந்தார். அன்று இரவு முழுக்க அண்ணி அழுதபடியே இருந்தாள். இருவரும் பேசிக்கொள்ளவே இல்லை. வீட்டு நிலை சரியாகி, இயல்பான நிலைக்குத் திரும்ப ஒரு வாரமானது. இந்த வம்பே வேண்டாம் என்று பணத்தையே தொடாமல் இருந்தால் அதற்கும் சலித்துக்கொண்டார் அண்ணன். செலவுக்கணக்கை முன்வைத்து அடிக்கடி வீட்டின் சமநிலை பிசகுவதும் பிறகு சரியாவதும் பருவகால மாற்றங்களைப்போல மாறிமாறி நிகழ்ந்தபடி இருந்தன.

அண்ணன் வீட்டில் தங்கத் தொடங்கிய சிறிது காலத்திலேயே அந்த நீக்குப்போக்கு புரிந்துவிட்டது. அண்ணியைக் காப்பாற்றும் ஆலோசனைகள் தாமாகவே என் மனத்தில் முளைத்தன. கடைக்குப் போகும்போது, வழியில் கரும்புச்சாறு குடிப்போம். அந்தச் செலவைக் காய்கறிச் செலவில் சேர்த்து எழுதவைத்து

அண்ணியைக் காப்பாற்றிவிடுவேன். அண்ணிக்கு அந்தத் திட்டம் மிகவும் பிடித்திருந்தது. பொட்டு, ஹேர்பின், நகபாலீஷ் என அண்ணி தனக்குத் தேவையானதை வாங்கிக்கொள்ளவும் அந்தத் திட்டம் மிகவும் பயனுள்ளதாக இருந்தது.

நினைவுகளில் அமிழ்ந்தவளைப்போல பேசாமலேயே நடந்து வந்த அண்ணி "அடுத்த வாரமும் அந்த பொம்மகாரன் வருவானில்ல?" என்று கேட்டாள். "அவன் ஒவ்வொரு வாரமும் வந்துகினுதான இருக்கான். நாமளும் ஒவ்வொரு தடவயும் பாத்துகினுதான இருக்கறம்? வராம எங்க போவப்போறான்?" என்று சொன்னேன். "அந்த பொம்ம கண்ணுமுன்னாலயே நிக்கறமாதிரி இருக்குதுடா தண்டபானி" என்று நாக்கு சப்புக்கொட்டினாள்.

"எனக்கும் ரொம்ப புடிச்சிருக்குதுண்ணி. சாமி மாடத்துல வச்சா எடுப்பா இருக்கும்."

அண்ணி ஒருகணம் நின்று பார்த்தாள். பிறகு, "எடுப்பாதான் இருக்கும். அப்பறம் ஒங்கண்ணன் துடிக்கத்துடிக்க குடுப்பாரே, அத யாரு வாங்கறது?" என்றாள். அவளைமீறி சிரிப்பு வெளிப்பட்டுவிட்டது. கண்களில் ஈரம் கட்டும்வரை இடைவிடாமல் சிரித்தாள்.

"அப்பறம் எப்படிதாண்ணி காபந்து பண்றது?" குழப்பத்தோடு அவளைப் பார்த்தேன்.

"அவரு பார்வையிலயே படாத எடமா பாத்துதான்டா வைக்கணும். சமையல்கட்டு டப்பாவுக்குள்ள, அரிசி அண்டாவுல, அலமாரிக்குள்ள, பொட்டிக்குள்ளன்னு எங்கனா மறச்சிதான் வைக்கணும்." என்னைப் பக்கத்தில் இழுத்து தலையைக் கோதி விட்டாள் அண்ணி. தோள்பக்கத்து சட்டைச் சுருக்கத்தை நீவிநீவிச் சரிப்படுத்தினாள். "பாக்கணும்னு தோணும்போதுமட்டும் எடுத்து பாத்து ரசிச்சிக்கணும். மத்த நேரத்துல மறச்சிதான் வச்சிக்கணும்."

"தப்பித்தவறி அண்ணன் கண்ணுல பட்டுட்டா?"

"மொதல்ல பொம்ம சுக்குநூறா ஒடஞ்சி உருளும். அப்பறமா நம்ம தல உருளும்..." அண்ணியின் சிரிப்பைப் பார்க்க பாவமாக இருந்தது. அந்த நேரத்தில் எப்படியாவது அண்ணியை அந்தப் பொம்மையை வாங்கிவிடும்படி செய்யவேண்டும் என்று தோன்றியது. "வாண்ணி, எட்டு ரூபாவுக்கு கேட்டுப் பாக்கலாம். குடுத்தாலும் குடுப்பாரு" என்றபடி அவள் கையைப் பிடித்து இழுத்தேன்.

அண்ணி ஒருகணம் நடையை நிறுத்தினாள். “எட்டு ரூபாய்க்கு என்னடா கணக்கு எழுதமுடியும்?” அவள் குரலில் அச்சமும் ஆவலும் கலந்து வெளிப்பட்டன.

“ஏதாச்சிம் காய் வாங்கணம்ன்னு எழுதலாமா?” நான் சொல்லி முடிப்பதற்குள்ளாகவே அதை மறுத்தாள் அண்ணி.

“எனக்கு நோட்டு வாங்கிக்குடுத்த வகைன்னு எழுதமுடியாதா?”

“போன வாரம் அவருதானடா ஒனக்கு நோட்டு வாங்கியாந்து குடுத்தாரு. அதுக்குள்ள மறந்துடுவாரா என்ன?”

மாற்றிமாற்றி ஆலோசனைகளைப் பரிமாறிக்கொண்டிருக்கும் போதே “துணி தொவைக்கற சோப்பு வாங்கனதா எழுதலாமா?” என்று இழுத்தேன். அந்த ஆலோசனை பொருத்தமாக இருந்தது. அதற்குப் பிறகுதான் கிளம்பியபோதிருந்த பிரகாசத்தை மீண்டும் அண்ணியின் முகத்தில் பார்க்கமுடிந்தது. கடையை நோக்கி தைரியமாகத் திரும்பி நடந்தோம்.

டீ கிளாஸை உறிஞ்சியபடி “தெரியும், தெரியும், நீங்க வருவிங்கன்னு தெரியும்” என்று சிரித்தார் கடைக்காரர். ஏதோ சொந்தக்காரர்களைப் பார்த்துச் சிரிப்பதுபோலச் சிரித்தார்.

“சரி, குடுக்கற வெலைய சொல்லுங்க . . .” வண்டியை நெருங்கி கண்ணன் பொம்மையை எடுத்தாள் அண்ணி.

“நான் சொல்றத அப்பவே சொல்லிட்டன். இனிமே நீங்கதான் சொல்லணும் . . .” கடைக்காரர் கிளாஸை ஓரமாக வைத்தார்.

“ஒரே வெலதான். எட்டு ரூபா” அவள் விரல்கள் பொம்மையை வருடிக்கொடுத்தன.

“எத்தினி வேணும், ரெண்டா மூணா?” அவன் அண்ணியைப் பார்த்துக்கேட்டான்.

“ஒன்னே ஒன்னு போதும்” அண்ணி ஒற்றைவிரலை நீட்டினாள்

“சரி, சரி குடுங்க” கடைக்காரர் பொம்மையை ஒரு தாளில் சுற்றி காகிதப்பைக்குள் வைத்துக் கொடுத்தார். அதை வாங்கி அபிஷேகக் கூடைக்குள் வைத்தாள் அண்ணி. பிறகு பையிலிருந்து பணத்தை எடுத்துக் கொடுத்தாள். அவள் முகத்தை நிமிர்ந்து பார்த்தேன். அதில் அற்புதமான நிம்மதியுணர்வு படர்ந்திருந்தது. அவள் கண்களில் பரவியிருந்த திருப்தியைப் பார்ப்பதற்கே

பரவசமாக இருந்தது. வீடு சென்று சேர்கிறவரைக்கும் சின்ன வயசிலிருந்து தான் நேசத்தோடு வைத்திருந்த விதவிதமான பொம்மைகளைப்பற்றியும் அவற்றோடு சம்பந்தப்பட்ட கதைகளைப் பற்றியும் சொல்லிக்கொண்டே வந்தாள் அண்ணி. வீட்டுக்குள் வந்ததுமே முதல் வேலையாக அதை அலமாரியில் புடவை அடுக்குக்குக் கீழே மறைத்துவைத்தாள். பிறகு மெதுவாக கணக்கு நோட்டை உருவி எடுத்து சோப்பு வாங்கிய வகையில் எட்டு ரூபாய் செலவு என்ற எழுதி மூடினாள்.

இரவுச் சாப்பாடு முடிந்ததுமே வழக்கம்போல செலவு நோட்டை எடுத்து கணக்கைச் சரிபார்த்தார் அண்ணன். உருளைக்கிழங்கு, வெங்காயம், மின்சாரக்கட்டணம், வத்திப்பெட்டி, தேங்காய், பூ, பழம், கற்பூரம் என்று விரல்களை நகர்த்திக்கொண்டே வந்தவர் சோப்பு என்கிற இடத்தில் நிறுத்திவிட்டு அண்ணியை அழைத்தார். பாத்திரம் கழுவி அடுக்கியபடி இருந்த அண்ணி பதற்றத்தோடு வந்து அவரெதிரில் நின்றாள். “என்ன இது?” என்று விரலால் சுட்டிக் காட்டினார் அண்ணன். தொண்டை உலர்ந்துபோனது போல எச்சிலைக் கூட்டி விழுங்கினாள் அண்ணி. “சோப்புங்க” மென்று விழுங்கியபடி சொன்னாள். “படிக்கத் தெரியாத முண்டமா நான்? சோப்புனு எழுதியிருக்கறத படிக்கத் தெரியாதா? அதத்தான் ஏன் வாங்கனன்னு கேக்கறன்? மாச லிஸ்டுலயே சோப்பு வாங்கியாச்சியில்ல? அப்பறமா எதுக்கு புதுசா?” அண்ணனின் குரலில் படிந்திருந்த கடுமை அச்சத்தைத் தந்தது.

அண்ணி ஒருகணம் குழம்பி நின்றாள். பிறகு தயக்கத்தோடு என்னைப் பார்த்தாள். மெதுவாக தைரியத்தைத் திரட்டிக்கொண்டு “போர்வ தலகாணியில ஊரப்பட்ட அழுக்கு. அந்த மாச சோப்புக்குலாம் மசியுதா என்ன? தேச்சித்தேச்சி தோள்பட்டயே இத்து போச்சி. இத வாங்கி தேச்சப்பறம்தான் கொஞ்சமாச்சிம் வெளுக்க முடிஞ்சிது . . .” என்று இயல்பான குரலில் சொல்லி முடித்தாள். முகவாயில் விரல்களால் சொரிந்தபடி அண்ணியையே உற்றுப் பார்த்தார் அண்ணன். பிறகு மெதுவாக மற்ற கணக்கைப் படித்து விட்டு நோட்டை மடித்துவைத்தார்.

அடுத்தநாள் ஞாயிறு என்பதால் அண்ணனுக்கும் எனக்கும் எண்ணெய்க்குளியல். தோசை சாப்பிட்டு முடித்த கையோடு அண்ணனுடன் கடைக்குப்போய் கறி வாங்கிவந்தேன். சட்டையைக் கழற்றி ஆணியில் மாட்டிய அண்ணன் அங்கே தொங்கிய சிலந்தி வலையைக் கலைப்பதற்காக துடைப்பத்தால் தட்டினார். சட்டென அதன் தொடர்ச்சியாக ஒட்டடை அடிக்க ஆரம்பித்துவிட்டார். அவர் நகர்த்தச் சொன்னதை

நகர்த்துவது, கேட்டதை எடுத்துக் கொடுப்பது, அதுதான் என் வேலை. இரண்டுமணிநேரம் ஓடியதே தெரியவில்லை. குப்பைகளையெல்லாம் வாரி ஒரு பிளாஸ்டிக் பைக்குள் நிரப்பி எடுத்துச் சென்று தெருக்கடைசியில் வாய்க்கால் ஓரமாகக் கொட்டிவிட்டு வந்தேன். அறைகள் புதுக்கோலம் பூண்டு புதுவீடு போலக் காணப்பட்டன. பிரித்த துணிக்கொடிகளை மீண்டும் கட்டி பழையபடி ஆக்கினோம். நடுக்கூடத்துக்கு வந்துவிட்ட அலமாரியை மீண்டும் பின்னால் நகர்த்திச் சென்று சுவரோரமாகத் தள்ளிவைத்தோம். பலமுறை அது குலுங்கிக்குலுங்கி அடங்கியது.

"ரேவதி, அந்தச் சாவிய எடு. அலமாரிக்குள்ள துணிங்கள்ளாம் சரிஞ்சி கெடக்கும். தெறந்து அடுக்கி வச்சிடறம்."

சமையல்கட்டிலிருந்து அண்ணி வேகமாக வந்து நின்றாள். "போதும் உடுங்க. சாப்பாட்டு நேரத்துல இன்னும் என்ன வேல? நான் அப்பறமா பாத்துக்கறேன்" என்று அவசரமாகச் சொன்னாள்.

"நீ வச்சா என்ன? நான் வச்சா என்ன? எல்லாமே வேலதான? சாவிய குடு" அண்ணியின் முகம் பீதியில் உறைந்து விட்டது. கலவரத்தோடு என்னை ஓரக்கண்ணால் பார்த்தபடி சாவியை எடுத்துக்கொடுத்தாள். சமையல் கட்டுக்குள் சென்றவள் மறுகணமே மீண்டும் வந்து அண்ணன் எதிரில் நின்றாள். அப்போதுதான் ஆபத்து என் மூளையில் உறைத்தது. ஐயையோ, கண்ணன் பொம்மையைக் காப்பாற்றவேண்டுமே என்னும் பதற்றம் நெஞ்சில் படிந்தது.

"நீ போ. தொணைக்கி இவன் இருக்கறானில்ல, நாங்க பாத்து அடுக்கிவைக்கறம். போ" சொல்லிக்கொண்டே அண்ணன் கதவைத் திறந்தார். அண்ணி கண்களை மூடிக்கொண்டு சமையலறைக்குள் சென்றுவிட்டாள். அவர் சொன்னதுபோலவே துணிமணிகள் முன்னோக்கிச் சரிந்திருந்தன. நடுத்தட்டில் அண்ணியின் புடவைகள். அவற்றின் அடியில்தான் கண்ணன் பொம்மை இருந்தது.

அடித்தட்டில் சில தட்டுமுட்டுச் சாமான்கள் குவிந்திருந்தன. அவற்றின்மீது அண்ணனின் கண்கள் முதலில் படிந்தன. முதலில் எல்லாவற்றையும் வாரி வெளியே வைத்தார். பிறகு நான் துடைத்து கொடுக்கக் கொடுக்க வாங்கி உள்ளே தட்டில் அடுக்கினார். என் இதயத்துடிப்பு பெருகியபடி இருந்தது. மறுபடியும் ஊருக்குச் சென்று ரெட்டியார் வீட்டில் மாட்டுச்சாணம் வாரப்போகும் வாழ்க்கை வெகுதொலைவில் இல்லை என்று நினைத்துக்கொண்டேன்.

எதிர்பாராத கணத்தில் விளக்கு மாடத்தில் இருந்த அண்ணனின் கைப்பேசி ஒலித்தது. பார்த்த நாள்முதலே என்பதுதான் அண்ணன் வைத்திருக்கும் அழைப்புப்பாட்டு. நாலுவரி பாடிவிட்டு மீண்டும் தொடக்கத்திலிருந்து பாடியது பாட்டு. "யாருடா அது, எடுத்துப்பாரு" என்றார் அண்ணன். வேகமாக எழுந்து சென்று அதை எடுத்துப் பார்த்தேன். மஞ்சளொளிச் சதுரத்தில் சுடர்விட்ட எழுத்துகளைக் கூட்டிப் படித்தபிறகு "சண்முகம்ண்ணே" என்று சொன்னேன். "அவனா, தோ வரேன் . . ." என்றபடி அண்ணன் எழுந்துவந்து கைப்பேசியை வாங்கிக்கொண்டு, வாசல்பக்கமாகச் சென்றார். அதே கணத்தில் அலமாரியின் பக்கம் ஓடி அவசரமாக கண்ணன் பொம்மையை எடுத்து பக்கத்தில் இருந்த பள்ளிக்கூடப் பைக்குள் போட்டு மூடினேன். அதற்குப் பிறகுதான் என்னால் நிம்மதியாக மூச்சுவிடமுடிந்தது. பிறகு இயல்பாக உட்கார்ந்து மறுபடியும் சாமான்களை அடுக்குவதில் ஈடுபட்டேன். பேச்சை முடித்துக்கொண்டு திரும்பிய அண்ணனும் மீண்டும் வேலையில் மூழ்கினார். அடித்தட்டு, மூன்றாம் தட்டு, இரண்டாம் தட்டு, முதல் தட்டு என ஒவ்வொன்றையும் சுத்தப்படுத்தி, துணிமணிகளைச் சரியாக அடுக்கிவைத்தோம். கணக்கு நோட்டையும் பணப்பெட்டியையும் வழக்கம்போல துணிவரிசைக்கு நடுவில் மறைத்து வைத்துவிட்டுத் திரும்பினார்.

எந்தக் கணத்திலும் அவர் வெடித்து கோபம்கொள்ளக்கூடும் என்கிற அச்சத்தில் அண்ணி வெளியே வரவே இல்லை. அண்ணனை அருகில் வைத்துக்கொண்டு அவளுக்கு சைகை காட்டிப் புரிய வைக்கும் அளவுக்கு சூழல் சரியாக இல்லாததால் நான் அமைதியாகவே இருந்தேன். அலமாரியின் பக்கத்தில் இரண்டு தாங்கிகள் இருந்தன. அவற்றையும் சுத்தம் செய்தோம். அண்ணி மெதுவாக வெளிப்பட்டு கூடத்தை நோட்டமிட்டாள்.

"என்ன, சமையல் வேல முடிஞ்சிதா?"

"ம்" என்றபடி அண்ணி தலையசைத்தாள்.

"தலகாணி ஒறய தொவச்சிப் போட்டன்னு சொன்னியே, எங்க அது? எடுத்துக் குடுத்தா அதயும் மாத்திருவமில்ல . . ."

அண்ணி பேசாமல் துணிமூட்டையிலிருந்து தேடி எடுத்துக் கொடுத்தாள். பளிச்சென்று நீலநிறக் கோடு விழுந்த அந்த உறைகளை வாங்கி மூலைப்பகுதியில் இருந்த சுருக்கங்களையெல்லாம் நீவினார் அண்ணன். பிறகு தனக்குள்ளாகவே பேசிக்கொள்வதுபோல "இந்த வெளுப்புக்கு எட்டு ரூபா தெண்டச்செலவா?" என்று முணுமுணுத்தபடி

தலையணையை ஒவ்வொரு உறையிலும் நுழைத்து நாடா கட்டி ஓரமாக வைத்தார். அண்ணி நிலை கொள்ளாமல் தவித்தாள். அண்ணனுக்கும் எனக்கும் பரிமாறும் போதுகூட அவள் முகத்தில் குழப்பமே படிந்திருந்தது. சாப்பிட்ட பிறகு அண்ணன் படுத்துவிட்டார். நான் சிறிது நேரம் வீட்டுப்பாடம் எழுதினேன். பாத்திரம் கழுவிவிட்டு வந்த அண்ணியோடு பிறகு பல்லாங்குழி ஆடினேன்.

நான்கு மணிக்கு எழுந்த அண்ணனுக்கு டீ போட்டுக் கொடுத்தாள் அண்ணி. அதைப் பருகிய பிறகு அண்ணன், "வில்லினூரு வரிக்கும் போய்ட்டு வரேன்" என்றபடி கைப்பேசியை எடுத்துக்கொண்டு சைக்கிளில் கிளம்பிச் சென்றார். அவர் தெருவைக் கடக்கும்வரை பொறுமையாகக் காத்திருந்தாள். பிறகு அவசரமாக "ஒலகத்துல அவரு கண்ணுலேருந்து எதுவுமே தப்பிக்க முடியாதுடா. கழுகு கண்ணு அவருக்கு. பாத்தாரா? பாக்கலையா?" என்று கேட்டாள். நான் புன்னகைத்தபடி "அந்த அளவுக்கெல்லாம் உட்டுடுவனா அண்ணி" என்று சொல்லிக்கொண்டே மெதுவாக என் பள்ளிக்கூடப் பையைத் திறந்து கண்ணன் பொம்மையை எடுத்துக் காட்டினேன். அதைப் பார்த்த பிறகுதான் அண்ணியின் முகத்தில் படிந்திருந்த குழப்பம் விலகியது. அதை மறைத்த சாகசக் கதையைச் சொல்லச்சொல்ல அவள் கண்கள் கலங்கின. புன்னகையோடு என் தோளைத் தட்டிக் கொடுத்தாள். கண்ணன் பொம்மையை ஒருகணம் இரு கைகளுக்கிடையே ஏந்தி ஆசையோடு உற்றுப் பார்த்தாள். பிறகு நெஞ்சோடு இறுக்கியபடி சில கணங்கள் வைத்திருந்தாள். அப்புறம் நிதானமாக புடவை அடுக்குக்குக் கீழே மறைத்து மூடிவிட்டுத் திரும்பினாள். "வா, இப்ப நிம்மதியா பல்லாங்குழி ஆடலாம்" என்று சிரித்தபடி என் கைகளைப் பிடித்துக்கொண்டு உட்கார்ந்தாள்.

(ஆனந்த விகடன் – 2012)

காணிக்கை

அடுப்பாக நெருக்கிவைக்கப்பட்ட செங்கற்களுக்கு நடுவில் கற்பூரக் கட்டியை வைத்த சாரதா ஐயனார் கோயில் இருந்த திசையின் பக்கமாக முகம்திருப்பி கண்மூடி ஒருகணம் வணங்கினாள். பிறகு திரும்பி தீக்குச்சியை உரசி கற்பூரத்தைச் சுடரவிட்டாள். உலர்ந்த மிளார்களை அதைச் சுற்றி அடுக்கி தீயை மூட்டினாள். அப்புறம் பொங்கலுக்கான பானையைத் தூக்கி அதன்மீது வைத்தாள்.

"வாங்க சார், நாம போயி நம்ம வேலய பாக்கலாம்" – எரியும் அடுப்பையே பார்த்தபடி இருந்த கணேசனிடம் சொன்னார் பம்பைக்காரர். மணிபர்சையும் கைப்பேசியையும் எடுத்து சாரதாவிடம் கொடுத்த கணேசன் சட்டையையும் பனியனையும் கழற்றித் தாழ்வாகப் பிரிந்து சென்ற மரக்கிளையில் மாட்டினான். சாரதாவின் முதுகோடு ஒட்டியபடி தோளுக்கொரு பக்கமாக நின்றுகொண்டு கேள்விமேல் கேள்வியாகக் கேட்டுக்கொண்டிருந்த சங்கரியையும் மாலாவையும் பார்த்தான். இதேபோன்ற பொங்கல் நாள்களில் அடுப்புக்கு முன்னால் உட்கார்ந்திருந்த தன் அம்மாவின் முதுகோடு ஒட்டி ஐம்பதாண்டுகளுக்கு முன்னால் பேசிச் சிரித்த குழந்தைப்பருவச் சித்திரங்கள் நினைவிலிருந்து வெடித்தெழ அவன் கண்கள் கலங்கின. அடிவயிற்றில் நெருப்பின் அனல் ஒருகணம் பரவி அணைந்ததுபோல இருந்தது.

சிறிது தொலைவு நடந்து நிழல் அடர்ந்திருந்த முந்திரி மரத்தடியில் தரைமீது துண்டை விரித்து உட்கார்ந்தான் கணேசன். பக்கத்தில் வேறொரு மரத்தின்மீது சாய்ந்தபடி பீடி புகைத்துக் கொண்டிருந்த இளைஞனொருவனிடம் சென்ற பம்பைக்காரர் “செத்த நேரம்கூட அத இழுக்காம இருக்கமுடியாதா ஒன்னால? வந்துட்டாங்க பாரு. போ, போ போயி சீக்கிரமா வேலய முடி . . .” என்று சொல்வது கேட்டது.

“இதோ இதோ” என்று சொன்னபடி இளைஞன் கணேசனை ஒருகணம் நிமிர்ந்து பார்த்தான். அவசரமாக பீடித்துண்டை எறிந்து விட்டு, பையிலிருந்து ஹால்ஸ் பாக்கெட் ஒன்றை எடுத்துப் பிரித்து வாயில் போட்டான். மரத்தடியில் சுருட்டிவைத்திருந்த பையை எடுத்துக்கொண்டு கணேசனின் பக்கமாக வந்தான். அவன் எதிரில் பையை வைத்துவிட்டு அதிலிருந்து தண்ணீர் பாட்டிலை எடுத்து திறந்தான். வலது கையைக் குவித்து துணித்துளியாக ஊற்றி நிரப்பி கணேசனின் தலைமுடியைக் கலைத்து நனைத்தான். நாலைந்து முறை செய்தபிறகு அவன் தலைமுழுக்க ஈரமானது. புருவத்தின் ஓரமாக வழிந்த தண்ணீர் இமைக்குழியில் இறங்கிய கணத்தில் கைவிரலால் தொட்டு உதறினான் கணேசன்.

“ஐனாரப்பன மனசுல நல்லா நெனச்சிக்க சார்.”

விழிகளை உயர்த்தி அவனைப் பார்த்து புன்னகைக்க முயற்சி செய்துவிட்டுக் குனிந்தான் கணேசன். ஐயனாருக்குப் பதிலாக அம்மாவின் நினைவுகள் குவிந்தன. ஐயனாரிடம் முறையிடுவதற்கு அம்மாவிடம் எப்போதும் ஏதாவது சில தேவைகள் இருந்து கொண்டே இருக்கும். ஏழு பெண்குழந்தைகளுக்குப் பிறகு பிறந்த அவனையும் சேர்த்து, எட்டுப் பிள்ளைகள் இருந்த வீட்டில் யாருக்குக் காய்ச்சல் வந்தாலும் “ஐனாரப்பா, எம் புள்ளய நல்லபடியா எழுந்து நடமாட வச்சிடுப்பா. வர அமாசைக்கு ஒனக்கு படையல் வைக்கறேன்” என்று மஞ்சள் துணியில் காசு முடித்து வைத்து விடுவாள்: முடியிறக்குதல், பொங்கல்வைத்து சேவல் பலிகொடுப்பது எல்லாம் தண்ணீர் பட்ட பாடு. “ஒனக்கும் வேலயில்ல, ஒன் ஐனாருக்கும் வேலயில்ல” என்று அப்பா கிண்டல் செய்யாத நாளே இல்லை. வார்த்தைகளைத்தான் அப்படி இறைத்தாரே தவிர பொங்கல் வைக்கக் கிளம்புகிற அன்றைக்கு தேவையான ஏற்பாடுகள் அனைத்தையும் கச்சிதமாகச் செய்து வைப்பார். போய்வர வாடகைக்கார். சேவல். மாலைகள். பம்பை. தண்ணீர்வாளி. செம்பு. துணிமணிப்பெட்டி. கூடை. அம்மாவின் மனசுக்குப் பிடித்தமாதிரி எல்லாவற்றையும் செய்துவிட்டு ஒதுங்கி நின்று சிரிப்பார். தன்னுடைய மரணம்வரைக்கும் ஒருநாள்கூட

அதற்காக அலுத்துக்கொண்டதே இல்லை. அதற்குப் பிறகு, அந்த பம்பைக்காரரின் தொலைபேசி எண்ணை வாங்கிவைத்துக் கொண்டு அம்மாவே தனக்குத் தேவையான ஏற்பாடுகளை செய்வித்துக்கொண்டாள். நெஞ்சு வலியால் மயக்கமாகி விழுந்து மருத்துவமனையில் சேர்க்கப்பட்டு அறுவை சிகிச்சைக்காக அழைத்துக்கொண்டு போனபோது தன் துக்கத்தை ஆற்றிக் கொள்ளும் வழி தெரியாமல் அம்மாவுக்காக முதன்முதலாக ஐயனாரிடம் கோரிக்கை வைத்தான் கணேசன்.

படுக்கையிலிருந்து ஸ்ட்ரெச்சருக்கு மாற்றிய சமயத்தில் அம்மாவின் கண்களில் ஏக்கம் தெரிந்தது. அவை ஒரே கணத்தில் தளும்பிக் குளமாவதைக் கவனித்தான். ஆழ்மனம் தன் கோரிக்கையை ஐயனாரிடம் மீண்டும்மீண்டும் முன்வைத்தபடி இருக்க, அம்மாவை நெருங்கி அவள் விரல்களைப் பற்றி வருடித் தந்தான்.

உச்சியிலிருந்து மழிக்கப்பட்ட முடிக்கற்றைகள் கொஞ்சம் கொஞ்சமாக முன்னால் வந்து விழுந்தன.

கும்பல்கும்பலாக காணிக்கை ஆடுகளோடு ஐயனார் கோயிலை நோக்கி பலரும் நடந்துகொண்டிருந்தார்கள். நடக்க மறுக்கும் ஆடுகளை பின்னால் நின்று தள்ளித்தள்ளி நடக்கவைத்தார்கள் சிறுவர்கள். பம்பைகளின் ஒலியால் முந்திரிக்காடு அதிர்ந்தது.

தலையை மழித்தபிறகு, காதுமடலோரம் முளைத்திருந்த முடிகளை கத்தியாலேயே மெல்ல வருடி அப்புறப்படுத்திய பிறகு இளைஞன் “தலய நிமுத்து சார்” என்றான். தன் விரலை மீண்டும் தண்ணீரில் நனைத்து மீசைமுடியில் தடவியபடி “ஒதட்ட மடிச்சிக்க சார்” என்று சொல்லிக்கொண்டே கத்தியை மீசைக்கருகில் எடுத்துச் சென்றான்.

அம்மாவுக்கு எழுபத்தைந்து வயது என்று சொன்னால் யாருக்கும் நம்பிக்கை வராது. ஒடிசலான தோற்றம் என்றாலும் உறுதியாகவே இருந்தது அவள் உடல். கருமையும் நரையும் கலந்த முடியைக் கொண்டையாகப் போட்டிருப்பாள். விபூதி வைத்த நெற்றி. காதில் ஒரு தோடு. கழுத்தில் பட்டையான ஒரு சங்கிலி. வீட்டுவேலை பார்த்து, வீட்டோடு இருந்த கனகாம்பரத் தோட்டத்துக்கு தண்ணீர் விட்டு, கீரைப்பாத்தியில் களையெடுத்து, பன்றிகள் ஊடுருவி அகலமாக்கிவிட்டுப் போன வேலிக்கு மறைப்பு கட்டி, காற்றில் உலர்ந்த துணிமணிகளின் ஓரங்களை நீவி மடித்துவைத்து என ஏதாவது ஒரு வேலையைச் செய்துகொண்டே இருப்பாள்.

எந்தக் குழந்தையாக இருந்தாலும், பார்த்ததுமே அதன் கன்னத்தைத் தொட்டெடுத்த விரல்களை முத்தமிட்டுச் சிரிக்கும் அம்மாவின் பாணியை நினைத்துக்கொண்டான் கணேசன். "ஒன் வெரலுக்கு நீயே முத்தம் குடுத்துக்கறியே, என்னம்மா இது?" என்று சின்ன வயதில் ஒருமுறை கேட்டபோது "ஒனக்கும் நொப்பனுக்கும் நான் என்ன செய்யறன்னு கவனிக்கறதே வேலயா போயிடுச்சி, போடா அந்தண்ட" என்று தள்ளிவிட்டாள். "அப்ப என் கன்னத்தயும் கிள்ளி ஒரு முத்தம் குடு" என்று சிணுங்கியபடி மீண்டும் நெருங்கிச் சென்று நின்றான். "கிட்ட வந்த வெறவுக்கட்டயாலதான் குடுப்பேன். ஒழுங்கா போயி படிக்கற வேலைய பாரு" என்ற அவள் அதட்டலைக் கொஞ் சம்கூட பொருட்படுத்தாமல் நின்ற இடத்திலேயே நின்றபடி அவளையே பார்த்துக்கொண்டிருந்தான். பிறகு மெதுவாக அவளே மனமிரங்கி வந்து, "எதுக்குடா இப்பிடி ஒட்டாரம் புடிக்கற? அப்பன் புத்தி அப்படியே இருக்குது பாரு" என்று சொல்லிக்கொண்டே அவன் கன்னத்தைக் கிள்ளியெடுத்து, அந்த விரல்களை முத்தமிட்டாள்.

"எழுந்துக்க சார்."

அந்த இளைஞன் பின்வாங்கி பாட்டிலில் மிச்சமிருக்கிற தண்ணீரால் தன் கையைச் சுத்தமாக்கிக்கொண்டான். சாரதாவிடம் சென்று நூறு ரூபாயை வாங்கி அவனிடம் தந்தான் கணேசன். "கோயில் மொட்ட சார். இன்னும் கொஞ்சம் போட்டுக்குடு சார்" என்று கேட்டான் அவன். பம்பைக்காரர் நடுவில் புகுந்து "போடா போடா . . . எல்லாம் சரியாத்தான் குடுத்திருக்குது. எவ்ளோ குடுத்தாலும் வெடியாதுடா ஒனக்கு . . ." என்று சொல்லி அனுப்பிவைத்தார்.

"அப்பா, ஒனக்கு மொட்ட நல்லாவே இல்ல" என்று சங்கரி சிரித்தாள். "எதுக்குப்பா மீசய எடுத்த? மீச இல்லாம ஆபீஸ்க்கு எப்படிப்பா போவ?" என்று கேட்டாள் மாலா. பதில் சொல்லாமல் இரண்டு பேர் கன்னங்களிலும் கிள்ளி மெதுவாக முத்தமிட்டான் கணேசன். அவன் செய்கை அவர்களுக்கு ஆச்சரியமளிப்பதாக இருந்தது.

"குளிச்சிட்டா மத்த வேலய பாக்கலாம்" நினைவூட்டிய பம்பைக்காரர் பூமாலைகள் கொண்டுவந்த பொட்டலங்களைப் பிரிக்க உட்கார்ந்தார். பல வருடத்துப் பழக்கம். பொங்கல் வைக்கப் புறப்படுகிற தருணங்களில் முதலில் அவருக்குத்தான் போன் போட்டுச் சொல்வாள் அம்மா. அவளுடைய நோட்டிலிருந்துதான் அந்த எண்ணைத் தேடியெடுத்துப் பேசி ஏற்பாடுகளுக்கான தகவலைச் சொல்லியிருந்தான் கணேசன்.

அறுவை சிகிச்சையின்போது எதிர்பாராத விதமாக ரத்த அழுத்தம் உயர்ந்து ஏதோ புதுவகையான சிக்கல் முளைத்துவிட்டது. மருத்துவர்களுக்கே புரியாத சவால். மூன்று நாள் ஆழ்கவன சிகிச்சைப்பிரிவிலேயே வைத்திருந்தார்கள். அவள் உடல்முழுக்க குழாய்களைச் செருகியிருந்தார்கள். மருந்து, உணவு, காற்று எல்லாமே குழாய்கள்வழியாகவே சென்றன. கண் திறக்காத அம்மாவின் முகம் ஒரு கற்சிலைபோல இருந்தது. ஆறாவது நாள் காலையில் அவள் உயிர் பிரிந்துவிட்டது. அவள் உடலைப் பெற்றுக்கொண்டபோது அவன் உடல் துடித்தது. நம்பவே முடியாமல் அவள் முகத்தை மனம்பொங்கப் பார்த்தபடி நின்றான். மெதுவாக அவளை நெருங்கி அவளுடைய விரல்களை எடுத்து தன் விரல்களுடன் வைத்து அழுத்தி வருடித் தந்தான். மனத்தில் திடீரென வெறுமை கவிந்தது. அடுத்தநாள் அவள் உடல் எரிந்து சாம்பலானது.

உடலைத் துவட்டிக்கொண்ட பிறகு, புதிய உடைகளை அணிந்தான் கணேசன். அவனை உட்காரவைத்து குழையக்குழைய சந்தனத்தை வாரி, அவன் தலையில் மெதுவாகத் தடவிவிட்டாள் சாரதா. அதன் குளுமை இதமாக இருந்தது.

"இந்தாங்க, இத போட்டுக்குங்க" மாலையொன்றை அவனிடம் நீட்டிக்கொண்டே சொன்னார் பம்பைக்காரர்.

தாம்பாளத்தட்டில் மாவுவிளக்கைப் பிசைந்து உருட்டி வைத்திருந்தாள் சாரதா. நடுவில் குழியாக்கி எண்ணெயை ஊற்றி விளக்குத் திரியை அதற்குள் வைத்தார் பம்பைக்காரர். பூ, பழம், வெற்றிலை, பாக்கு, வத்தி, குங்குமம், எலுமிச்சம்பழங்கள் எல்லாவற்றையும் எடுத்து தட்டுநிறையப் பரப்பினார். பிறகு கணேசனை நிமிர்ந்துபார்த்து பார்வையாலேயே தட்டை எடுத்துக்கொள்ளச் சொன்னார்.

தட்டைத் தொட்டபோது அவன் மனம் துடித்தது. அடி வயிற்றிலிருந்து ஒரு துக்கம் பொங்கி நெஞ்சில் மோதியது. இதேபோல ஒரு தட்டைச் சுமந்து சுடுகாட்டுக்கு நடந்து சென்ற நாளின் நினைவுகள் மிதந்துவந்தன. தனது உடல் தனக்கே பாரமாக இருப்பதுபோல இருந்தது.

பம்பைக்காரர் முள்வேலியோரமாக கட்டப்பட்டிருந்த ஒரு பெரிய சேவலைத் தூக்கிவந்து சங்கரியிடம் கொடுத்து வைத்துக் கொள்ளச் சொன்னார். பந்தயத்தில் கிடைத்த வெற்றிக்கோப்பையை வாங்கி நெஞ்சோடு அணைத்துக் கொள்வதுபோல அந்த சேவலை அணைத்துக்கொண்டாள் சங்கரி. சேவலின் தலையை நிமிர்த்தி, ஒரு சின்ன மல்லிகைச்

சரத்தைத் தொங்கவிட்ட பம்பைக்காரர் அதன் நெற்றியில் மஞ்சளைத் தடவி குங்குமப் பொட்டொன்றை வைத்தார்.

பொங்கல் பானையை ஒரு கூடைக்குள் வைத்து எடுத்துக் கொண்டாள் சாரதா. கொண்டுவந்த சாமான்களையெல்லாம் மறக்காமல் தேடியெடுத்து ஒரு பெரிய பைக்குள் நிரப்பி எடுத்துக்கொண்டாள் மாலா. பம்பையொலி நான்கு பக்கங்களிலும் சிதறி அதிர்ந்தது.

கணேசனும் சாரதாவும் இரண்டு பிள்ளைகளும் சின்னக் குழுவாக முந்திரிக்காட்டில் நீண்ட ஒற்றையடிப்பாதையில் நடந்தார்கள். எங்கோ ஒரு கிளையிலிருந்து ஒரு குயில் கூவும் சத்தம் கேட்டது. அந்தக் குரல் கணேசனைச் சிலிர்க்கவைத்தது. ஒருகணம் விழிகளைத் திருப்பி சத்தம் வந்த திசையில் அந்தக் குயிலைத் தேடினான். அவனால் கண்டுபிடிக்கமுடியவில்லை. அவன் எண்ணத்தை உணர்ந்த சங்கரி ஒருகணம் திரும்பி நின்று உற்று உற்றுப் பார்த்து அந்தக் குயிலைக் கண்டுபிடித்தாள்.

“அப்பா, அங்க பாரு. அதோ அந்த கௌ ரெண்டா பிரியுதே, அதுக்குக் கீழ பாரு . . .”

குயிலின் இருப்பிடத்தை அவள் துல்லியமாக வரையறுத்துக் காட்டினாள். அதைக் கண்டுபிடிக்க முடியாமல் தடுமாறினான் கணேசன். “எங்க சங்கரி?” என்றபடி அவன் விழிகள் அலை பாய்ந்தன. “அங்க, அங்க பாருப்பா” என்றபடி அவன் கன்னத்தைத் தொட்டு ஒரு குறிப்பிட்ட கோணத்தில் மரத்தின்பக்கம் திருப்பினாள். அப்போதும் அவனால் அதைக் கண்டுபிடிக்க முடியவில்லை. “போப்பா, ஒனக்கு ஒன்னுமே தெரியல . . .” என்று சிணுங்கியபடி ஒதுங்கினாள் சங்கரி. அந்தக் குயிலின் அழைப்பு மட்டும் நிற்கவே இல்லை. அது காதில் விழவிழ, அது தன் அம்மாவின் அழைப்பு என நம்ப விரும்பினான் கணேசன்.

தன் வேண்டுதலைப்பற்றிய விஷயத்தை நீண்ட இடைவெளிக்குப் பிறகு ஒருநாள் பேச்சோடு பேச்சாக சாரதாவிடம் சொன்னான் கணேசன். அதைக் கேட்டு ஆச்சரியமாகப் பார்த்தாள் சாரதா.

“இதுலயெல்லாம் நம்பிக்கயே இல்லைன்னு சொல்விங்க. அப்பறம் எப்படி இந்த மாதிரி?” என்று கேட்டாள்.

“இப்பவுமே எனக்கு நம்பிக்கை இல்ல சாரதா. என்னமோ அந்த நேரத்துல அப்படி தோணிச்சி. ஏதாச்சிம் நடந்து பொழச்சி வந்துட மாட்டாங்களான்னு ஒரு நப்பாச. சட்டுனு வாய்ல வந்துட்டுது. வேண்டிகிட்டேன்.” கணேசன் நாக்கைச் சப்புக் கொட்டியபடி புன்னகைத்தான்.

“சிரிக்கிற விஷயம் கெடையாதுங்க இது. சாமி விஷயம். காணிக்கைனு சொல்லிட்டப்பறம் கண்டிப்பா செஞ்சிதான் ஆவணும் . . .” சுவரில் தொங்கிய காலண்டர் ஓவியத்தைப் பார்த்தபடி இருந்தவனின் முகத்தை தன் பக்கமாகத் திருப்பி பொறுமையாக எடுத்துச் சொன்னாள் சாரதா.

“அதான் நடக்கலயே சாரதா? அப்புறம் எதுக்கு காணிக்கை?” அவன் அப்பாவித்தனமாகக் கேட்டான்.

சாரதா ஒருகணம் பதில் எதுவும் பேசாமல் அவன் விழிகளையே உற்றுப் பார்த்தாள். பிறகு “இது என்னங்க பிசினெஸ் டீலா? நீ ஒன்னு குடுத்தா நான் ஒன்னு குடுக்கறேன்ங்கற மாதிரி பேசறிங்க? இது வேண்டுதல். நடந்தாலும் சரி, நடக்காட்டாலும் சரி, சொன்னபடி செய்யறதுதான் குடும்பத்துக்கு நல்லது . . .” என்று கவலையோடு சொன்னாள். அதையே தொடர்ந்து பல நாட்களாக எடுத்துச் சொல்லி சம்மதிக்கவைக்க முயற்சி செய்தாள்.

ஏழெட்டு மாதங்கள் கடந்துபோன நிலையில் ஒருநாள் சாரதா தூங்கும்போது கெட்டகெட்ட கனவுகள் வந்துகொண்டே இருப்பதாகவும் சாமிக்கு செலுத்தவேண்டிய காணிக்கையைச் செலுத்தாமல் பாக்கி வைத்திருப்பதால்தான் இப்படியெல்லாம் தோன்றுவதாகச் சொல்லி அழுதாள். “ரெண்டு பொட்ட புள்ளைங்கள வச்சிருக்கம். ஆளு மொகம் தெரியாத ஊருல ஏதாச்சிம் திடீர்னு ஒன்னு கடக்க ஒன்னு ஆச்சினா என்ன செய்ய முடியும்?” என்று அடிக்கடி புலம்பத்தொடங்கினாள். இனிமேல் தவிர்க்கமுடியாது என்று தோன்றிய ஒரு கட்டத்தில்தான் அவள் விருப்பத்துக்கு இசைந்து போனான் கணேசன். அக்காமார்களுக்கெல்லாம் தகவல் சொல்லி ஒருங்கிணைக்கும் அளவுக்கு நேரமும் விடுப்பும் இல்லாததால் சட்டென்று தன் குடும்பத்தோடு மட்டும் கிளம்பும்படி நேர்ந்தது.

“தட்ட பூசாரிகிட்ட குடுங்க . . .” தோளை இடித்து சாரதா சொன்னபிறகுதான் சுய உணர்வுக்கு வந்தான் கணேசன். இடைவிடாமல் ஒலித்தபடி பின்தொடர்ந்து வந்த குயிலின் குரலைக் கேட்டு அவன் மனம் குலுங்கியது.

பிள்ளையார் முன்னால் தட்டை வைத்துவிட்டு தேங்காயை உடைத்தார் பூசாரி. எலுமிச்சைகளை அரிந்து குங்குமத்தை அப்பி தேங்காயைச் சுற்றி வைத்தார். பிறகு கற்பூரம் ஏற்றி பூசை செய்தார். தட்டோடு வெளியே வந்து எல்லோருடைய நெற்றியிலும் குங்குமத்தைப் பூசிவிட்டார். பிறகு சேவலின்

நெற்றியிலும் குங்குமத்தைத் தேய்த்தார். தட்சணையைக் கொடுத்துவிட்டு அங்கிருந்து எல்லோரும் கிளம்பினார்கள்.

வேறொரு பாதையில் அவர்கள் நடை தொடர்ந்தது. பம்பைக்காரர் முழங்கியபடி முன்னால் நடந்தார்.

கணேசன் தனக்குள் அழுகை திடீரென குமுறிக்கொண்டு வருவதைப்போல உணர்ந்தான். நெஞ்சம் விம்மியது. அம்மாவின் முகம் தன் நெஞ்சில் விரிவடைந்தபடி செல்வதுபோல இருந்தது. அந்தக் கண்கள். அந்தக் கன்னம். விபூதிக்கீற்று பொலியும் அவள் நெற்றி. அம்மா என்று அவன் ஆழ்மனம் கூவியது. பைத்தியம் பிடித்ததுபோல இருந்தது.

குயிலோசை அந்தப் பாதையிலும் கேட்டது. தலையைத் தயக்கத்தோடு திருப்பி அதைப் பார்க்க முயற்சி செய்தான். "அப்பா, இது வேற குயிலு. அங்க இருக்குது பாரு" என்று திசையைக் காட்டினாள் சங்கரி. அந்தச் சொற்கள் அவன் நெஞ்சில் உறைக்கவே இல்லை. அந்த ஓசை ஓர் அருவியாகப் பொங்கி அவன் நரம்புகளில் நுழைந்து வழிவதுபோல உணர்ந்தான்.

சங்கரியின் கையிலிருந்த சேவலை வாங்கிச் சென்று வீரனின் முன்னால் பலிபீடத்தின் அருகில் நின்றிருந்தவரிடம் கொடுத்தார் பம்பைக்காரர். அவருடைய கையிலிருந்த கூரான அரிவாளால் வெட்டுப்பட்ட சேவல் தலை ஒருபக்கம் உடல் ஒருபக்கமாக விழுந்தது.

வெட்டவெளியில் ஒரு மரத்தின் உயரத்துக்கு கம்பீரமாக வடிக்கப்பட்டிருந்த ஐயனார் முன் வந்து நின்றார்கள். பூரணி, பொற்கலையோடு ஐயனார் செவ்வாடைக் கோலத்தில் உட்கார்ந்திருந்தார். அருகில் வெள்ளைக்குதிரைகளை வீரன் பிடித்திருந்தான்.

பூசாரியிடம் பொங்கல்கூடையைக் கொடுத்தாள் சாரதா. ஊர்விவரமும் பேர்விவரமும் சொன்னாள். உடனே பூசாரி, "படயாச்சிம்மா குடும்பமா? சரி சரி, அம்மா வரலையா?" என்று கேட்டாள். சாரதாவுக்கு துக்கம் தொண்டையை அடைத்தது. "அம்மா தவறிட்டாங்க . . ." என்று முனகினாள். "தங்கமான மகராசியாச்சே. ம். நம்ம கையில என்ன இருக்குது தாயி. எல்லாம் அவன் எழுதற எழுத்து" என்றபடி ஓங்கிய குரலில் பாடத் தொடங்கினார். பம்பையொலியும் அதற்கிணையாக உச்சத்துக்குச் சென்றது. கூடையிலிருந்த மாலைகளை ஒவ்வொன்றாக எடுத்து ஐயனாருக்கும் பூரணி பொற்கலைக்கும் அணிவித்தார். தட்டுக்குள் தேடிப் பார்த்துவிட்டு "சாராயம் வைக்கலியா?"

என்று கேட்டார் பூசாரி. பம்பைக்காரர் தலையைச் சொரிவதைப் பார்த்துவிட்டு “சரி சரி தட்டுல பத்து ரூபா போடு” என்று கட்டளையிட்டுவிட்டு பாட்டைத் தொடர்ந்தார். சாரதா அவசரமாக பத்து ரூபாய்த்தாளை எடுத்து தட்டில் வைத்தாள்.

பூசை முடிந்து வெளியே வந்ததும் கூடையோடும் தட்டோடும் மீண்டும் நடக்கத் தொடங்கினார்கள். எடையற்ற இறகுபோல தன்னை உணர்ந்தான் கணேசன். அவன் மனம் கரைந்து உருகியிருந்தது. தன் அம்மாவின் இருப்பை அந்த இடத்தில் அவனால் உணரமுடிந்தது. மறுகணமே அந்த எண்ணம் உண்மைதானா என்ற கேள்வி முளைத்துக் குழப்பி அலைக்கழித்தது.

சூரியன் இன்னும் உச்சியிலேயே இருந்தது. வெளிச்சத்தில் கண்கள் கூசின.

தனக்கு மிகவும் பழக்கமான இடத்தில் இருப்பதுபோல நினைத்தான் கணேசன். பால்ய காலத்தில் ஓடிவிளையாடிய இடம். அம்மாவின் கையைப் பிடித்து நடந்த இடம். அம்மாவின் மடியில் உட்கார்ந்திருந்த இடம். அம்மா முத்தங்களாகப் பொழிந்த இடம்.

எதிர்பாராத கணத்தில் வெப்பத்தின் கடுமை குறைந்து குளுமையைச் சுமந்துவந்து மோதியது காற்று.

“மழ வந்தாலும் வரும்மா. மேற்குப் பக்கமா கருகருன்னு மேகம் கட்டுது பாருங்க. சீக்கிரமா நடங்க . . .” பம்பைக்காரர் வானத்தை அண்ணாந்து பார்த்துவிட்டுச் சொன்னார்.

அம்மாவின் மூச்சுக்காற்று தன்மீது மோதியதுபோல உணர்ந்தான் கணேசன். தன் குரலோடும் மூச்சோடும் அம்மா அங்கேயே சுற்றிக்கொண்டிருக்கிறாள் என்று தோன்றியது. நாலைந்து காணி சதுரப் பரப்பளவுகூட இல்லாத அந்த முந்திரித் தோப்புக்கிடையே அம்மாக்களும், அம்மாக்களின் அம்மாக்களும், அவர்களுடைய அம்மாக்களுமாக காலம் காலமாக காத்துக்கொண்டிருக்கிறார்களோ என நினைத்தான். ஒருகணம் அவன் உடல் சிலிர்த்தது.

அவர்களைப் பார்த்ததும் கார் டிக்கியைத் திறந்தான் டிரைவர். கூடையையும் தட்டையும் பையையும் வாங்கி கச்சிதமாக அடுக்கி மூடினான். பையிலிருந்து பணத்தை எடுத்து பம்பைக்காரருக்குக் கொடுத்தாள் சாரதா.

“அடிக்கடி வந்து போங்கம்மா. எங்க இருந்தாலும் குல தெய்வத்த மறக்காதிங்கம்மா. குலதெய்வம் கூட இருந்தா பெத்த

அம்மாவே கூட இருக்கறமாதிரி"– பம்பைக்காரர் வணக்கம் சொல்லிவிட்டுச் சென்றார். கணேசன் தன் பிரக்ஞையிலிருந்து மீளாதவனாகவே வணங்கி விடைகொடுத்தான்.

கூட்டம் கூட்டமாக அந்தப் பாதையில் போய்க்கொண்டும் வந்துகொண்டும் இருந்தார்கள். காரின் முன்கதவைத் திறந்து சங்கரியும் மாலாவும் உட்கார்ந்தார்கள்.

கார் நிறுத்தப்பட்டிருந்த மரக்கிளையிலிருந்து ஒருகணம் குயில் கூவும் சத்தம் கேட்டது.

"அப்பாவ இன்னும் குயிலு தேடிகிட்டே இருக்குது" பிள்ளைகளின் கேலிக்குரலைக் கேட்டு பின்னிருக்கையில் ஏறிய கணேசன் புன்னகைத்தான். அதற்குள் குயிலின் இடத்தைக் கண்டுபிடித்து விட்ட சங்கரி, "அப்பா, அங்க பாரு, அங்க பாரு" என்று விரல் நீட்டிக் காட்டினாள். அவனும் தன் முயற்சியைக் கைவிடாமல் ஜன்னல் வழியாக உற்று உற்றுப் பார்த்தான். அவன் பார்வைக்கு அது புலப்படவே இல்லை. உதட்டைப் பிதுக்கி தலையை அசைத்தான். அந்த ஓசையைமட்டும் உள்வாங்கி நிரப்பிக்கொண்டே இருந்தது அவன் நெஞ்சம்.

"பாரும்மா, அப்பா ரொம்பதான் நடிக்கறாரு . . ." நம்ப முடியாத சங்கரி சிணுங்கியபடி சாரதாவிடம் புகார் சொன்னாள். "போதும் விடுங்கடி அவர. பாவம்டி அவரு. அந்த மாதிரிலாம் நடிக்கத் தெரியாத ஆளுடி. அவர போயி அப்படி சொல்லலாமா?" என்று அவனுக்காகப் பரிந்துபேசி அவர்களை அடக்கினாள் அவள். அவள் முகத்தில் கலகலப்பும் பரவசமும் திடீரெனப் பெருகியதுபோல இருந்தது. அவளையே கண்கொட்டாமல் பார்த்தான் கணேசன். "என்ன பாக்கறிங்க? நான் சொல்றது உண்மதான?" என்றபடி ஒருகணம் அவன் கன்னத்தைக் கிள்ளி தன் உதட்டருகே கொண்டுசென்று முத்தமிட்டாள்.

உடல்சிலிர்க்க ஒருகணம் உறைந்து, மறுகணமே உள்புறமாக நகர்ந்து இடமொதுக்கிக் கொடுத்தான் கணேசன். புடவையைக் கவனமாகத் தாங்கிப் பிடித்தபடி குனிந்து இருக்கையில் அமர்ந்த பிறகு கதவை மூடிய சாரதா, கார் கிளம்பியதற்கப்புறம் அவன் கையைப் பற்றியெடுத்து தன் கைக்குள் வைத்துக்கொண்டாள்.

(ஆனந்த விகடன் – 2012)

ஆசிரியரின் பிற நூல்கள்

சிறுகதைகள்
1. வேர்கள் தொலைவில் இருக்கின்றன (1987)
2. பாவண்ணன் கதைகள் (1990)
3. வெளிச்சம் (1990)
4. வெளியேற்றம் (1991)
5. நேற்று வாழ்ந்தவர்கள் (1992)
6. வலை (1996)
7. அடுக்கு மாளிகை (1998)
8. நெல்லித் தோப்பு (1998)
9. ஏழுலட்சம் வரிகள் (2001)
10. ஏவாளின் இரண்டாவது முடிவு (2002)
11. பாவண்ணன் சிறுகதைகள் (தேர்ந்தெடுக்கப்பட்ட சிறுகதைகள்), (2002)
12. கடலோர வீடு (2004)
13. வெளியேற்றப்பட்ட குதிரை (2006)
14. இரண்டு மரங்கள் (2008)
15. முத்துகள் பத்து (தேர்ந்தெடுக்கப்பட்ட சிறுகதைகள்), (2010)
16. பொம்மைக்காரி (2011)
17. பச்சைக்கிளிகள் (2014)
18. பாக்குத்தோட்டம் (2014)

கவிதைத்தொகுதிகள்
1. குழந்தையைப் பின்தொடரும் காலம் (1997)
2. கனவில் வந்த சிறுமி (2006)
3. புன்னகையின் வெளிச்சம் (2007)

நாவல்கள்
1. வாழ்க்கை ஒரு விசாரணை (1987)
2. சிதறல்கள் (1990)
3. பாய்மரக்கப்பல் (1995)

குறுநாவல்கள்
1. இது வாழ்க்கையில்லை (1989, 2005)
2. ஒரு மனிதரும் சில வருஷங்களும் (1989)

கட்டுரைத்தொகுதிகள்
1. எட்டுத்திசையெங்கும் தேடி (2002)
2. எனக்குப் பிடித்த கதைகள் (2003)
3. ஆழத்தை அறியும் பயணம் (2004)
4. தீராத பசிகொண்ட விலங்கு (2004)
5. வழிப்போக்கன் கண்ட வானம் (2005)
6. எழுத்தென்னும் நிழலடியில் (2004)

7. மலரும் மணமும் தேடி (2005)
8. இருபத்திரண்டு அட்டைப்பெட்டிகள் (2006)
9. நதியின் கரையில் (2007)
10. துங்கபத்திரை (2008)
11. ஒரு துண்டு நிலம் (2008)
12. உரையாடும் சித்திரங்கள் (2008)
13. வாழ்வென்னும் வற்றாத நதி (2008)
14. ஒட்டகம் கேட்ட இசை (2010)
15. அருகில் ஒளிரும் சுடர் (2010)
16. மனம் வரைந்த ஓவியம் (2011)
17. புதையலைத் தேடி (2012)
18. கனவுகளும் கண்ணீரும் (2014)

குழந்தைப் பாடல்கள்

1. பொம்மைக்கு ஓர் இடம் வேண்டும் (2002)
2. பச்சைக்கிளியே பறந்துவா (2009)
3. யானை சவாரி (2014)

மொழிபெயர்ப்புகள்: (கன்னடத்திலிருந்து)

1. கன்னட நவீனக் கவிதைகள் (1992)
2. பலிபீடம் (நாடகம், நாடகவெளி), (1992)
3. நாகமண்டலம் (நாடகம், நாடகவெளி), (1993)
4. மதுரைக்காண்டம் (நாடகம்), (1994)
5. வினைவிதைத்தவன் வினை அறுப்பான் (நாவல்), (1995)
6. புதைந்த காற்று (தலித் எழுத்துகளின் தொகைநூல்), (1996)
7. ஊரும் சேரியும் (தலித் தன்வரலாறு), (1996), (2014)
8. கல்கரையும் நேரம் (லங்கேஷ் சிறுகதைகள், சாகித்திய அகாதெமி) (1998)
9. கவர்மென்ட் பிராமணன் (தலித் தன்வரலாறு), (1998), (2015)
10. பசித்தவர்கள் (நாவல்), (1999)
11. வடகன்னட நாட்டுப்புறக்கதைகள் (சாகித்திய அகாதெமி), (2001)
12. அக்னியும் மழையும் (நாடகம்), (2002)
13. பருவம் (நாவல், சாகித்திய அகாதெமி) (2002)
14. ஆயிரம் மரங்கள் ஆயிரம் பாடல்கள் (நவீன கன்னட இலக்கிய எழுத்துகள் தொகைநூல்) (2004)
15. நூறு சுற்றுக்கோட்டை (நவீன கன்னட சிறுகதைகள் தொகைநூல்) (2004)
16. ஓம் நமோ (நாவல், சாகித்திய அகாதெமி), (2008)
17. அக்னியும் மழையும் (ஆறு நாடகங்களின் தொகைநூல்), (2011)
18. தேர் (நாவல், சாகித்திய அகாதெமி), (2010)
19. வீரப்பன் பிடியில் பதினான்கு நாட்கள் (கட்டுரைகள்), (2013)

(ஆங்கிலத்திலிருந்து)

1. நீர்யானை முடியுடன் இருந்தபோது (ஆப்பிரிக்க வனவிலங்களைப் பற்றிய கதைகள்), (1998)